നോവൽ

ഒരു പ്രവാസിയുടെ ഡയറിക്കുറിപ്പുകൾ

ഡോ. റെജി ഡി. നായർ

ഗ്രീൻ ബുക്സ്

green books private limited
gb building, civil lane road, ayyanthole,
thrissur- 680 003, kerala, ph: +91 487-2381066, 2381039
website: www.greenbooksindia.com
e-mail: info@greenbooksindia.com

malayalam
oru pravasiyute dairykkurippukal
novel
by
dr. reji d. nair

first published september 2017

cover design : rajesh chalode

branches:
thrissur 0487-2422515
palakkad 0491-2546162
kannur 0497-2763038
thiruvananthapuram 8589095301

isbn : 978-93-86440-93-8

GBPL/958/2017

മുഖവുര

ജീവിതത്തിൽ എപ്പോഴെങ്കിലും ഇത്തരമൊരു ഉദ്യമത്തിന് മുതിരേണ്ടിവരുമെന്ന് സ്വപ്നത്തിൽ പോലും ഞാൻ കരുതിയിരുന്നില്ല. അതും സ്വന്തം പിതാവിന്റെ ഡയറിക്കുറിപ്പുകൾക്ക് മുഖവുരയെഴുതുകയെന്നത്. എന്റെ ചെറിയ ജീവിതാനുഭവം വച്ച് മാത്രമെ ഇത്തരമൊരു മുഖവുരയെഴുതുവാൻ എനിക്ക് കഴിയുകയുള്ളൂ. എങ്കിലും ന്യൂജനറേഷൻ സങ്കല്പങ്ങൾക്കപ്പുറം സഞ്ചരിക്കുവാൻ കഴിഞ്ഞിട്ടുണ്ടെന്നാണ് വിശ്വാസം.

എന്റെ പപ്പാ എനിക്കെന്നും നല്ലൊരു സുഹൃത്ത് തന്നെയായിരുന്നു. ജീവിതത്തിൽ ഏറ്റവും കൂടുതൽ സ്നേഹിച്ചിരുന്നത് മമ്മിയെ ആയിരുന്നെങ്കിൽ ഏറ്റവും കൂടുതൽ ബഹുമാനിച്ചിരുന്നത് പപ്പയെ തന്നെയായിരുന്നു. ഞങ്ങളുടെ കുടുംബത്തിനുവേണ്ടിയായിരുന്നു പപ്പ ജീവിതസുഖങ്ങളെല്ലാം ത്യജിച്ച് ഗൾഫിൽ മരുപ്പച്ച അന്വേഷിക്കുന്നതെന്ന് നല്ല ബോധ്യമുണ്ടായിരുന്നു. കുട്ടിക്കാലത്ത് തന്നെ അക്കാര്യങ്ങളെല്ലാം മമ്മി ഞങ്ങൾക്ക് പറഞ്ഞ് തന്നിട്ടുണ്ട്.

ജീവിത വീക്ഷണം രൂപപ്പെടുത്തുന്നതിൽ പപ്പ ഒത്തിരി സ്വാധീനം ചെലുത്തിയിട്ടുണ്ട്. സൗമ്യസ്വഭാവത്തിനുടമയായ പപ്പ ഒരിക്കൽപോലും ദേഷ്യപ്പെടുന്നത് കണ്ടിട്ടില്ല. തികഞ്ഞ ശുഭാപ്തിവിശ്വാസത്തിനുടമകൂടിയായിരുന്നു പപ്പ. സ്കൂളിൽ പഠിക്കുന്ന നാളുകളിൽ പരീക്ഷയ്ക്ക് മാർക്ക് കുറയുമ്പോൾ മമ്മി എന്നെ ശരിക്കും ശകാരിക്കുമായിരുന്നു. എന്റെ നന്മയ്ക്കു വേണ്ടി തന്നെയായിരുന്നു അതെന്ന് അറിയാം. പക്ഷേ, പപ്പ ഒരിക്കലും ശകാരിച്ചിട്ടില്ല. അത്, എന്റെ നന്മ ആഗ്രഹിക്കാത്തതുകൊണ്ടല്ല എന്ന് അറിയാം. ശകാരിച്ചാൽ അതെന്നെ വിഷമിപ്പിക്കുമെന്ന് മനസ്സിലായതുകൊണ്ടാണ് പപ്പ ശകാരിക്കാതിരുന്നത്. പലപ്പോഴും പപ്പയുടെ സാമീപ്യവും മുഖത്തെ സൗമ്യതയും പറയാതെ പറഞ്ഞിട്ടുള്ള ചില ഉപദേശങ്ങളുണ്ട്. അവ ഏറെ സ്വാധീനിച്ചിട്ടുമുണ്ട്. സുഹൃത്ത് ജഗൻ പറയുന്നതു

പോലെ നമ്മെ സ്നേഹിക്കുന്നവരെയാണ് നാം സ്നേഹിക്കേണ്ടത്. എന്നെ വേദനിപ്പിക്കാൻ കഴിയാത്ത പപ്പയെ ഒരു രീതിയിലും ദുഃഖിപ്പിക്കാൻ ഇഷ്ടമല്ലായിരുന്നു. അതുകൊണ്ടു തന്നെയാണ് കോളേജ് വിദ്യാഭ്യാസ കാലത്ത് പഠനത്തിൽ കൂടുതൽ ശ്രദ്ധിക്കാൻ തീരുമാനിച്ചതും. വ്യക്തി ജീവിതത്തിലെ സന്ദിഗ്ധ ഘട്ടങ്ങളിൽ പപ്പ കാണിച്ച വാത്സല്യവും ഉപദേശങ്ങളുമായിരുന്നു ജീവിതത്തിൽ വഴികാട്ടിയായതും.

സന്തോഷത്തിമിർപ്പിലായിരുന്ന ഞങ്ങളുടെ കുടുംബത്തിൽ അസ്വാരസ്യങ്ങൾ ഉടലെടുത്തത് പെട്ടെന്നായിരുന്നു. പലപ്പോഴും ഞങ്ങളുടെ കുടുംബം ഒരു സ്വർഗ്ഗമായിട്ടാണ് തോന്നിയിട്ടുള്ളത്. പക്ഷേ, ഇപ്പോൾ എല്ലാം തകിടം മറിഞ്ഞിരിക്കുന്നു. പപ്പയും മമ്മിയും തമ്മിലുള്ള പിണക്കത്തിൽ നിന്നായിരുന്നു പ്രശ്നങ്ങളുടെ തുടക്കം. ഞാനും അനുജത്തിയും പരിഹാരം കണ്ടുപിടിക്കാൻ കിണഞ്ഞ് പരിശ്രമിച്ചെങ്കിലും അതുമാത്രം നടന്നില്ല. പ്രശ്നങ്ങളുടെ കാരണം കണ്ടുപിടിക്കാൻ ഞങ്ങൾ മക്കൾക്ക് കഴിയില്ലായിരിക്കും! അല്ലെങ്കിലും മാതാപിതാക്കളുടെ തെറ്റുകൾ കണ്ടുപിടിക്കുകയല്ലല്ലോ മക്കളുടെ കടമ. പക്ഷേ, പ്രശ്നങ്ങൾക്ക് പരിഹാരം കാണാൻ എനിക്ക് സാധിക്കണമായിരുന്നു. ഒരിക്കലും പ്രശ്നങ്ങളുടെ കാരണമോ മറ്റോ അമ്മ വെളിപ്പെടുത്തിയിരുന്നുമില്ല. പപ്പയോട് ചോദിക്കാനുള്ള ധൈര്യവും എനിക്കില്ലായിരുന്നു. വിജി, പപ്പയോട് തുറന്നു ചോദിച്ചെങ്കിലും ഒന്നുമില്ലെന്ന് പറഞ്ഞ് ഒഴിഞ്ഞുമാറാനാണ് ശ്രമിച്ചത്. മമ്മി ഒറ്റയ്ക്കിരുന്ന് കരയുന്നത് കണ്ടിരുന്നു.

കുടുംബാന്തരീക്ഷം കലുഷിതമായി ഒരാഴ്ച കഴിഞ്ഞപ്പോഴാണ് ആ ദുരന്തം ഞങ്ങളെ തേടിയെത്തിയത്. പപ്പ റോഡപകടത്തിൽ കൊല്ലപ്പെട്ടു! എനിക്ക് സങ്കല്പിക്കാൻ പോലും കഴിയില്ലായിരുന്നു. മമ്മിയുടെ കരച്ചിൽ അലമുറവിളിയിലാണ് അവസാനിച്ചത്. ഒടുവിൽ പപ്പയുടെ നിശ്ചലമായ ശരീരം എത്തിയപ്പോൾ എനിക്ക് നിയന്ത്രിക്കാൻ കഴിഞ്ഞില്ല. മമ്മി അതിനുശേഷം മാനസിക വിഭ്രാന്തിയിലായി. ഇപ്പോൾ വർഷങ്ങൾ പലതും കഴിഞ്ഞിരിക്കുന്നു. ഇതിനിടയിൽ ഞാൻ സർക്കാർ സർവ്വീസിൽ ജോലിയിൽ പ്രവേശിച്ചു. അനുജത്തിയുടെ വിവാഹം കഴിഞ്ഞ് അവൾ മക്കളുമായി സുഖമായി ജീവിക്കുന്നു. എന്നാൽ മമ്മി മാത്രം കാലം പോയതറിയാതെ ജീവിച്ചുപോന്നു.

അക്കാലത്താണ് യു.എ.ഇയിൽ നിന്നും പപ്പയുടെ സുഹൃത്താണെന്നും പറഞ്ഞ് ഒരു ഫാമിലി വന്നത്. ഡോക്ടർ

മനീഷും ഭാര്യ സന്ധ്യയുമെന്നാണ് അവർ പരിചയപ്പെടുത്തിയത്. പപ്പയുടെ സുഹൃത്തുക്കൾ ഏറെ നാളുകൾക്കു ശേഷം തന്നയച്ച ഒരു ബ്രീഫ്കേസും അവർ കൈമാറി. പപ്പയുടെ സമ്പാദ്യമായിരുന്ന ചില പുസ്തകങ്ങളും ഡയറികളുമാണ് അക്കൂട്ടത്തിലുണ്ടായിരുന്നത്. യഥാർത്ഥത്തിൽ ആ 'പുരാവസ്തുക്കൾ' എന്റെ പപ്പയുടെ ജീവിതമാണ് മുന്നിൽ തുറന്നു നൽകിയത് എന്ന് ഞാനറിഞ്ഞിരുന്നില്ല. പപ്പയുടെ ഡയറിക്കുറിപ്പുകൾ വായിക്കുന്നതിനിടയിലാണ് എന്നെ കാണാൻ വന്ന ആ സ്ത്രീയെ വീണ്ടും കാണണമെന്ന് തോന്നിയത്! നിർഭാഗ്യവശാൽ അവരുടെ അഡ്രസ്സോ ഫോൺനമ്പരോ വാങ്ങിയിരുന്നില്ല. ഒടുവിൽ ചില സുഹൃത്തുക്കളുടെ നിർദ്ദേശത്താലാണ് പപ്പയുടെ ഡയറിക്കുറിപ്പുകൾ പുസ്തകമായി പ്രസിദ്ധീകരിക്കുവാൻ തീരുമാനിച്ചത്. ഈ പുസ്തകത്തിന് മുഖവുരയെഴുതുവാൻ തീരുമാനിച്ചതും മനഃപൂർവ്വമാണ്. പിതാവിന്റെ ഡയറിക്കുറിപ്പുകൾക്ക് മുഖവുരയെഴുതുന്ന ആദ്യത്തെ മകൻ ഞാൻ തന്നെയായിരിക്കും.

ഈ പുസ്തകവുമായി ആദ്യം പോവുക എന്റെ മമ്മിയുടെ മുന്നിലേക്കായിരിക്കും. ഈ 'ജീവിതം' വായിച്ചു കേൾക്കാനുള്ള മാനസികനിലയിലല്ല മമ്മി ഇന്ന്. എന്നാലും ഒരു പ്രാവശ്യമെങ്കിലും ഈ ഡയറിക്കുറിപ്പുകൾ മമ്മിയെ വായിച്ചു കേൾപ്പിക്കണം. ഇനിയും എനിക്കൊരു കടമ ബാക്കിയുണ്ട്. പപ്പ പറയാതെ പറഞ്ഞുവച്ച ആ ദുരന്തങ്ങൾക്ക് പ്രതികാരവും പ്രായശ്ചിത്തവും ചെയ്യണം. പപ്പയുടെ ഈ ഡയറിക്കുറിപ്പുകൾ വായനക്കാർക്കു മുന്നിൽ അർപ്പിക്കുന്നു.

ബഹുമാനപൂർവ്വം

വിവിൻ

(പരേതനായ ജോബിയുടെ മകൻ)

മണലാരണ്യത്തിലെ മരുപ്പച്ചകൾ

ജീവിതത്തിന്റെ നല്ലൊരുസമയം മുഴുവൻ കടലിനക്കരെ ചെലവഴിക്കുന്ന എഴുത്തുകാരനാണ് റെജി ഡി. നായർ. നാട്ടിൽ ഭേദപ്പെട്ട സർക്കാർ ജോലി ഉണ്ടായിരുന്നിട്ടും അദ്ധ്യാപക വൃത്തിയോടുള്ള താത്പര്യം കൊണ്ട് വിദ്യാഭ്യാസ സ്ഥാപനങ്ങളിൽ അധ്യാപകനായി ജോലി നോക്കുന്നു. കേവലം പഠിപ്പിക്കലിനപ്പുറം വിദ്യാഭ്യാസസംബന്ധിയായ ഗ്രന്ഥങ്ങൾ രചിക്കുകയും ചെയ്തിട്ടുണ്ട്. വൈജ്ഞാനിക ഗ്രന്ഥങ്ങൾ പോലെ ശ്രദ്ധേയമാണ് ഇദ്ദേഹത്തിന്റെ സാഹിത്യ രചനകളും. റെജി അടിസ്ഥാനപരമായി ഒരു കഥാകൃത്താണ്. ചെറുതും വലുതുമായ നോവൽ രചനയോടാണ് കമ്പം. ആ രചനകളിൽ പ്രവാസ ജീവിതത്തിന്റെ പ്രശ്നങ്ങളുണ്ട്. അതില്ലാതെ ഒരു കഥ പറച്ചിൽ റെജിക്കാകില്ല. അത്തരത്തിൽ എഴുതിയ കൃതിയാണ് 'പ്രവാസിയുടെ ഡയറിക്കുറിപ്പുകൾ'.

ഡയറിക്കുറുപ്പിന്റെ മാതൃകയിലാണ് ഈ നോവൽ രചിച്ചിരിക്കുന്നത്. ജനുവരി മുതൽ ഡിസംബർ വരെയുള്ള ഒരു വർഷക്കാലത്തെ ഗൾഫ് ജീവിതം തന്നുപോകുന്ന ബന്ധങ്ങളും ബന്ധനങ്ങളും ഇതിൽ നിറയുന്നു. ജോബി എന്ന ടാക്സി ഡ്രൈവറാണ് ഇതിലെ കേന്ദ്ര കഥാപാത്രം. അയാളുടെ വാഹനത്തിലേക്ക് വിദേശികളും സ്വദേശികളുമായി നിരവധിപേർ വന്ന് പോകുന്നു. അവരുമായി ഒരു യാത്രയോളം പോരുന്ന സൗഹൃദം. അതിൽ ചിലതിനുള്ള ഇഴയടുപ്പം. അത്തരം ഒരു യാത്രാബന്ധം തീർക്കുന്ന നിമിഷങ്ങളെ പകർന്നു വയ്ക്കുന്നു ഈ ഡയറിക്കുറിപ്പുകൾ. ഓർമ്മ മുറ്റും മുമ്പേ നഷ്ടപ്പെട്ട് പോകുന്നവരെക്കുറിച്ചുള്ള സങ്കടങ്ങൾ എന്റെ ഓർമ്മയിൽ ബാപ്പയുടെ മുഖം വരുന്നതേയില്ല എന്ന മകളുടെ തേങ്ങൽ. അത് ആരെയും നൊമ്പരപ്പെടുത്തുന്നു.

ഗൾഫിൽ പണിയെടുക്കുന്ന ഒരു ഡ്രൈവർ അവിടത്തെ സമൂഹവുമായി ഏതെല്ലാം തരത്തിൽ ബന്ധപ്പെടുന്നു,

സമൂഹം അവനിൽ തീർക്കുന്ന പ്രതികരണങ്ങൾ, ഓടിച്ചു തീർക്കുന്ന പാതയും ദൂരവുംപോലെ അവനിൽ ഓർമ്മകൾ നിറയുകയാണ്. വേഗവായ്പിൽ മിന്നിമറയുന്ന ദൃശ്യങ്ങൾ പോലെ ഇന്നലെകൾ അവനിൽ പ്രതീക്ഷകളർപ്പിക്കുന്നു. ഓരോ ദിവസവും തന്റെ വാഹനത്തിലേക്ക് വരുന്നവരെല്ലാം ഇതിലെ കഥാപാത്രങ്ങളാണ്. അവരുടെ ജീവിതാവസ്ഥകളിലൂടെയുള്ള സഞ്ചാരമാണ് ഈ നോവൽ.

എല്ലാ പ്രവാസിയിലും പ്രാരബ്ധങ്ങളുടെ ഭാണ്ഡമുണ്ട്. നല്ല പ്രായത്തിൽ മണലാരണ്യത്തിലെത്തി ചോരയും നീരും വിയർപ്പാക്കി കുടുംബത്തെ രക്ഷിക്കുന്നവർ. അച്ഛനമ്മമാരുടെ രോഗാവസ്ഥയ്ക്ക് താങ്ങായി, പെങ്ങന്മാരുടെ വിവാഹസ്വപ്നങ്ങൾക്ക് തണലായി സ്വന്തം ജീവിതം പോലും വിസ്മരിച്ച് കാറ്റിലും മഴയിലും വെയിലിലും കേടുവരാതെ ചുമടുതാങ്ങിയായി അവന് ജീവിക്കേണ്ടിയിരിക്കുന്നു. അവന് വേണ്ടിയല്ല. മറ്റുള്ളവർക്കായി സ്വയം കത്തിയെരിയുന്ന സൂര്യനായി തപിക്കാൻ. എല്ലാം കഴിഞ്ഞ് സ്വന്തമായൊരു കൂടുകൂട്ടാൻ ഒരുങ്ങുമ്പോഴേക്കും കുശുമ്പും കുന്നായ്മയും തീർക്കുന്ന ശരപഞ്ജരത്തിനകത്ത് അകപ്പെട്ട് പോകുന്നു. പോറ്റി വളർത്തിയവർ അന്യരായി മാറുന്നു. അത് അവനിൽ മാനസിക വ്യഥ തീർക്കുന്നു. അങ്ങനെ സാമൂഹികവും സാമ്പത്തികവുമായ മാനങ്ങളിലേക്ക് ഈ കൃതി വളരുന്നു. അഥവാ റെജി വിദഗ്ദ്ധമായി വളർത്തിയെടുക്കുന്നു.

മരുഭൂമിയുടെ പ്രകൃതിയും കാലാവസ്ഥയും ഇതിൽ കഥാപാത്രങ്ങളാണ്. മണലാരണ്യം പോലെ തപിച്ച് കിടക്കുന്ന മർത്ത്യമനസ്സുകളും. ചുട്ടുപൊള്ളുന്ന ജീവിതച്ചൂടിൽ ഈന്തപ്പനനിഴൽ തേടാൻ വിധിക്കപ്പെട്ട ഒട്ടകക്കൂട്ടങ്ങളെപ്പോലെ അലയുന്നവർ.

പുരുഷന്മാരുടെ പങ്കപ്പാടുകളാണ് ഗൾഫ് കഥകളിൽ അധികവും. എന്നാൽ ഇവിടെ മണലാരണ്യത്തിൽ ജോലി നോക്കി ജീവിതം കരുപ്പിടിപ്പിക്കാൻ ശ്രമിക്കുന്ന സ്ത്രീകളുടെ കഥയും ചേർത്തുവയ്ക്കുന്നു. പലപ്പോഴും ആരും കാണാതെ പോകുന്ന കഥകൾ. അടക്കി വയ്ക്കുന്ന വികാര വിചാരങ്ങളുമായി അവിടെ ജീവിക്കുവാൻ വിധിക്കപ്പെട്ടവർ. ദാമ്പത്യത്തിലെ പൊരുത്തക്കേടുകളും കുടുംബപ്രശ്നങ്ങളും അലട്ടുന്നവർ. ആത്മാഭിമാനത്താൽ എല്ലാം ഉള്ളിലൊതുക്കുന്നു. അന്യതാബോധത്തിന് അറിയാതെ അടിമപ്പെട്ട് പോകുന്ന കുട്ടികൾ. എത്രയോവട്ടം മുറിച്ച് കടന്ന കടൽ പോലെ, ജീവിതം കണ്ണീരുപ്പു കലർന്ന് അറിയപ്പെടാത്ത ആഴങ്ങളുമായി അലയിളക്കുന്നു. ജീവിതക്കടൽ.

ഓരോ മനുഷ്യരേയും കുറിച്ച് ഓരോതരത്തിൽ മനസ്സിൽ കരുതി വയ്ക്കുന്നു. എന്നാൽ അവരെ അപ്രതീക്ഷിതമായി കണ്ടുകൂടാത്ത ഇടങ്ങളിൽ വച്ച് കാണുമ്പോൾ ഉണ്ടാകുന്ന ഞെട്ടലുകൾ. ആരേയും വിശ്വസിക്കാനാകാത്ത അവസ്ഥ. പിടികിട്ടാത്ത പ്രതിഭാസമായിത്തീരുന്ന മനസ്സ്. അടുത്തായിരിക്കുമ്പോഴും മനസ്സുകൊണ്ട് നിങ്ങൾക്ക് ധ്രുവാന്തരങ്ങൾ തീർക്കാൻ കഴിയുന്നു. മർത്ത്യഭാവങ്ങളുടെ അതിലോലമായ നൂലിഴകളിലൂടെ നമ്മെ നടത്തുന്നു ഈ നോവൽ.

ഈ കൃതിക്ക് ഒരു ഡയറിക്കുറുപ്പിന്റെ രൂപഘടനയാണ്. ഏതെങ്കിലും ഒരു സംഭവത്തിന്റെ ഉദയവികാസം ഇതിനകത്തില്ല. അതുകൊണ്ട് തന്നെ ഉദ്ദേശിക്കുന്ന തരത്തിൽ ഒരു വായനാസുഖം ഇതു പകരണമെന്നില്ല. അത് ഈ നോവലിന്റെ ഒരു പുതുമയാണ്. റെജിയുടെ മുൻകാല രചനകളിൽ നിന്ന് 'പ്രവാസിയുടെ ഡയറിക്കുറിപ്പുകൾ' വ്യത്യസ്തമാകുന്നു. രാത്രിയുടെ ഇരുട്ടും പകലിന്റെ വെളിച്ചവും ജീവിതത്തിലും അനുഭവപ്പെടുന്ന കുറേ മനുഷ്യരുടെ കഥ. ഇത്തരം പുതുമയുള്ള രചനകൾ നടത്താൻ റെജി ഡി. നായർക്ക് ഇനിയും കഴിയട്ടെ എന്ന് ആശംസിച്ച് കൊണ്ട്.

ഡോ. എസ്. ഭാസിരാജ്
റിട്ട. പ്രൊഫസർ എൻ എസ് എസ് കോളേജ്
നിലമേൽ

ജനുവരി

പുറത്തെ കാഴ്ചകൾ വ്യക്തമല്ല. വേഗത കുറച്ചാണ് വാഹനങ്ങൾ നീങ്ങിക്കൊണ്ടിരിക്കുന്നത്. സമയത്തിനെ വെല്ലുന്ന രീതിയിൽ വേഗത കൂട്ടാൻ ശ്രമിച്ചു. ഇപ്പോൾ സമയം രാത്രി പന്ത്രണ്ട് മണി കഴിഞ്ഞിരിക്കുന്നു. ദുബായ് എയർപോർട്ടിൽ നിന്നും ഏകദേശം ഒന്നരമണിക്കൂറാണ് ആൽ ഐനിലെ അയല ഹോട്ടലിലെത്താൻ. പക്ഷേ, ഇപ്പോൾ മൂടൽ മഞ്ഞ് വ്യാപിച്ചിരിക്കുന്നതിനാൽ കാഴ്ചയൊന്നും വ്യക്തമല്ല. ദൂരക്കാഴ്ച കേവലം എട്ട് - പത്ത് മീറ്റർ മാത്രമാണ് വ്യക്തമാകുന്നത്. പലയിടത്തും വാഹനങ്ങൾ നിർത്തിയിട്ടിരിക്കുന്നതു കാണാം.

കാറിലെ മിററിലൂടെ പിൻസീറ്റിലിരിക്കുന്ന മാഡത്തിനെ നോക്കി. മാഡം അർധമയക്കത്തിലാണെന്ന് തോന്നി. കാറിനകത്ത് ഉച്ചത്തിൽ കേട്ടിരുന്ന പാശ്ചാത്യ ഗാനത്തിന്റെ ശബ്ദം കുറച്ചു. മാഡത്തിന്റെ ഇഷ്ട പ്രകാരമാണ് ഇത്തരം പാശ്ചാത്യഗാനങ്ങൾ കരുതിയിരിക്കുന്നത്. കഴിഞ്ഞ പ്രാവശ്യം വന്നപ്പോൾ മാഡം തന്നെയാണ് ഇതിന്റെ സിഡി തന്നത്. ആ ഗാനങ്ങൾ ഫ്ളാഷ് ഡ്രൈവിൽ പകർത്തി യാത്രികരായ പല പാശ്ചാത്യരെയും കേൾപ്പിച്ചിട്ടുണ്ട്.

ഇത്തരം പാശ്ചാത്യഗാനങ്ങളിൽ ഇഷ്ടക്കേടൊന്നും ഇല്ലെങ്കിലും എന്റെ പ്രിയഗാനങ്ങൾ മലയാളത്തിലെ എൺപതുകളിലെ സുന്ദരഗാനങ്ങളാണ്.

ഹൈവേയിൽ മൂടൽമഞ്ഞിന്റെ വ്യാപ്തി കൂടിവരികയാണ്. മൂടൽ മഞ്ഞിലും മണൽക്കാറ്റിലും വണ്ടിയോടിക്കുന്നത് ആദ്യമല്ല. കഴിഞ്ഞ എത്രയോ വർഷങ്ങളായി ചെയ്യുന്ന സ്ഥിരം ജോലി ഇതുതന്നെയാണല്ലോ. കൊടും ചൂടിലും, മൂടൽമഞ്ഞിലും മണൽക്കാറ്റിലും എന്തിന് മരുഭൂമിയിലെ മഴയത്തുമെല്ലാം കാർ ഓടിച്ചിരിക്കുന്നു. ചിലപ്പോഴെങ്കിലും ജീവിതം ഒരു കാറുപോലെയാണെന്ന് തോന്നാറുണ്ട്. പല ലക്ഷ്യങ്ങളിലേക്കായി ചീറിപ്പാഞ്ഞുകൊണ്ടിരിക്കുന്നു. വ്യത്യസ്തമായ കാലാവസ്ഥയും സാഹചര്യങ്ങളും വന്നണഞ്ഞുകൊണ്ടിരിക്കും. കാറിന്റെ പിൻസീറ്റിൽ യാത്രികരായി പല ദേശക്കാർ. നമ്മുടെ ജീവിതത്തിൽ കണ്ടുമുട്ടുന്ന വ്യക്തിത്വങ്ങൾ എത്രയോ വിഭിന്നമാണ്. ടാക്സി ഡ്രൈവറായ എന്നെ സംബന്ധിച്ച് യാത്രയുടെ ലക്ഷ്യങ്ങൾ നിശ്ചയിക്കുന്നത് ഇത്തരം യാത്രികരാണല്ലോ.

യാത്രികരാൽ നിശ്ചയിക്കപ്പെട്ട ലക്ഷ്യത്തിലൂടെ മാത്രമേ വാഹനം ഓടിക്കാൻ കഴിയുകയുള്ളൂ. ജീവിതത്തിലും പലപ്പോഴും നമ്മുടെ ഗതി വിഗതികൾ നിശ്ചയിക്കുന്നത് മറ്റുള്ളവർ തന്നെയാണല്ലോ! കുട്ടിക്കാലത്ത് മാതാപിതാക്കൾ, സഹോദരങ്ങൾ, അധ്യാപകർ, ബന്ധുക്കൾ, സുഹൃത്തുക്കൾ, പിന്നെ ഭാര്യ, പിന്നീടുള്ള കാലം, ഒരുപക്ഷേ മക്കളുമാവാം. ഒരു നിമിഷമെങ്കിലും നാട്ടിലുള്ള ഭാര്യയെയും മക്കളെയും കുറിച്ച് ചിന്തിക്കാതിരിക്കാൻ കഴിഞ്ഞില്ല. ഇപ്പോഴവർ ഗാഢനിദ്രയിലായിരിക്കും. ഞാൻ മരുഭൂമിയിലെ മരുപച്ചകൾ തേടി ഉറക്കമിളയ്ക്കുന്നത് കുടുംബത്തിന്റെ സന്തോഷത്തിനു വേണ്ടി തന്നെയാണല്ലോ.

"പാവം... അവർ സുഖമായി ഉറങ്ങട്ടെ... അവരുടെ സന്തോഷം മാത്രം മതി എനിക്ക്."

ഒരു നിമിഷം അപ്പനേയും അമ്മച്ചിയേയുംകുറിച്ച് ചിന്തിക്കാതിരിക്കാനും കഴിഞ്ഞില്ല. ജീവിതകാലം മുഴുവൻ മക്കളായ ഞങ്ങളുടെ സന്തോഷത്തിനും നന്മയ്ക്കും വേണ്ടി കഷ്ടപ്പെട്ട വ്യക്തിയാണ് എന്റെ അപ്പൻ. സൗദി അറേബ്യയിലെ മരുപ്പച്ചതേടി പോയ അപ്പൻ എത്തിപ്പെട്ടതും ഒരു അറബിയുടെ വീട്ടിലെ ഡ്രൈവറായി തന്നെയായിരുന്നു. തികച്ചും യാദൃച്ഛികമാണെങ്കിലും ഞാൻ എത്തിപ്പെട്ടതും അതേ മേഖലയിൽ തന്നെയാണ്. യു.എ.ഇ യിലാണെന്ന് മാത്രം. അറബിയുടെ വീട്ടിലെ ഡ്രൈവർ വിസയ്ക്ക് പകരം ടൂറിസ്റ്റ് ടാക്സി ഡ്രൈവർ.

മൂടൽമഞ്ഞിന്റെ കാഠിന്യത്തിന് കുറവൊന്നുമുണ്ടായില്ല. ചെറിയ ശബ്ദത്തിലുള്ള പോപ്പ് സംഗീതം ഇത്തരം പരിസ്ഥിതിക്ക് വളരെ അനുയോജ്യമാണെന്ന് തോന്നി. കണ്ണിൽ ചെറിയ മയക്കം അനുഭവപ്പെടുന്നുണ്ടായിരുന്നു. അല്പം വെള്ളം കുടിച്ച് ഉന്മേഷം കൂട്ടാൻ ശ്രമിച്ച് നോക്കിയെങ്കിലും അതിൽ പ്രയോജനമില്ലെന്ന് തോന്നി. ഇനിയുള്ളത് അടുത്ത ഏതെങ്കിലും ടീ ഷോപ്പിൽ നിർത്തി നല്ലൊരു കോഫി കുടിക്കുകയെന്നുള്ളതാണ്. അംബികാമാഡം നല്ല ഉറക്കത്തിലാണ്.

ഇന്നെന്താ ഇവർ ഉറങ്ങിപ്പോയത്? സാധാരണയായി കാറിൽ കേറുന്ന സമയം മുതൽ ഇറങ്ങുന്നതുവരെ കലപിലാന്ന് സംസാരിക്കുന്നതാണ്. ഒരുപക്ഷേ യാത്രാക്ഷീണം കാണുമായിരിക്കും. ജർമ്മനിയിൽ നിന്നും വരികയാണല്ലോ.

കാർ ടീഷോപ്പിൽ നിർത്താനായി തിരിച്ചു. പെട്ടെന്ന് മാഡം ഞെട്ടിയുണർന്നു.

"എന്താ ജോബി... എന്തുപറ്റി?"

ഞാൻ പറഞ്ഞു

"ങ്ഹാ, മാഡം ഉണർന്നോ... മാഡത്തിന് ചായ വേണോ... മൂടൽ മഞ്ഞുള്ളതുകൊണ്ട് വേഗത്തിൽ വണ്ടിയോടിക്കാൻ കഴിയുന്നില്ല."

"എനിക്ക് നല്ലൊരു കോഫി വാങ്ങിക്കോ... കപ്പോചീനോ മതി. ഇതാ കാശ്...!

ബാഗിൽ നിന്നും പണമെടുത്ത് നീട്ടിയെങ്കിലും മാഡത്തിന്റെ കൈയിൽ നിന്നും കോഫിയുടെ വില വാങ്ങുവാൻ കഴിഞ്ഞില്ല.

“വേണ്ട മാഡം. അതിരിക്കട്ടെ... ഞാൻ പിന്നീട് വാങ്ങിച്ചോളാം...!”

ഓരോ വരവിലും എന്തുമാത്രം ഓട്ടമാണ് എനിക്ക് മാഡം തരുന്നത്. മാത്രമോ, ടിപ്പും. ഒരു മലയാളിയായതു കൊണ്ടുമാത്രമാവില്ല, ഒരുപക്ഷേ എത്രയോ നാളുകളായുള്ള പരിചയം. തികച്ചും അപ്രതീക്ഷിതമായി. സായിപ്പിനെ ദുബായ് എയർപോർട്ടിൽ വിട്ടിട്ട് മടങ്ങുന്ന വഴിയിലാണ് മാഡം കൈ കാണിക്കുന്നത്. അവർ യാത്രചെയ്ത വണ്ടിക്ക് എന്തോ കേടുപാടുകൾ പറ്റി വഴിയിൽ കിടക്കുകയായിരുന്നു.

ചൂട് കോഫി രുചിച്ച് നോക്കിയ മാഡം പറഞ്ഞു:

“ഹാ... നല്ല കോഫി. ജോബിയെപ്പോലെ തന്നെ. മധുരമെല്ലാം കറക്ടായിട്ടുണ്ട്. ജോബിക്കറിയാമോ പാചകരീതിയുടെ ബെയ്സിക് ഫിലോസഫി? പാചകക്കാരന്റെ മനസ്സുപോലിരിക്കും പാചകം ചെയ്യുന്ന വിഭവങ്ങളുടെ രുചിയും. ഈ കോഫിയിൽ ജോബി ഷുഗർ ചേർത്തത് വളരെ കറക്ടാണ്. യു ആർ ഗ്രേറ്റ് ജോബി.”

എനിക്ക് ചിരിക്കാൻ മാത്രമേ കഴിഞ്ഞുള്ളൂ. ഇപ്പോൾ മാഡം നല്ല മൂഡിലായിരിക്കുന്നു. ഇനിയെന്തായാലും ഉറക്കം വരില്ല. കോഫീ മെഷീനിൽ നിന്നെടുത്ത കോഫിയിൽ പഞ്ചസാര മാത്രമേ ഞാൻ ചേർത്തിട്ടുള്ളൂ. അതിനിത്ര രുചിവരാനുള്ള കാരണമെന്താണെന്ന ചിന്ത യിലായി ഞാൻ.

കൂടുതൽ ഉന്മേഷത്തോടുകൂടി മാഡം പറഞ്ഞു:

“ജോബി... നീയാ പോപ്പ് സംഗീതം മാറ്റിക്കേ... നല്ല മലയാളം പാട്ട് ഇട്ടേ. പക്ഷേ, പുതിയത് വേണ്ട. പോപ്പ് സംഗീതം കേട്ട് മടുത്തിട്ടാണ് ഞാനിങ്ങോട്ട് വരുന്നത്.”

മാഡത്തിന്റെ ഇഷ്ടാനുസരണം എന്റെ സ്റ്റോക്കിൽ നിന്നും എൺപതു കളിലെ തന്റെ പ്രിയപ്പെട്ട ഗാനങ്ങൾ ഇട്ടു.

“ഹാ... ഹാ... നന്നായിരിക്കുന്നു ജോബി... ഈ മരുപ്രദേശത്തുകൂടെ മൂടൽമഞ്ഞിന്റെ അകമ്പടിയിൽ അർദ്ധരാത്രിയിൽ പോകുമ്പോൾ കേൾക്കാൻ പറ്റിയ പാട്ട്. പിന്നെ നിന്റെ കമ്പനിയും.”

ഏറെ വൈകിയാണെങ്കിലും ഹോട്ടലിലെത്തുന്നതുവരെ ഉറക്കം വന്നതേയില്ല. അംബികാമാഡത്തിന്റെ ഗൃഹാതുരതയുണർത്തുന്ന അനുഭവങ്ങളിൽ ലയിച്ചിരിക്കുകയാണ് ഞാൻ. ബാഗുകൾ ഹോട്ടൽ മുറിയിൽ വച്ചു കഴിഞ്ഞപ്പോൾ മാഡം അഞ്ഞൂറ് ദിർഹമെടുത്തു നീട്ടി.

“മാഡം ഇത്രയുമാവില്ല...”

എന്റെ ചുമലിൽ തട്ടിക്കൊണ്ട് മാഡം പറഞ്ഞു.

“ഇരിക്കട്ടെ ജോബി... പിന്നെ നീ പോയി നല്ലവണ്ണം ഉറങ്ങ്. നാളെ ഉച്ചയ്ക്ക് ഞാൻ വിളിക്കാം. ഇനി കുറെ നാൾ ഞാനിവിടെ കാണും.”

ഗുഡ്നൈറ്റ് പറഞ്ഞ് റൂമിലേക്ക് മടങ്ങുമ്പോൾ അംബികാമാഡമെന്ന മധ്യവയസ്കയെക്കുറിച്ചുള്ള ചിന്തകളായിരുന്നു മനസ്സ് നിറയെ. അതിൽ കൂടുതലും ദുഷ്ചിന്തകളായിരുന്നുവെന്നുള്ളത് സത്യം!

രാവിലെ വിളിച്ചുണർത്തരുതെന്ന് പല പ്രാവശ്യം ഭാര്യയോട് പറഞ്ഞിട്ടുള്ളതാണ്. എത്ര പറഞ്ഞാലും അവൾക്ക് മനസ്സിലാവില്ല. രാത്രി ഏറെ താമസിച്ച് കിടന്നുറങ്ങുന്ന ദിവസങ്ങളിലെങ്കിലും വിളിച്ചുണർത്തരുതായിരുന്നു. ഉറക്കപിരാന്തിൽ എന്തൊക്കെയോ വിളിച്ചു പറഞ്ഞുവെന്നാണ് തോന്നുന്നത്. എല്ലാം പറഞ്ഞു കഴിഞ്ഞപ്പോൾ അത്ര വേണ്ടായിരുന്നുവെന്ന് തോന്നി. ഒന്നു വിളിച്ച് ക്ഷമ പറയാമെന്ന് കരുതി. ഒരുപക്ഷേ, അവൾ ആശുപത്രിയിൽ ഡ്യൂട്ടിയുടെ തിരക്കിലായിരിക്കും. ചായയുണ്ടാക്കി അതും ഊതിക്കുടിച്ചുകൊണ്ടാണ് ഫോൺവിളിച്ചത്. ബെല്ല് പല പ്രാവശ്യം റിംഗ് ചെയ്തെങ്കിലും ഫോൺ എടുത്തില്ല. ഭാര്യ വാശിക്കാരിയാണെന്ന് അറിയാം. കുട്ടികളെപ്പോലെ സ്ഥലകാല ബോധമില്ലാതെ പിണങ്ങും. പക്ഷേ പിള്ളാരൊക്കെ വളർന്നതിനുശേഷം അവൾ കുറെ മാറിയിട്ടുണ്ട്. പ്രത്യേകിച്ചും വിവിൻ കോളേജിൽ ചേർന്നതിനുശേഷം. അവനും നല്ലൊരു വാശിക്കാരനാണ്. അമ്മയും മകനും തമ്മിൽ പിണങ്ങിയാൽ അവസാനം അമ്മതന്നെ തോറ്റുമാറേണ്ടിവരുമെന്ന് പറയുന്നതാവും ശരി. ഒരിക്കൽ വിവിൻ എന്നോട് തുറന്നു പറഞ്ഞു,

“പപ്പാ... എങ്ങനെയാ ഈ മമ്മിയെ ഇത്രയും നാൾ സഹിച്ചത്! പപ്പയ്ക്ക് സമാധാനത്തിനുള്ള നോബൽ സമ്മാനം തരണം.”

പെട്ടെന്ന് ഭാര്യയുടെ ഫോൺ. ഫോൺ കട്ട് ചെയ്ത് തിരിച്ചു വിളിക്കാമെന്ന് കരുതി. ഭാര്യയുടെ പൈസ ചെലവാക്കേണ്ടതില്ലല്ലോ. സബിതയുടെ വായിൽ നിന്നും പരിഭവം പ്രതീക്ഷിച്ചാണ് വിളിച്ചത്.

“അച്ചായാ സോറി, രണ്ട് പേഷ്യന്റ്സുണ്ടായിരുന്നു. അവരെ അറ്റന്റ് ചെയ്യേണ്ടിയിരുന്നതുകൊണ്ടാണ് ഫോൺ എടുക്കാതിരുന്നത്. പിന്നെ, രാത്രി വന്നപ്പോൾ ഏറെ താമസിച്ചു, അല്ലേ? ഞാനത് ഓർത്തില്ല. രാവിലെ എന്ത് കഴിച്ചു? ഇന്നും താമസിക്കുമോ?”

ഭാര്യയുടെ പരിഭവം മാറിയതിൽ സന്തോഷം. മക്കൾക്ക് ഉച്ചഭക്ഷണം വരെ റെഡിയാക്കികൊടുത്തിട്ടാണ് സബിത ആശുപത്രിയിൽ പോകുന്നത്. ഹോസ്പിറ്റൽ മാനേജർ നല്ലൊരു വ്യക്തിയായതുകൊണ്ട് രാത്രിയിൽ ഡ്യൂട്ടി കൊടുക്കാറില്ല. മാത്രമല്ല, അവിടത്തെ ഏറ്റവും സീനിയറായ നേഴ്സും സബിത തന്നെയാണ്. മകന്റെ പഠിത്തത്തിൽ ഭാര്യ സന്തോഷവതിയല്ലെന്നുള്ളതാണ് സത്യം.

“വിവിന്റെ പോക്ക് ശരിയല്ല. അച്ചായൻ വിളിച്ച് ഒന്ന് ഉപദേശിക്കണം.”

സബിതയുടെ വാക്ക് കേട്ട് മോനെ വിളിച്ച് കാര്യം അന്വേഷിക്കാറുണ്ട്. അവന്റെ കൂട്ടുകെട്ട് ശരിയല്ലെന്നുള്ളതാണ് സബിതയുടെ പ്രധാന പരിഭവം.

“പപ്പാ, എല്ലാം മമ്മീടെ തോന്നലുകളാണ്. കഴിഞ്ഞ സെമ്മിലെ എന്റെ ഗ്രേഡുകൾ പപ്പയ്ക്ക് അറിയാമല്ലോ. ഒരു സബ്ജക്ടിന് ബി ഗ്രേഡ് കിട്ടിയതൊഴിച്ചാൽ മറ്റെല്ലാറ്റിനും എനിക്ക് എ ഗ്രേഡാണ്.”

മോന്റെ മറുപടി കേട്ടപ്പോൾ അവൻ പറയുന്നതാണ് ശരിയെന്ന് തോന്നി. വൈകിട്ട് വിളിച്ച് സബിത വിശേഷം തിരക്കിയപ്പോൾ വിവിനെ

വിളിച്ച് ശകാരിച്ചോ എന്നായിരുന്നു അവൾക്ക് ആദ്യം അറിയേണ്ടിയിരുന്നത്.

"അവൻ പറയുന്നതൊന്നും അച്ചായൻ കേക്കണ്ടാ, അവന്റെ കൂട്ടുകെട്ട് ശരിയല്ല, അവൻ സിഗരറ്റ് വലി തുടങ്ങിയോയെന്നും എനിക്ക് സംശയമുണ്ട്. അതാണ് ഞാനവന്റെ റൂം ഇടയ്ക്കിടെ പരിശോധിക്കുന്നത്."

അമ്മയും മകനും തമ്മിലുള്ള സൗന്ദര്യപിണക്കം അതിന്റെ പാരമ്യതയിലെത്തിയത് വിവിന്റെ ഫോണിൽ ഏതോ പെൺകുട്ടി ഫോൺ വിളിച്ചപ്പോഴായിരുന്നു. ഒടുവിൽ വിവിൻ വിളിച്ച് കരഞ്ഞുകൊണ്ട് പറഞ്ഞു:

"പപ്പാ... പ്ലീസ് ഒന്നിവിടെവരെ വരണം. ഈ മമ്മിക്ക് എപ്പോഴും എന്നെ സംശയമാണ്. ഫോൺ ചെയ്ത പെൺകുട്ടി എന്റെ ക്ലാസ്സ്മേറ്റാണ്. അവൾ ഒരു സംശയം ചോദിക്കാനാണ് വിളിച്ചത്. പപ്പയൊന്ന് മമ്മിയെ പറഞ്ഞ് മനസ്സിലാക്കണം."

സബിതയോട് ആവശ്യമില്ലാതെ വിവിനെ ഒന്നും പറയരുതെന്ന് ഉപദേശിച്ചത് വിജിമോളുടെ ഫോൺ വന്നതിനുശേഷമാണ്.

"പപ്പാ, ഈ മമ്മിയും ചേട്ടനും തമ്മിൽ എപ്പോഴും വഴക്കാണ്. മമ്മി എല്ലാറ്റിനും വിവിൻചേട്ടനെ ശകാരിക്കും. പപ്പാ മമ്മിയെ ഒന്നുപറഞ്ഞ് മനസ്സിലാക്കിക്കണേ. ചേട്ടൻ വല്ലതും ചെയ്തുകഴിഞ്ഞാൽ പിന്നെ നമ്മൾ ജീവിച്ചിട്ട് കാര്യമില്ല."

മോൾ പറയുന്നത് ശരിയാണെന്ന് തോന്നി. സബിതയോട് കാര്യങ്ങൾ പറഞ്ഞ് മനസ്സിലാക്കിയെങ്കിലും അവൾ പൂർണമായും സംതൃപ്തയായിരുന്നില്ല.

"അച്ചായൻ പറയുന്നത് ശരിയാണ്. പക്ഷേ, ഇന്നത്തെ കാലത്ത് പത്രങ്ങളിലും മറ്റും നമ്മൾ വായിക്കുന്നത് ഓർക്കുമ്പോൾ പേടിയാകും. പഠിത്തം കഴിഞ്ഞാൽ അച്ചായൻ ഇവനെ ഒരു വിസയെടുത്ത് കൂടെ കൊണ്ടുപോകണം. ഇവിടെ നിർത്തിയാൽ ശരിയാവില്ല."

ബി.ബി.എ യ്ക്ക് രണ്ടാം വർഷമാണ് വിവിൻ പഠിക്കുന്നത്. പഠിത്തം കഴിഞ്ഞാലുടൻ ഇവിടെ വിസയ്ക്ക് ശ്രമിക്കാം. പക്ഷേ, മോൻ പഠിത്തം കഴിഞ്ഞ്, നാട്ടിൽതന്നെ ജോലി സമ്പാദിക്കണമെന്നാണ് എന്റെ ആഗ്രഹം. കുടുംബത്തെയും നാടിനെയും ഉപേക്ഷിച്ച് അന്യനാട്ടിൽ ജീവിതം കെട്ടിപ്പടുക്കുവാൻ ബദ്ധപ്പെടുന്ന എന്നെപ്പോലുള്ള പ്രവാസികളുടെ മനോവിഷമം പറഞ്ഞറിയിക്കാൻ കഴിയില്ല. എനിക്കും അപ്പനുമൊക്കെയുണ്ടായ ആ അനുഭവം എന്റെ മകനുണ്ടാകരുതെന്നാണ് ആഗ്രഹം. എം.ബി.എ കൂടെ കഴിഞ്ഞാൽ അവന് നാട്ടിൽ നല്ല ജോലി കിട്ടുമായിരിക്കും.

ഞാൻ ഗൾഫിൽ വന്ന സാഹചര്യമല്ല ഇന്നുള്ളത്. എണ്ണയുടെ വിലയിടിവിനെ തുടർന്ന് സാമ്പത്തിക മാന്ദ്യം നേരിടുന്ന ഗൾഫ് നാടുകളിൽ ഇനിയുള്ള കാലം പ്രവാസികൾക്ക് വലിയ സാധ്യത കാണുന്നില്ല.

സ്വദേശിവത്ക്കരണം കൂടി ത്വരിതഗതിയിലായതോടെ പ്രവാസം ഒരു സമസ്യയായി മാറിയിരിക്കുകയാണ്.

പക്ഷേ ഭാര്യ പറയുന്നതിലും കാര്യമുണ്ട്. ചീത്തകൂട്ടുകെട്ടിൽ കുടുങ്ങി ജീവിതം പാഴാക്കുന്നതിനേക്കാൾ ഗൾഫ് നാടുകളിലുള്ള സാഹചര്യ മനുസരിച്ച് ഒരു ജോലി തരപ്പെടുത്തുന്നതാണ് നല്ലത്. ഏതായാലും സമയം വരട്ടെയെന്ന് വിചാരിക്കുന്നു.

സബിതയുടെ ഫോൺകോൾ എന്നെ എവിടെയെല്ലാം എത്തിച്ചു. ഇത്തരം ചിന്തകളിലൂടെയുള്ള സ്വപ്നസഞ്ചാരമാണ് പ്രവാസിയുടെ ഏറ്റവും നല്ല സുഹൃത്തെന്ന് തോന്നാറുണ്ട്. ആർക്കും ദോഷം വരുത്താതെ നമ്മുടെ ചിന്താമണ്ഡലങ്ങളിലൂടെ യാത്ര ചെയ്യാം. ഒരു പൈസ ചെലവുമില്ല!

അംബികാമാഡത്തിന്റെ ഫോൺകോൾ പ്രതീക്ഷിച്ചിരുന്നതുതന്നെ യാണ്. ഇതിനിടയിൽ പലരും ചെറിയ ട്രിപ്പുകൾക്ക് വിളിച്ചിരുന്നു. ജനുവരി ടൂറിസ്റ്റ് സീസണായതിനാൽ നിരവധി വിദേശികൾ യു.എ.ഇയിൽ, പ്രത്യേകിച്ചും ദുബായിൽ വരാറുള്ളതാണ്. അത്തരം ട്രിപ്പുകളിൽ പോയാൽ നല്ല പോക്കറ്റ് മണിയും കിട്ടും. പക്ഷേ, ബോധപൂർവ്വം അവ യെല്ലാം ഒഴിവാക്കിയത് മാഡത്തിന്റെ ട്രിപ്പ് ഉള്ളതിനാലാണ്. ഇനിയുള്ള രണ്ടാഴ്ചക്കാലം മറ്റു ട്രിപ്പുകളെടുക്കാൻ കഴിയുമെന്ന് തോന്നുന്നില്ല.

ഹോട്ടലിലെ ലോബിയിലിരുന്നപ്പോൾ മാഡം ഇറങ്ങിവന്നു. ആളാകെ മാറിയിരിക്കുന്നു. ഇന്നലെ രാത്രി കണ്ടപ്പോൾ ജീൻസും കോട്ടുമൊക്കെ യായിരുന്നു വേഷമെങ്കിൽ ഇന്നിതാ നാടൻ മലയാളി വേഷത്തിൽ ക്രീം കളർ സാരിയും ബ്ലൗസുമൊക്കെ ധരിച്ച് ഒരു മലയാളി വനിതയായി മാറി യിരിക്കുന്നു.

“ഗുഡ് മോണിംഗ് മാഡം!”

ഗുഡ് ആഫ്റ്റർ നൂൺ പറഞ്ഞ് മാഡം എനിക്ക് നേരെ കൈ നീട്ടി. മടിച്ചാണെങ്കിലും ഞാനും ഷേക്ഹാൻഡ് കൊടുത്തു. തനിനാടൻ വേഷവും യൂറോപ്യൻ രീതികളും തമ്മിൽ പൊരുത്തക്കേടുള്ളതായി മനസ്സ് മന്ത്രിച്ചു. കൈയിൽ ഒരു ചെറിയ ഹാൻഡ് ബാഗ് മാത്രമേയുള്ളൂ. കാറിലേക്ക് കയറിയപ്പോൾ മാഡം സൺഗ്ലാസ്സ് കൂടെ ധരിച്ചു.

“മാഡം നമ്മൾ ആദ്യം എങ്ങോട്ടാണ് പോകേണ്ടത്? മാളിലേ ക്കാണോ?”

വരുമ്പോഴെല്ലാം മാഡത്തിന്റെ ബിസിനസ്സ് പാർട്ട്നേഴ്സുമായി സംസാരിക്കാൻ പോകാറുള്ള ചില മാളുകളുണ്ട്. റോസ് നിറമുള്ള ലിപ്സ്റ്റിക് ചാലിച്ച ചുണ്ടുകൾ വിടർത്തി മാഡം പറഞ്ഞു.

“അല്ല ജോബി. ആദ്യം നമുക്ക് ഡോക്ടർ സുമനാക്ഷന്റെ വീട് വരെ പോകാം.”

ഉച്ചസമയത്ത് ഡോക്ടറുടെ വീട്ടിൽ പോകുന്നതിൽ അതിശയോക്തി തോന്നിയതുകൊണ്ടാണ് ഞാൻ ചോദിച്ചത്.

“ഡോക്ടർ ഈ സമയത്ത് ഹോസ്പിറ്റലിൽ ആയിരിക്കുകയില്ലേ? നമ്മൾ പോയാൽ കാണാൻ കഴിയുമോ?”

വ്യക്തമായ പ്ലാൻ ഉള്ളതുപോലെ മാഡം പറഞ്ഞു.

“അതൊക്കെ കാണും ജോബി. ഇല്ലെങ്കിൽ ഞാൻ വരുത്തും! ഒന്നുമില്ലെങ്കിലും ചേച്ചിയും മോളും കാണുമല്ലോ.”

എനിക്ക് ചിരിക്കാൻ മാത്രമേ കഴിഞ്ഞുള്ളു. മാഡത്തിനെപ്പോലെയുള്ള വലിയ ബിസിനസ്സ്കാരുടെ രീതിയും മറ്റും ഇപ്പോഴും എനിക്ക് മനസ്സിലാവുന്നില്ല. കഴിഞ്ഞ ഒന്നൊന്നര പതിറ്റാണ്ടായി ആയിരക്കണക്കിന് വിദേശികളും സ്വദേശികളും ഇന്ത്യാക്കാരായ യാത്രികരുമൊക്കെ എന്റെ കാറിൽ സഞ്ചരിച്ചിട്ടുണ്ട്. പലരേയും വീണ്ടും കാണാൻ കഴിയാറില്ല. എന്നാൽ മറ്റു ചിലർ, മാഡത്തിനെപ്പോലെ യു.എ.ഇയിൽ വന്നാൽ എന്നെയാണ് വിളിക്കാറുള്ളത്. സ്ഥലങ്ങൾ കാണിക്കുവാനും ദുബായിലെ വിവിധ ബിസിനസ്സ് മീറ്റുകളിൽ പങ്കെടുക്കാനുമൊക്കെ യാത്രികരുമായി നൂറുകണക്കിനു പ്രാവശ്യമാണ് പോയിട്ടുള്ളത്. മിക്ക യാത്രികരും അവരോടൊപ്പം ഭക്ഷണം കഴിക്കാൻ ക്ഷണിച്ചിട്ടുമുണ്ട്. ഇത്തരം ഡിന്നർ അല്ലെങ്കിൽ ലഞ്ച് മീറ്റിംഗുകളിലാണ് പല ബിസിനസ്സ് ചർച്ചകളും നടക്കാറുള്ളത്. അതുകൊണ്ടുതന്നെ യു.എ.ഇ യിലെ ബിസിനസ്സ് സാധ്യതകൾ ഒരുപരിധിവരെ മനസ്സിലാക്കാൻ എനിക്ക് കഴിഞ്ഞിട്ടുണ്ട്.

“എന്താ ജോബി... നീ ഒന്നും മിണ്ടുന്നില്ല?”

ചിന്താമണ്ഡലത്തിൽ നിന്നും ഞെട്ടിയുണർന്ന ഞാൻ പറഞ്ഞു:

“ഒന്നുമില്ല മാഡം. ഇന്ന് ഏത് പാട്ടാണ് മാഡത്തിന് വേണ്ടത്?”

പിന്നിൽ നിന്നും കൈകൾ നീട്ടി എന്റെ ചുമലിൽ വച്ചുകൊണ്ട് മാഡം പറഞ്ഞു: “ഇതെന്ത് ചോദ്യമാണ് ജോബി, നമ്മുടെ പഴയ മലയാളം പാട്ടുകൾ തന്നെയാണ് നല്ലത്.”

“ദേവതാരു പൂത്തു...” എന്ന് തുടങ്ങുന്ന പാട്ടിന്റെ അകമ്പടിയോടെ ആ ഗാനസദ്യക്ക് തുടക്കമായി.

ഓരോ പാട്ടിനുമൊപ്പം മാഡം ആ സിനിമയുടെ രംഗം എനിക്ക് വിശദീകരിച്ചു തന്നുകൊണ്ടിരുന്നു. യാത്രക്കാരുടെ സന്തോഷമാണ് എപ്പോഴും ടാക്സി ഡ്രൈവറുടെ പ്രധാന ചുമതല. അവരുടെ സന്തോഷാനുസരണം തന്നെയാണ് ഇഷ്ടപ്പെട്ട ഗാനങ്ങൾ, ഇഷ്ടപ്പെട്ട പാനീയങ്ങൾ, ഇഷ്ടപ്പെട്ട പത്രം എന്നിവ ഞാൻ കാറിൽ കരുതാറുള്ളത്.

യൂറോപ്യൻ, അമേരിക്കൻ, അറേബ്യൻ, ഇന്ത്യൻ, മലയാളി തുടങ്ങിയ ഏത് ഗണത്തിൽപ്പെടുന്നവർക്കും ഇഷ്ടപ്പെട്ട വിഭവങ്ങൾ എന്റെ കൈയിൽ ഉണ്ടായിരിക്കും. പാശ്ചാത്യ-പോപ്പ് ഗാനങ്ങൾ, ഇൻസ്ട്രുമെന്റ് മ്യൂസിക്, അറേബ്യൻ ഗാനങ്ങൾ, ഹിന്ദി സിനിമാഗാനങ്ങൾ, മലയാളം ഗാനങ്ങൾ, മാപ്പിളപാട്ടുകൾ, ക്ലാസിക്കൽ മ്യൂസിക്, ഭക്തിഗാനങ്ങൾ തുടങ്ങിയ എല്ലാത്തരം ഗാനങ്ങളും അക്കൂട്ടത്തിൽപെടും.

“ജോബി ഞാനെന്തിനാണ് പഴയ മലയാളം പാട്ടുകൾ കേൾക്കണമെന്ന് പറയുന്നത്?”

ഒരു നിമിഷം മൗനം പാലിച്ച് ഞാൻ പറഞ്ഞു:

"അറിയാം മാഡം. പഴയ ഗാനങ്ങളിലാണ് സംഗീതവും അർത്ഥവുമുള്ളത്. അല്ലേ?"

എന്റെ മറുപടി ശരിവച്ചുകൊണ്ട് തന്നെയാണ് മാഡം പറഞ്ഞത്.

"ശരിയാണ്. അതോടൊപ്പം തന്നെ അത്തരം ഗാനങ്ങൾ കേൾക്കുമ്പോൾ നമ്മൾ ആ കാലഘട്ടത്തിലേക്ക് പോകും. ഇപ്പോൾ കേൾക്കുന്ന പാട്ട് എൺപത്തിനാല് - എൺപത്തിയഞ്ച് കാലഘട്ടത്തിലിറങ്ങിയതാണ്. അപ്പോൾ ഞാനെന്റെ സ്കൂൾ ജീവിതത്തിലേക്കാണ് മടങ്ങിപ്പോകുന്നത്. വളർന്ന ഗ്രാമവും തറവാടും ബാല്യകാല സുഹൃത്തുക്കളുമെല്ലാം മനസ്സിൽ ഓടിവരും. ഗൃഹാതുരതയുണർത്തുന്ന ആ കാലഘട്ടം എന്തുമാത്രം എന്നെ സ്വാധീനിക്കുന്നുണ്ടെന്നോ? ഒരു രീതിയിൽ പറഞ്ഞാൽ ഒരു റീചാർജിംഗ് ഇഫക്ട്. എന്റെ ജീവിതമെല്ലാം ഞാൻ ജോബിയോട് പറഞ്ഞിട്ടുണ്ടല്ലോ."

മാഡത്തിന്റെ ജീവിതസമസ്യകൾ പലപ്പോഴും പറഞ്ഞിട്ടുള്ളതാണ്. നാടും കുടുംബവും വിട്ട് ഭർത്താവിനോടൊത്ത് ജർമ്മനിയിൽ ചേക്കേറിയതും തുടർന്ന് ഡൈവോഴ്സും പിന്നീടുള്ള ഏകാന്തവാസവുമെല്ലാം എനിക്ക് പരിചയമുള്ളതാണ്.

"മാഡം ഡോക്ടറുടെ ഫ്ളാറ്റിലെത്തി."

ആൽഐനിലെ തിരക്കൊഴിഞ്ഞ തെരുവിലെ ഫ്ളാറ്റിലാണ് ഡോക്ടർ സുമനാക്ഷൻ താമസിക്കുന്നത്. ഞാൻ കാണുന്നതു മുതൽ ഡോക്ടർ ഇവിടെയാണ് താമസിക്കുന്നത്.

കാർ നിർത്തിയ ഉടനെ അപ്പാർട്ടുമെന്റിലെ രണ്ടാം നിലയിൽ നിന്നും ഡോക്ടറും ഭാര്യയും ഇറങ്ങിവരുന്നതു കാണാം. ഡോക്ടറുടെ ഭാര്യ നല്ല സ്നേഹമുള്ള വ്യക്തിയാണ്. ഒരിക്കൽ ഞാൻ മാഡമെന്ന് വിളിച്ചപ്പോൾ എന്നെ ശകാരിച്ചിട്ടുണ്ട്.

"ഇനിമുതൽ നീയെന്നെ ചേച്ചിയെന്ന് വിളിച്ചാൽ മതി."

ഡോക്ടറും ഭാര്യയും അംബികാമാഡത്തിനെ സ്വീകരിച്ച് ഫ്ളാറ്റിലേക്ക് പോയി. ഇതിനിടയിൽ ഡോക്ടർ പറഞ്ഞു:

"ഹേയ് ജോബി, എന്താടോ താൻ മാറിനിൽക്കുന്നത്? കേറി വാ... ഇന്നത്തെ ലഞ്ചിവിടെയാണ്."

ഉടനെ ഞാൻ പറഞ്ഞു:

"സാർ ഞാൻ വരാം. എനിക്ക് ഒന്നുരണ്ട് ഫോണുകൾ വിളിക്കാനുണ്ട്."

അതിഥികളോടൊത്ത് ആഹാരം കഴിക്കാമെങ്കിലും എന്നെപ്പോലുള്ള ഒരു ഡ്രൈവർക്ക് പരിധികൾ ഉണ്ട്. എന്നെ ഭക്ഷണം കഴിക്കാൻ വിളിക്കുന്നത് അവരുടെ മര്യാദ. പക്ഷേ, അവരുടെ സ്വകാര്യസംഭാഷണങ്ങളിൽ പങ്കാളിയായി ഒരു കരടാവാൻ എനിക്ക് കഴിയില്ല.

വീട്ടിലേക്കും സുഹൃത്തുക്കളുമായൊക്കെ ഫോൺ സംഭാഷണത്തിൽ മുഴുകി മണിക്കൂറുകൾ പോയത് അറിഞ്ഞില്ല. ഒടുവിൽ ഡോക്ടറുടെ

മകൾ സന്ധ്യ വന്ന് വിളിച്ചപ്പോഴാണ് എനിക്ക് സ്ഥലകാല ബോധ മുണ്ടായത്.

"ചേട്ടാ ലഞ്ച് കഴിക്കാൻ ഡാഡി വിളിക്കുന്നു."

'ദാ വരുന്നു' എന്ന് പറഞ്ഞുകൊണ്ട് ഞാൻ പിന്നാലെ ചെന്നു. സന്ധ്യ ഇപ്പോൾ മുതിർന്ന ഒരു പെൺകുട്ടിയായിരിക്കുന്നു. ഈ നാട്ടിൽ വരുന്ന കാലത്ത് ഇവൾ സ്കൂൾ വിദ്യാർത്ഥിനിയാണ്. സ്കൂളിൽ കൊണ്ടാക്കി യിരുന്നത് ഞാൻ തന്നെയായിരുന്നു. എത്രയോ വർഷങ്ങൾ. അതു കഴിഞ്ഞ് കോളേജിലായി. ഇപ്പോൾ ഒരു ബിസിനസ്സ് സ്ഥാപനത്തിൽ ഉദ്യോഗസ്ഥയാണ്.

ഫ്ളാറ്റിലേക്ക് നടക്കുന്നതിനിടയിൽ ഞാൻ ചോദിച്ചു:

"ഇന്ന് സന്ധ്യക്ക് ഡ്യൂട്ടിയില്ലേ?"

"ഇല്ല ചേട്ടാ, ഇന്ന് ഉച്ചയ്ക്ക് പോയാൽ മതി. ഇന്നലെ ഓവർ ടൈം പണിയുണ്ടായിരുന്നു."

വിശാലമായ തനി നാടൻ സദ്യയാണ് ഡോക്ടറുടെ ഭാര്യ ഒരുക്കി യിരുന്നത്. മരുഭൂമിയിലെ ഗൃഹാതുരതയുണർത്തുന്ന മലയാളി സദ്യയെ ക്കുറിച്ച് അംബികാമാഡം വാചാലയായി.

ലഞ്ച് കഴിഞ്ഞ് മറ്റൊരു ചെറിയ ട്രിപ്പിനായി ഞാൻ ഹോട്ടലിൽ പോയി. വൈകിട്ട് മടങ്ങി വന്നാണ് മാഡത്തിനെ ഹോട്ടലിലാക്കിയത്.

ഹോട്ടലിൽ ഇറങ്ങാൻ നേരം മാഡം പറഞ്ഞു:

"ജോബി, പൈസയെല്ലാം ഒരുമിച്ച് പോരെ? അതോ?"

"വേണ്ട മാഡം. ഒരുമിച്ച് മതി."

എനിക്ക് മറ്റൊന്നും ആലോചിക്കേണ്ടി വന്നില്ല. ഒരുമിച്ചൊരു തുക കിട്ടിയാൽ അത് കുടുംബത്തിനൊരു തുണയാകും. എന്നെപ്പോലുള്ള ടൂറിസ്റ്റ് ടാക്സി ഡ്രൈവർമാരുടെ വരുമാനത്തിൽ ഏറ്റക്കുറച്ചിലുകൾ സ്വാഭാവികമാണ്. മാഡത്തിനെ പോലുള്ള കസ്റ്റമേഴ്സ് വരുമ്പോഴാണ് പത്ത് കാശ് ഉണ്ടാക്കാൻ പറ്റുന്നത്. അന്ന് നേരത്തെ തന്നെ വീട്ടിലെ ത്താൻ കഴിഞ്ഞു. അതുകൊണ്ടുതന്നെ ഭാര്യയുമായും മക്കളുമായും സംസാരിക്കാൻ വീണ്ടും സമയം കിട്ടി.

അംബികാമാഡവുമായി ബിസിനസ്സ് യാത്രകൾക്ക് പോകുന്നത് ഏറ്റവും വിരസമായ ഒരു പണിയാണ്. ഫൈവ്സ്റ്റാർ ഹോട്ടലുകളിലെ മീറ്റിംഗു കൾ കഴിഞ്ഞ് മടക്കം മിക്കവാറും വൈകുന്നേരങ്ങളിലായിരിക്കും. അത്തരം ദിവസങ്ങൾ മുഴുവൻ പോക്കാണ്! ഇത് ഒരു ടാക്സി ഡ്രൈവറുടെ വിധിയാണെന്ന് തോന്നാറുണ്ട്. കാറിൽ കയറുന്ന ഗസ്റ്റു കളുടെ സന്തോഷം മാത്രമാണ് നമ്മുടെ ലക്ഷ്യം. ഞങ്ങളെ സംബന്ധിച്ച് ദിനചര്യകൾക്ക് യാതൊരു പ്രാധാന്യവുമില്ല എന്നുള്ളതാണ് സത്യം. ചിലപ്പോൾ ബ്രേക്ക്ഫാസ്റ്റ് അതിരാവിലെ കഴിക്കേണ്ടിവരും. മറ്റു ചിലപ്പോൾ ലഞ്ചിന്റെ സമയത്തായിരിക്കും ബ്രേക്ക്ഫാസ്റ്റ്.

പക്ഷേ, അംബികാമാഡം അത്തരം യാത്രികരെ പോലെയല്ല. ഇത്തരം മീറ്റിംഗുകളിൽ പങ്കെടുക്കുമ്പോൾ അവർ എന്നോട് പറയാറുണ്ട്:

'ജോബി, മീറ്റിംഗുകളുള്ളതുകൊണ്ട് എനിക്കെപ്പോൾ ഇറങ്ങാൻ കഴിയുമെന്ന് പറയാൻ കഴിയില്ല. അതുകൊണ്ട് നീ കൃത്യസമയങ്ങളിൽ പോയി ഭക്ഷണം കഴിച്ചോണം. ഇതാ ഈ പൈസ പിടിക്ക്' എന്നു പറഞ്ഞ് ഭക്ഷണത്തിനുള്ള പണം തരാറുണ്ട്.

ഇന്നത്തെ മീറ്റിംഗ് അബുദാബിയിൽ വച്ചാണ്. അതുകൊണ്ട് ഇന്ന് വൈകിട്ട് മാത്രമേ മടങ്ങാൻ കഴിയുകയുള്ളൂ. അതുകൊണ്ടുതന്നെയാണ് പത്രങ്ങൾ കരുതിയിട്ടുള്ളത്. സമയം കൊല്ലുന്നതിനുള്ള ഏറ്റവും നല്ല ഉപാധി പത്രങ്ങളും പിന്നെ വാട്സ് ആപ്പും ഫെയ്സ് ബുക്കുമൊക്കെയാണ്. അതോടൊപ്പം നല്ല ഗാനങ്ങളും. പ്രവാസിയായ ഒരു ടാക്സി ഡ്രൈവറെ സംബന്ധിച്ച് ഇതിൽ കൂടുതലൊന്നും മോഹിക്കാൻ കഴിയില്ല. ഇതിനെല്ലാം പുറമെയാണ് എഫ്.എം.റേഡിയോ, അതും സ്വന്തം മലയാളം എഫ്.എം. പലപ്പോഴും പല എഫ്.എം റേഡിയോ മത്സരങ്ങളിലും പങ്കെടുത്തിട്ടുണ്ട്. ഒന്നിലും സമ്മാനം കിട്ടിയിട്ടില്ല എന്നുമാത്രം!

നവമാധ്യമങ്ങളായ വാട്സ് ആപ്പും ഫേസ്ബുക്കുമൊക്കെ എന്നെ പഠിപ്പിച്ചുതന്നത് വിവിനാണ്. സബിതയുടെയും ഗുരു അവൻ തന്നെയാണ്. അതുകൊണ്ട് കുടുംബവുമായി ഏറെ അടുത്തിരിക്കുന്നുവെന്ന് പറയാം. വാട്സ് ആപ്പിലൂടെ ഒരു ദിവസം ഭാര്യയുടെ പത്തിരുപത് മെസേജുകളെങ്കിലും വരും. ഒരുപക്ഷേ അവൾക്ക് അതൊരു വലിയ ആശ്വാസമായിരിക്കും. അവളുടെ അഞ്ച് മെസേജുകൾക്ക് ഒന്നെന്ന നിലയിൽ മറുപടി കൊടുക്കാറുണ്ട്. എനിക്ക് ട്രിപ്പില്ലാത്ത ദിവസങ്ങളാണെങ്കിൽ സ്ഥിതി തിരിച്ചായിരിക്കും. ഭാര്യയുടെ തിരക്കിനെ മാനിക്കാതെ ഞാൻ മെസേജ് ചെയ്തുകൊണ്ടിരിക്കും.

അങ്ങനെ അലസമായിരിക്കുമ്പോഴാണ് വിജിയുടെ ഫോൺകോൾ. അവൾക്ക് ഇന്ന് സ്കൂൾ ഇല്ലത്രേ. ഒറ്റയ്ക്ക് വീട്ടിലിരുന്ന് ബോറടിക്കുന്നുവെന്ന്. വീട്ടിലെ കാര്യങ്ങൾ കൃത്യമായി എന്നെ അറിയിക്കുന്നത് ഒരുപക്ഷേ എന്റെ മകൾ തന്നെയാണ്. സബിതയുടെ ഫോൺ കോളുകളിലും മെസേജുകളിലും എല്ലായ്പ്പോഴും ഒരു ഇമോഷണൽ ടച്ചുണ്ടാവും. വിവിന്റെ മെസേജുകളിലാണെങ്കിൽ പരാതികളും പരിഭവങ്ങളുമായിരിക്കും ഉണ്ടാവുക. എന്നാൽ വിജിയുടെ മെസേജുകൾ അങ്ങനെയല്ല. അവൾ എന്റെയും ഭാഗത്തുനിന്ന് ചിന്തിച്ചുകൊണ്ടാണ് ഓരോ കാര്യവും പറയുന്നത്. എന്തിന് എന്നെ ഉപദേശിക്കുന്നതുപോലും. പ്രത്യേകിച്ചും സബിതയും വിവിനും തമ്മിലുള്ള പിണക്കങ്ങളിൽ! അമ്മയും മകനും പരാതികൾ പറയുമ്പോൾ ആദ്യം വിളിക്കുന്നതും വിജിയെ തന്നെയാണ്. അവൾ കൃത്യമായ വിവരം തരും. ഞാൻ എന്ത് മറുപടിയാണ് അവരോട് പറയേണ്ടതെന്നുപോലും മകൾ പറഞ്ഞു തരാറുണ്ട്.

ഉച്ചയൂണു കഴിഞ്ഞ് പാർക്കിംഗിലുള്ള വണ്ടിയിലിരുന്ന് പത്രം വായിക്കുകയായിരുന്നു. പുറത്ത് തണുത്ത കാറ്റുണ്ട്. മലയാളികളായ

ഒന്നുരണ്ട് ടാക്സി ഡ്രൈവർമാരെ പരിചയപ്പെട്ടു. അവരും ടൂറിസ്റ്റ് ടാക്സികൾ ഓടിക്കുന്നവരാണ്. ലെ മെറിഡിയൻ ഹോട്ടലിന്റെ ലോബിയിൽ പോയിരിക്കാമെന്ന് വച്ചാൽ ചിലപ്പോൾ സെക്യൂരിറ്റിക്കാർക്ക് ഇഷ്ടപ്പെട്ടെന്ന് വരില്ല. ഇത്തരം മുന്തിയ ഹോട്ടലുകളിൽ വച്ച് മീറ്റിംഗുകളിൽ പങ്കെടുക്കുകയെന്നുവച്ചാൽ എന്നെപോലുള്ള ടാക്സി ഡ്രൈവർമാർക്ക് വലിയ ബുദ്ധിമുട്ടാണ്. നമ്മുടെ ചെലവിന് താങ്ങാവുന്ന ഭക്ഷണം കഴിക്കാൻ റെസ്റ്റോറന്റുകൾ കണ്ടെത്തണമെങ്കിൽ ചിലപ്പോൾ കിലോമീറ്ററുകൾ വണ്ടിയോടിക്കേണ്ടിവരും. പക്ഷേ, വർഷങ്ങളായുള്ള പരിചയസമ്പത്തുള്ളതുകൊണ്ട് എനിക്ക് അത്തരം ബുദ്ധിമുട്ടുകളില്ല. മലയാളി റെസ്റ്റോറന്റുകൾ എവിടെയെല്ലാമാണെന്ന് എനിക്ക് കിറുകൃത്യം അറിയാം. അത് അബുദാബിയിലാണെങ്കിലും, ദുബായിലാണെങ്കിലും ഷാർജയിലാണെങ്കിലും അതുമല്ല ആൽ ഐനിലോ റാസൽഖൈമയിലോ ആണെങ്കിലും ബുദ്ധിമുട്ടുകളുണ്ടാവില്ല.

ഉച്ചയൂണു കഴിഞ്ഞുള്ള ചെറിയ മയക്കം തുടങ്ങിയപ്പോഴാണ് മാഡത്തിന്റെ മെസേജ് വന്നത്. എന്നോട് ഒരു മണിക്കൂർ കഴിഞ്ഞ് ബ്ലൂറാഡിസൺ ഹോട്ടലിൽ വരണമെന്ന്. മാഡം ലെ മെറിഡിയൻ ഹോട്ടലിലെ മീറ്റിംഗ് കഴിഞ്ഞ് സുഹൃത്തുക്കളുടെ കൂടെ ബ്ലൂറാഡിസൺ ഹോട്ടലിൽ പോകുകയാണെന്ന്.

ഞാൻ അംബികാമാഡത്തിനെ കുറിച്ച് പലപ്പോഴും ചിന്തിക്കാറുണ്ട്. സ്വതന്ത്രയായ പക്ഷിയായി പറന്നു നടക്കുന്ന സ്ത്രീ. അവർക്ക് പല ബിസിനസ്സുകളിലും പാർട്ട്ണർഷിപ്പുണ്ടെന്നറിയാം. പ്രത്യേകിച്ചും ദുബായിൽ. ദുബായിൽ സ്വന്തമായി ഫ്ളാറ്റ് വരെയുണ്ട്. പക്ഷേ താമസിക്കാനിഷ്ടം ആൽഐനാണത്രേ. അതിന് മാഡം പറഞ്ഞിട്ടുള്ളത് പല കാരണങ്ങളാണ്. പ്രധാനമായും അവർ പഠിച്ചതും വളർന്നതും ആൽ ഐനിലാണ്. നാട്ടിലെ പ്രൈമറി സ്കൂളിൽ നിന്നും ആൽഐനിലെ ഹൈസ്കൂളിലേക്കാണത്രേ അവർ പറിച്ചുനടപ്പെട്ടത്. അവരുടെ യൂണിവേഴ്സിറ്റി വിദ്യാഭ്യാസം ദുബായിലായിരുന്നു. പ്രശസ്തനായ ഡോക്ടറായിരുന്നു മാഡത്തിന്റെ പിതാവ്. പക്ഷേ ഒരു റോഡപകടത്തിൽ മാതാപിതാക്കൾ മരിച്ചുപോയത്രേ. യൂണിവേഴ്സിറ്റി പഠനസമയത്ത് അവർ സഹപാഠിയായിരുന്ന ജർമ്മൻകാരനുമായി പ്രണയത്തിലാവുകയും അത് വിവാഹത്തിലെത്തുകയുമായിരുന്നു. പിന്നീടുള്ള കാര്യങ്ങളൊന്നും വ്യക്തമല്ല. അവർ ഡൈവോഴ്സ് ആയി എന്നുമാത്രം അറിയാം. ജർമ്മനിയിലും പല ബിസിനസ്സ് സംരംഭങ്ങളുണ്ടെന്ന് പറഞ്ഞിട്ടുണ്ട്.

കഴിഞ്ഞ രണ്ടു മണിക്കൂറുകളായി ഞാൻ ബ്ലൂ റാഡിസൺ ഹോട്ടലിൽ കാത്തിരിക്കുകയാണ്. പെട്ടെന്ന് മാഡത്തിന്റെ ഫോൺകോൾ വന്നു:

"ജോബി വന്നോ? നമുക്ക് പോകാം."

തിരികെ മടങ്ങുമ്പോൾ മാഡം വളരെ സന്തോഷവതിയായിരുന്നു.

"ജോബി, അങ്ങനെയെന്റെ ഈ യാത്രയിലെ വർക്കുകളെല്ലാം ഗംഭീരമായി കഴിഞ്ഞിരിക്കുന്നു. നാളത്തേക്ക് ഞാൻ റിട്ടേൺ ടിക്കറ്റ് കൺഫോം ആക്കി!"

മാഡം പെട്ടെന്ന് പോകുന്നുവെന്ന് കേട്ടപ്പോൾ എനിക്ക് വിഷമം തോന്നി.

"മാഡം അതെന്താ ഇത്ര പെട്ടെന്ന്? ഇപ്പോൾ ഒരാഴ്ചയല്ലേ ആയി ട്ടുള്ളു. രണ്ടാഴ്ചയെന്നല്ലേ അന്ന് പറഞ്ഞത്?"

ചിരിച്ചുകൊണ്ട് മാഡം പറഞ്ഞു:

"ശരിയാണ് ജോബി. പക്ഷേ, ഞാൻ പ്രതീക്ഷിച്ചതിലും പെട്ടെന്ന് വർക്കുകൾ കഴിഞ്ഞു. പ്രത്യേകിച്ചും ഇന്നത്തെ മീറ്റിംഗുകൾ. രണ്ടാഴ്ച കൊണ്ട് ചെയ്യേണ്ട കാര്യങ്ങളൊക്കെ കഴിഞ്ഞു മൂന്ന് നാല് മണിക്കൂറു കൾ കൊണ്ട്!"

എനിക്ക് വിഷമം തോന്നി. കഴിഞ്ഞ ഒരാഴ്ചയായി എന്റെ കൂടെ പിൻസീറ്റിൽ മാഡം ഉണ്ടായിരുന്നു. ഒരു സഹോദരി, അല്ലെങ്കിൽ മറ്റെന്തോ ഒരു ബന്ധം. അത് എന്താണെന്ന് അറിയില്ല. ഒരുപക്ഷേ എനിക്ക് തരുന്ന പണത്തിന്റെ സ്വാധീനം കൊണ്ടുമാവാം!

"മാഡം ഇത്തവണ നാട്ടിലേക്ക് പോണില്ലേ?"

നാടിനെക്കുറിച്ച് പറഞ്ഞപ്പോൾ മാഡത്തിന്റെ സന്തോഷം ആ വാക്കു കളിൽ നിന്നും എനിക്ക് മനസ്സിലാക്കാൻ കഴിഞ്ഞു.

"അതേ ജോബി, എനിക്കിത്തവണ നാട്ടിലേക്ക് പോകാൻ കഴിയില്ല. പെട്ടെന്ന് തിരിച്ചുപോകേണ്ടതായിട്ടുണ്ട്. പിന്നെ നാട്ടിൽ പോയിട്ട് എന്തു ചെയ്യാൻ? എനിക്ക് കുറെയേറെ ബന്ധുക്കളുണ്ട്. അവർ തന്നെയാണ് എന്റെ പ്രോപ്പർട്ടികളെല്ലാം നോക്കി നടത്തുന്നത്. എല്ലാവർക്കും പണം മാത്രം മതി. മടുത്തു! ബന്ധങ്ങൾക്കൊന്നും ഇന്നൊരു വിലയുമില്ല. നാം കൊടുത്തുകൊണ്ടിരിക്കുന്ന പണം നിന്നാൽ അപ്പോൾ തീരും ആ ബന്ധം!"

മാഡത്തിന്റെ വാക്കുകളിൽ കടുത്ത നിരാശ. ഡൈവോഴ്സ്ഡ് ആയി ഒറ്റയ്ക്ക് ജീവിക്കുന്നതിന്റെ വിരക്തിയാകാമെന്ന് ഊഹിച്ചു. അല്പം അധികാരത്തോടെയാണ് ചോദിച്ചത്:

"മാഡം ഒന്നും വിചാരിക്കരുത്. ഒരു സഹോദരൻ പറയുന്നതായി കരുതിയാൽ മതി. മാഡത്തിന് ഒരു വിവാഹംകൂടി കഴിച്ചുകൂടേ? സ്വന്തമായി ഒരു കുടുംബം വേണ്ടേ? മക്കൾ, ഭർത്താവ് അങ്ങനെ സ്വന്തമെന്ന് പറയാൻ ഒരു ലോകം?"

ഒരു നിമിഷം ചിന്തയിലാണ്ട മാഡം ഒരു നെടുവീർപ്പോടെ പറഞ്ഞു:

"നീ പറയുന്നത് ശരിയാണ് ജോബി. പക്ഷേ, ഇന്ന് ഞാൻ മറ്റൊരു ലോകത്താണ്. എന്റെ പ്രായം എത്രയാണെന്ന് നിനക്കറിയാമോ? നാല്പത്തിനാല്! ഇനിയുമൊരു പൈങ്കിളിപ്പെണ്ണാവാൻ എനിക്ക് കഴിയുമോ? ഒരിക്കലുമില്ല! പിന്നെ, കുടുംബജീവിതമെന്നതിന്റെ അർത്ഥ മെന്താണ്? കുറെ പിള്ളാരെ പ്രസവിച്ച് വളർത്തി ജീവിതം വ്യർത്ഥ മാക്കുന്നതാണോ? അതോ ഭർത്താവിന്റെ തണലായി നടന്ന് അസിസ്റ്റന്റ് പണി ചെയ്യുന്നതോ? ഇത് രണ്ടിനും എനിക്ക് താത്പര്യമില്ല. ഇത്തരം

ചിന്തകൾ ഇന്നെനിക്ക് അപ്രാപ്യമാണ്. ഒരു കാലത്ത് ഉണ്ടായിരുന്നു. പക്ഷേ ഇപ്പോൾ ഞാൻ വേറൊരു ലോകത്താണ്. ഞാൻ ആഗ്രഹിക്കുന്ന തെന്തും നേടാൻ എനിക്കിപ്പോൾ കഴിയുന്നുണ്ട്. ഒരു ഫ്രീ ബേർഡായി ജീവിക്കുന്നതാണ് എനിക്കിന്നിഷ്ടം."

മാഡം വളരെ വികാരാധീനയായാണ് സംസാരിച്ചത്. മടങ്ങുംവഴി ഡോക്ടർ സുമനാക്ഷനെ കാണണമെന്ന് പറഞ്ഞു. ആൽഐനി ലെത്തിയപ്പോൾ വണ്ടി ഹോസ്പിറ്റലിലേക്ക് വിടാൻ പറഞ്ഞു. ഡോക്ടർ വീട്ടിലില്ല, ആശുപത്രിയിലാണത്രേ.

ഹോസ്പിറ്റലിൽ കയറിയ മാഡം പെട്ടെന്ന് വരുമെന്നാണ് കരുതി യത്. പക്ഷേ അവിടെയും രണ്ട് മണിക്കൂറോളം ഞാൻ കാത്ത് കിടന്നു. പേഷ്യന്റ്സിന്റെ തിരക്കുകാണുമെന്ന് എനിക്കുറപ്പുണ്ടായിരുന്നു. രാത്രി പത്തുമണിയോടടുത്ത് മാഡത്തിനെ ഹോട്ടലിൽ വിട്ട് പുറത്തിറങ്ങിയ പ്പോൾ അവർ അയ്യായിരം ദിർഹമെടുത്ത് തന്നു.

"ജോബി ഇതിരിക്കട്ടെ. ഞാനേതായാലും കണക്ക് ചോദിക്കുന്നില്ല. നിനക്ക് നഷ്ടമില്ലല്ലോ. പിന്നെ, നാളെ ഉച്ചയോടുകൂടി വരണം. നമുക്ക് എയർപോർട്ടിൽ പോണം."

ഗുഡ്നൈറ്റ് പറഞ്ഞ് റൂമിലേക്ക് മടങ്ങുമ്പോൾ മനസ്സിൽ വല്ലാത്ത ദുഃഖം. പിറ്റേന്ന് മാഡം പറഞ്ഞ സമയത്തു തന്നെ ഹോട്ടൽ ലോബിയിൽ നിന്നും പിക്ക് ചെയ്തു. ബാഗുകൾ ഞാൻ തന്നെയാണ് ഡിക്കിയിൽ എടുത്തുവച്ചത്. കറുത്ത ജീൻസും വെളുത്ത ടീ ഷർട്ടുമാണ് മാഡത്തിന്റെ വേഷം. സൺഗ്ലാസ്സ് അവരുടെ കണ്ണുകളിലെ സൗന്ദര്യത്തെ മറയ്ക്കുക യാണെന്ന് തോന്നി.

എയർപോർട്ടിലേയ്ക്കുള്ള യാത്രയിൽ മാഡം വീണ്ടും മൂഡിയായി കാണപ്പെട്ടു. ഇടയ്ക്ക് പല സുഹൃത്തുക്കളുമായും ഫോണിൽ സംസാരി ക്കുന്നുണ്ടായിരുന്നു. ട്രോളിയിൽ ബാഗുകൾ വച്ച് തിരിച്ച് ടാക്സിയിൽ കയറുമ്പോൾ മാഡം നിറപുഞ്ചിരിയോടെ എനിക്ക് ഷേക്ക് ഹാൻഡ് തന്നു.

"താങ്ക്സ് ജോബി. റിയലി ഐ എൻജോയ്ഡ് യുവർ കമ്പനി. സീ യു നെക്സ്റ്റ് ടൈം."

ഞാൻ തിരികെ മടങ്ങുമ്പോൾ ജനുവരിയിലെ ഒരു തണുത്ത സായാഹ്നത്തോടൊപ്പം ഒറ്റയ്ക്കായി എന്നൊരു തോന്നൽ. അറിയാതെ മിററിലൂടെ കാറിന്റെ പിൻസീറ്റിലേക്ക് നോക്കിയപ്പോൾ ഒരു ശൂന്യത. മനസ്സ് മന്ത്രിച്ചത് ഇങ്ങനെയായിരുന്നു:

"ടാക്സി ഡ്രൈവറുടെ ബന്ധങ്ങളുടെ വില ഒരു യാത്രയോളമേ യുള്ളൂ. പലരും വരും. വന്നവരെല്ലാം യാത്രകഴിഞ്ഞ് മടങ്ങും. മോഹ ഭംഗങ്ങൾക്ക് അടിസ്ഥാനമില്ല!"

ഫെബ്രുവരി

ആയിഷമാഡം വിളിച്ചാൽ എത്ര തിരക്കുണ്ടായാലും എനിക്ക് ഒഴിവുകൾ പറയാൻ കഴിയില്ല. ഫെബ്രുവരിയിലെ തണുപ്പാൻകാലത്ത് രാവിലെ എഴുന്നേൽക്കുക ബുദ്ധിമുട്ടാണെന്നുള്ളത് സത്യമാണ്. പ്രവാസികളുടെ ജീവിതം അവരെ ഏറെ വൈകിമാത്രം ഉറങ്ങാനും പ്രഭാതത്തിൽ താമസിച്ച് ഉണരാനും പഠിപ്പിച്ചു എന്നുപറഞ്ഞാൽ അതിശയോക്തിയില്ല. എന്നാലും ടാക്സി ഡ്രൈവർമാരായ തന്നെപ്പോലുള്ള പ്രവാസികൾക്ക് ഈ പറഞ്ഞ രീതികളൊന്നും ബാധകമല്ല.

ഇന്നലെ രാത്രിയിൽ നേരത്തെ എത്തിയതുകൊണ്ട് രാവിലെ എഴുന്നേൽക്കാൻ ബുദ്ധിമുട്ടുണ്ടായില്ല. ആയിഷമാഡത്തിന്റെ ഫ്ളാറ്റിലെത്തിയപ്പോൾ അഞ്ചുമണി. മിസ്ഡ്കോൾ കൊടുത്തപ്പോൾ തന്നെ മാഡം ഇറങ്ങിവന്നു. ദൂരെ നിന്നുതന്നെ മുഖത്തെ സന്തോഷം കാണാനായി. പുറത്തെ തണുപ്പിൽ നിന്നും രക്ഷപ്പെടാനായി ഓടിവന്ന് കാറിന്റെ ഡോർ തുറന്ന് കയറി. “ജോബി ഞാൻ ലേറ്റായില്ലല്ലോ, ഇതാ ഒരു സ്ട്രോംഗ് ചായ കുടിക്ക്” എന്നു പറഞ്ഞ് ഒരു ചൂടുചായ ഫ്ളാസ്കിൽ നിന്നും പകർന്നു തന്നു.

താങ്ക്സ് പറഞ്ഞുകൊണ്ട് ചോദിച്ചു:

“മക്കൾ യു.എസ്സിൽ നിന്നും വന്നിട്ടിപ്പോൾ എത്ര നാളായിക്കാണും?”

വളരെ സന്തോഷത്തോടെതന്നെ മാഡം പറഞ്ഞു:

“നസ്രിയ വന്നിട്ടിപ്പോൾ രണ്ട് വർഷമായി. ഇളയവൾ സാഹിറ ഒരു വർഷത്തോളവും.”

ആയിഷമാഡത്തിന്റെ മക്കളെക്കുറിച്ച് ഓർമിക്കുമ്പോൾ എന്നും സഹതാപം മാത്രമാണ് തോന്നിയിട്ടുള്ളത്. കുട്ടികളെ സ്കൂളിൽ ഡ്രോപ്പ് ചെയ്യാൻ പോകാറുണ്ടായിരുന്നു. അപ്പോഴൊക്കെയും ബാപ്പയില്ലാത്തതിന്റെ വിഷമം കുട്ടികൾ എന്നോട് പറയാറുണ്ട്, പ്രത്യേകിച്ചും നസ്രിയ.

“അങ്കിൾ സ്കൂളിൽ കൂട്ടുകാരുടെയെല്ലാം ബാപ്പയും മമ്മിയുമൊക്കെ ഫങ്ഷനുകൾക്ക് വരുമ്പോൾ എനിക്ക് എന്ത് വിഷമമാണെന്നോ? എന്റെയും അനിയത്തിയുടെയും കൂടെ വരാൻ ഉമ്മ മാത്രമല്ലേ ഉള്ളൂ.”

ഒരിക്കൽ സാഹിറ പറഞ്ഞിട്ടുള്ളത് ഓർമ വന്നു:

"അങ്കിൾ എനിക്ക് ബാപ്പയെ കാണാൻ കൊതിയാവുന്നു. എന്റെ ഓർമ യിൽ ബാപ്പയുടെ മുഖം വരുന്നതേയില്ല."

മൂടൽമഞ്ഞിന്റെ വെളുത്ത കർട്ടനെ പതിയെ കീറിമുറിച്ചുകൊണ്ട് കാറ് പായിക്കാൻ ശ്രമിച്ചു. ചായകുടിച്ചുകഴിഞ്ഞ് മാഡം ചോദിച്ചു:

"എന്താ ജോബി നീ ഒന്നും മിണ്ടാതിരിക്കുന്നത്? എന്തെങ്കിലും പറയെന്നേ! നിനക്കറിയുമോ ഇന്നെനിക്ക് എന്ത് സന്തോഷമുള്ള ദിവസ മാണെന്ന്."

കാറിൽ മുഴങ്ങികേട്ട ഉറുദുഗാനത്തിന്റെ ശബ്ദം അല്പം കുറച്ചു കൊണ്ട് പറഞ്ഞു:

"ഞാൻ നസ്രിയയെയും സാഹിറയെയും കുറിച്ച് ഒരു നിമിഷം ഓർത്തു. പണ്ട് സ്കൂളിൽ പോകാൻ നേരം കരഞ്ഞുവിളിച്ച് മടി കാണിച്ചതും അതു കഴിഞ്ഞ് ഉയർന്ന ഗ്രേഡോടെ രണ്ടുപേരും സ്കൂൾ വിദ്യാഭ്യാസം കഴിഞ്ഞ് ദുബായിൽ ബ്രിട്ടീഷ് യൂണിവേഴ്സിറ്റിയിൽ പഠിച്ചതും തുടർന്ന് അമേരിക്കൻ സ്കോളർഷിപ്പോടെ നസ്രിയ യു.എസ്സിൽ പോയതുമെല്ലാം ഇന്നലെ പോലെ തോന്നുന്നു."

കണ്ണിൽ നിന്നും ഉതിർന്ന ആനന്ദാശ്രുക്കൾ തുടച്ചുകൊണ്ട് മാഡം പറഞ്ഞു: "ശരിയാണ് ജോബി. എല്ലാ യാത്രകളിലും നീയായിരുന്നല്ലോ ഡ്രൈവർ. അതേ നീ പറഞ്ഞതെല്ലാം എനിക്ക് ഓർമയുണ്ട്. നിനക്ക റിയാമോ, ഞാൻ ജിവിച്ചതുതന്നെ എന്റെ മക്കൾക്ക് വേണ്ടിയായിരുന്നു. ഇപ്പോൾ രണ്ടുപേർക്കും യു.എസ്സിൽ നല്ല ജോലി കിട്ടിയിരിക്കുന്നു."

ഒരു ദീർഘനിശ്വാസത്തോടെ മാഡം തുടർന്നു.

"ഇനിയെല്ലാം അള്ളായുടെ കാരുണ്യംപോലെ നടക്കട്ടെ."

ആയിഷമാഡത്തെ കഴിഞ്ഞ പതിനഞ്ച് വർഷത്തോളമായി എനിക്ക് അറിയാം. ആദ്യകാലങ്ങളിൽ ഞാൻ ഹൗസ് ഡ്രൈവറായിരുന്നപ്പോൾ അറബാബിന്റെ സമ്മതത്തോടെ തന്നയാണ് ഹോസ്പിറ്റലിലെ നേഴ്സു മാരെയും സ്കൂളിൽ കുട്ടികളെയും ട്രിപ്പടിച്ചിരുന്നത്. പിന്നീട് നിയമം മാറി. അതോടെ ഞാൻ ചർച്ചിലെ ഫാദറുടെ ഡ്രൈവറും അന്തേവാസിയു മായി മാറി. എങ്കിലും ഇത്തരം ട്രിപ്പുകൾ തുടർന്നുകൊണ്ടേയിരുന്നു. ഒടുവിൽ ടൂറിസ്റ്റ് ടാക്സി പെർമിറ്റ് കിട്ടുന്നതുവരെ. ഒരുവേള ചിന്ത യിലാണ്ട ഞാൻ ചോദിച്ചു:

"മക്കളുടെ നിക്കാഹ് നടത്തണ്ടേ മാഡം? അതിനുപറ്റിയ ആലോ ചനകൾ വരുന്നില്ലേ?"

ഒരു ദീർഘനിശ്വാസത്തോടെ മാഡം പറഞ്ഞു:

"അതേ ജോബി. ഇനിയുള്ള എന്റെ പ്രധാന ജോലി അതുതന്നെ യാണ്. ഒരുപക്ഷേ, അവരുടെ ബാപ്പയ്ക്കും അവരുടേതായ അഭിപ്രായ ങ്ങൾ ഉണ്ടാവുമായിരിക്കും!"

മാഡം വീണ്ടും മൗനം പാലിച്ചു. പാവം, എല്ലാം ഇന്നലത്തെപ്പോലെ തോന്നുന്നു. ഞാൻ ഒരിക്കലും മാഡത്തിന്റെ ഹസ്ബന്റിനെ കണ്ടിട്ടില്ല. പക്ഷേ കാര്യങ്ങളെല്ലാം അവരും മക്കളും എന്നോട് പറഞ്ഞിട്ടുള്ളതാണ്. ഞാൻ വരുന്നതിനുമുമ്പാണത്രേ അദ്ദേഹം ഇവിടം വിട്ടുപോയത്. യഥാർത്ഥത്തിൽ ഇവിടം വിട്ടുപോയതല്ല! ജയിൽ ശിക്ഷ കഴിഞ്ഞ് പൊലീസ് നാട്ടിലേക്ക് കയറ്റി വിടുകയായിരുന്നു. രണ്ട് വ്യത്യസ്ത രാജ്യക്കാർ തമ്മിൽ മൂന്നാമതൊരു രാജ്യത്ത് വച്ച് സ്നേഹിച്ചാൽ അതിന്റെ പരിണതഫലം ഇത്രമാത്രം വേദനാജനകമായിരിക്കുമെന്ന് അവർ കരുതിക്കാണില്ല! പാകിസ്ഥാനിയായ മാഡവും ബംഗ്ലാദേശു കാരനായ ഹസ്ബന്റും ദുബായിൽ ഒരേ ഹോസ്പിറ്റലിൽ ജീവനക്കാ രായിരുന്നുവത്രേ. നേഴ്സിംഗ് അസിസ്റ്റന്റായ മാഡവും ഫാർമസിസ്റ്റായ ഭർത്താവും ഒരേ ആശുപത്രിയിൽ ജോലി ചെയ്യുകയെന്നത് ഒരു ഭാഗ്യം തന്നെ ആയിരുന്നിരിക്കണം. രണ്ട് കുട്ടികൾ ജനിച്ചതും ദുബായിൽ തന്നെ യായിരുന്നു. എന്റെ ചിന്തയെ തടസ്സപ്പെടുത്തിക്കൊണ്ട് മാഡം പറഞ്ഞതും ഞാൻ ചിന്തിച്ചതുതന്നെയായിരുന്നു.

"ജോബി ഹസ്ബന്റിനെ എനിക്ക് നഷ്ടപ്പെട്ടിട്ട് ഇപ്പോൾ രണ്ട് പതിറ്റാണ്ടുകൾ കഴിഞ്ഞിരിക്കുന്നു. സാഹിറയ്ക്ക് മൂന്ന് വയസ്സുള്ള പ്പോഴാണ് അദ്ദേഹം ജയിലിലാകുന്നത്. എല്ലാം വിധി. ജോബിക്കറിയാമോ എന്റെ ഹസ്ബന്റ് നിരപരാധിയായിരുന്നു! പാകിസ്ഥാനിയായ സൂപ്പർ വൈസർ ചെയ്ത സാമ്പത്തികതിരിമറികളെല്ലാം എന്റെ ഹസ്ബന്റിന്റെ തലയിൽ കെട്ടിവയ്ക്കുകയായിരുന്നു. ഒടുവിൽ ജയിൽവാസവും നാടു കടത്തലും."

മാഡത്തിന്റെ ശബ്ദമിടറിയപ്പോൾ എനിക്ക് മൗനം പാലിക്കാൻ കഴി ഞ്ഞില്ല.

"മാഡം വിഷമിക്കണ്ട. ഇപ്പോൾ മക്കൾ മുതിർന്നല്ലോ. ഇനി അവരെല്ലാം നോക്കിക്കോളും."

മാഡം ഒരു നിമിഷം മൗനം പാലിച്ചു. എന്നിട്ട് പറഞ്ഞു:

"അത് ശരിയാണ് ജോബി. എന്റെ ജീവിതം മക്കൾക്കുവേണ്ടിയല്ലേ? അതവർക്ക് നല്ലവണ്ണം അറിയാം. സാഹിറമോളുടെ ഏറ്റവും വലിയ ആഗ്രഹമാണ് ബാപ്പയുടേയും ഉമ്മയുടേയും കൂടെ ഒരുമിച്ച് ജീവിക്കുക യെന്നത്. അതെല്ലാം അള്ളായുടെ കാരുണ്യംപോലെയാവട്ടെ."

ആയിഷമാഡത്തിന്റെ ജീവിതകഥകൾ പലതും എനിക്ക് അറിവുള്ള താണ്. ഹസ്ബന്റിന്റെ പേര് മഹമൂദ് എന്നായിരുന്നു. അദ്ദേഹത്തെ ജയിലിൽ കാണാൻ മാഡം മക്കളോടൊത്ത് പോകുമായിരുന്നുവത്രേ. ഒടുവിൽ പാസ്പോർട്ട് ക്യാൻസൽ ചെയ്ത് നാടുകടത്തിയതോടെ അദ്ദേഹത്തിന്റെ ഗൾഫിലെ പ്രവാസജീവിതം അവസാനിച്ചു. മാഡം അദ്ദേഹത്തെ മടക്കിക്കൊണ്ടുവരാൻ ശ്രമങ്ങൾ നടത്തി നോക്കി. എന്നാൽ വിസയ്ക്കുള്ള അനുമതി കിട്ടിയില്ല. ഒടുവിൽ അദ്ദേഹം സൗദി അറേബ്യ

യിൽ ഒരു ചെറിയ ജോലിയിൽ വന്നു. എന്നാൽ ഒരു പ്രാവശ്യം മാത്ര മാണ് മാഡത്തിനും മക്കൾക്കും സൗദിയിൽ പോയി അദ്ദേഹത്തെ കാണാൻ കഴിഞ്ഞത്. വിധി എപ്പോഴും അവർക്കെതിരായിരുന്നു.

മാഡം മയക്കത്തിൽ നിന്നും ഞെട്ടിയുണർന്നു. സമയം നീങ്ങുന്നതി നനുസരിച്ച് മഞ്ഞിന്റെ കാഠിന്യം കുറയുന്നുണ്ടായിരുന്നു. ഇപ്പോൾ ശക്തമായ കാറ്റ് വീശുന്നുണ്ട്. അങ്ങ് കിഴക്കേ ചക്രവാളത്തിൽ മണൽ കൂനകൾക്കപ്പുറം സൂര്യകിരണങ്ങൾ പ്രഭവിതറി തുടങ്ങിയിരുന്നു. ഏഴ് മണിക്കാണ് എയർപോർട്ടിൽ എത്തേണ്ടത്.

പെട്ടെന്ന് ഫോൺ ബെല്ലടിച്ചു. നാട്ടിൽ നിന്നും സബിതയോ മക്കളോ ആണെന്നാണ് കരുതിയത്. പക്ഷേ അത് ഫാദർ ആയിരുന്നു. ഗുഡ് മോണിംഗ് പറയുന്നതിനുമുമ്പ് തന്നെ ഫാദർ പതിവുരീതിയിൽ ശകാരിച്ചു കൊണ്ട് പറഞ്ഞു:

"എന്താടാ നീ എന്നോട് പറയാതെ പോയത്? നീ എപ്പോൾ വരും? രാവിലെ പോകുന്ന കാര്യം നീ പറഞ്ഞില്ലല്ലോ!"

എല്ലാം ഒറ്റ ശ്വാസത്തിൽ തന്നെ. എന്നെ ശാസിക്കാനും ഉപദേശിക്കു വാനും സ്നേഹിക്കുവാനുമൊക്കെ അധികാരമുള്ള എന്റെ പ്രിയപ്പെട്ട ഫാദർ മാത്യു കരിച്ചയിൽ. അപ്പന്റെ ഒരു അകന്ന ബന്ധുവും സുഹൃത്തു മൊക്കെയാണ്. നാട്ടിലെ കാര്യങ്ങളെല്ലാം അപ്പപ്പോൾ ഫാദറിന് വിവരം കിട്ടും. ഫാദറിൽ നിന്നാണ് പല നാട്ടുകാര്യങ്ങളും മനസ്സിലാക്കുന്നത്. അപ്പനെ ആഴ്ചയിലൊരിക്കലെങ്കിലും ഫാദർ വിളിച്ചിരിക്കും. ഞാൻ അപ്പനെ വിളിക്കാൻ വിട്ടുപോയിട്ടുണ്ടെങ്കിൽ അത് അപ്പോൾ തന്നെ ഫാദറിന്റെ ചെവിയിലെത്തും. പിന്നെ ഫാദറിന്റെ വക ശകാരവും ഉപ ദേശവും അതുകഴിഞ്ഞ് എന്റെ വക കുമ്പസാരവുമൊക്കെയാണ്. ഇപ്പോൾ ഫാദർ വിളിച്ചത് എന്തിനായിരിക്കുമോ ആവോ? ഞാൻ ഒരു നിമിഷം മൗനം പാലിച്ചു.

"എന്താ മോനേ ജോബി? നീ വണ്ടിയോടിക്കുകയാണെങ്കിൽ ഞാൻ പിന്നീട് വിളിക്കാം."

എന്റെ മനസ്സ് എന്നെക്കാളും നല്ലവണ്ണം വായിക്കാൻ കഴിയുന്ന വ്യക്തി. ഞാൻ ഉടനെ പറഞ്ഞു:

"ഒന്നുമില്ല ഫാദർ. ദുബായ് എയർപോർട്ടിലേക്ക് പൊയ്ക്കൊണ്ടി രിക്കുകയാണ്. ഞാൻ ഉച്ചയോടെ മടങ്ങിയെത്തും. എന്താ ഫാദർ?"

ഫാദറിന്റെ സ്വരം ശാന്തമായി.

"ഒന്നുമില്ലടാ മോനേ, പിന്നെ നീ ഉച്ചയ്ക്കുശേഷം എങ്ങും പോക രുത്. നാട്ടിൽ നിന്നും വലിയ തിരുമേനി വരുന്നുണ്ട്. ഞാൻ നിന്നോട് പറഞ്ഞിരുന്നില്ലേ! ഉച്ചയ്ക്കുശേഷം നമുക്ക് ഷാർജ എയർപോർട്ടിൽ പോണം. പിന്നെ നിന്റെ ലൊടുക്ക് വണ്ടി വേണ്ട. ഞാൻ നമ്മുടെ ജോർജ്ജിനോട് പറഞ്ഞ് അയാളുടെ ബിഎംഡബ്ല്യു ശരിയാക്കിയിട്ടുണ്ട്."

ഫാദറിന്റെ സംസാരം കേട്ടപ്പോൾ എനിക്ക് പൊട്ടിച്ചിരിക്കാനാണ് കഴിഞ്ഞത്. "ഫാദർ എന്റെ വണ്ടി മോശമൊന്നുമല്ല. ലാന്റ് ക്രൂസർ മോശമാണെന്ന് ഫാദർ മാത്രമേ പറയൂ."

എന്റെ സ്വരത്തിൽ നിന്നും മനസ്സ് വായിച്ച ഫാദർ പറഞ്ഞു:

"അല്ലടാ മോനേ, ഞാനങ്ങനെ ഉദ്ദേശിച്ചല്ല പറഞ്ഞത്. വലിയതിരുമേനിയൊക്കെ വരുമ്പോൾ അവരുടെ സ്റ്റാറ്റസിനൊത്ത വണ്ടി വേണ്ടേ? അക്കോമഡേഷനും ജോർജ്ജു തന്നെയാണ് ശരിയാക്കിയിട്ടുള്ളത്. നീ ഉച്ചയ്ക്ക് വരുമ്പോൾ ബാക്കി കാര്യങ്ങൾ പറയാം."

എന്റെ സംസാരം കേട്ടിട്ടാവണം മാഡം കണ്ണു തുറന്നത്.

"എന്താ ജോബി? എന്തെങ്കിലും അത്യാവശ്യം?"

"ഒന്നുമില്ല മാഡം. ഫാദർ ആയിരുന്നു. വൈകിട്ടത്തെ ഒരു ട്രിപ്പിന്റെ കാര്യം പറയാൻ. നമ്മൾ അരമണിക്കൂർ കൊണ്ട് എയർപോർട്ടിലെത്തും!"

പ്രതീക്ഷിച്ചതിലും അഞ്ച് മിനുട്ട് മുമ്പേ എയർപോർട്ടിൽ എത്തി. പാർക്കിംഗിൽ കാർ ഇട്ടതിനുശേഷം മാഡത്തിന് ടെർമിനൽ കാണിച്ചു കൊടുത്തു. മടങ്ങിവന്ന് എന്റെ പ്രിയപ്പെട്ട ക്രൂയിസറിൽ ഇരുന്ന് പ്രഭാത ഗാനങ്ങൾ കേട്ടു. നാട്ടിലേക്ക് വിളിക്കാമെന്ന് വച്ചാൽ ഇപ്പോൾ ഭാര്യയും മക്കളുമൊക്കെ നല്ല തിരക്കിലായിരിക്കും. അപ്പനേയും അമ്മച്ചിയേയും രാവിലെ വിളിച്ച് ബുദ്ധിമുട്ടിക്കുന്നതും ശരിയല്ല. പ്രഭാതം ഇങ്ങനെയാണ്. ഒരു ദിവസത്തിന്റെ തുടക്കം നന്നായാൽ ദിവസം നന്നായെന്ന് പറയുന്നത് എത്ര ശരിയാണ്. ഓരോ വ്യക്തിയും അങ്ങനെ ദിവസത്തിന്റെ തുടക്കം നന്നാക്കാൻ കഠിനമായ പരിശ്രമത്തിലായിരിക്കും.

വീണ്ടും ചിന്തകൾ ആയിഷമാഡത്തിന്റെ ജീവിതത്തെക്കുറിച്ചായി. അവർ എന്തുമാത്രം സന്തോഷത്തിലായിരിക്കും! കഷ്ടപ്പെട്ട് വളർത്തിയ മക്കൾ രണ്ടുപേരും ഇന്ന് അമേരിക്കയിൽ നല്ല ജോലിയിലാണ്. രണ്ടു പേരും ഒരുമിച്ച് ഉമ്മയെ കാണാൻ വരുന്നു. പക്ഷേ കുടുംബം പൂർണമാകണമെങ്കിൽ ഗൃഹനാഥനായി ആ ബാപ്പ കൂടി ഉണ്ടാകേണ്ടതായിരുന്നു.

സൗദി അറേബ്യയിൽ വച്ച് ഒരു റോഡപകടത്തിൽ അതിഗുരുതരാവസ്ഥയിലാണത്രേ അദ്ദേഹം വീണ്ടും ബംഗ്ലാദേശിലേക്ക് മടങ്ങിയത്. ആ സമയത്ത് മാഡത്തിനും സൗദിയിൽ പോകാൻ കഴിഞ്ഞില്ല. സ്കൂളിൽ പഠിക്കുന്ന രണ്ട് പെൺകുട്ടികളെ തനിച്ചാക്കി എങ്ങനെ പോവാനാണ്?

കഴിഞ്ഞ ഒന്നര പതിറ്റാണ്ടുകളായി അവർ കത്തുകളിലൂടെയും ഫോണിലൂടെയും ജീവിതം പങ്കുവയ്ക്കുന്നു. ഒരിക്കൽ മാഡം ബംഗ്ലാദേശിൽ പോയ കാര്യം പറഞ്ഞിട്ടുണ്ട്. ഒരു വെക്കേഷനിൽ അവർ മക്കളേയും കൊണ്ട് ബംഗ്ലാദേശിൽ പോയി. ഡാക്കയിലെ ഒരു ചേരിയിലാണത്രേ അദ്ദേഹത്തിന്റെ വീട്. അദ്ദേഹത്തിന്റെ അവസ്ഥ കണ്ടിട്ട് മാഡം ഇവിടുത്തെ ജോലിപോലും ഉപേക്ഷിക്കാൻ തയ്യാറായതാണ്. ഭർത്താവിന്റെ ദുരന്തത്തിൽ ഒരു ഭാര്യയുടെ കടമ അദ്ദേഹത്തെ

ശുശ്രൂഷിക്കുകയെന്നുള്ളതുകൊണ്ടാണ് മാഡം അങ്ങനെ ഒരു തീരുമാന ത്തിലെത്തിയത്. എന്നാൽ വിധി അവർക്കെതിരായിരുന്നു. പാകിസ്ഥാനി പാസ്പോർട്ടുമായി ബംഗ്ലാദേശിൽ ജീവിക്കാൻ കഴിയില്ലയെന്ന് താമസിയാതെ അവർ മനസ്സിലാക്കി. മനസ്സില്ലാമനസോടെ അവർ വീണ്ടും മക്കളുമായി യുഎഇയിൽ തിരിച്ചുവന്നു.

മാഡത്തിന്റെ മിസ്ഡ്കോൾ വന്നപ്പോൾ മനസ്സിലായി മക്കൾ ഇറങ്ങി ക്കാണുമെന്ന്. തികഞ്ഞ പാശ്ചാത്യ വേഷത്തിലുള്ള പെൺകുട്ടികൾ. പാവാടക്കാരികളായ സ്കൂൾ കുട്ടികളിൽ നിന്നും അമേരിക്കക്കാരികളായ ഉദ്യോഗസ്ഥകളായപ്പോൾ നസ്രിയയുടേയും സാഹിറയുടേയും ശിരോ വസ്ത്രം പിന്നിലേക്ക് മാഞ്ഞുപോയിരുന്നു.

ഷേക്ക്ഹാന്റ് തന്നുകൊണ്ട് സാഹിറയാണ് മുൻസീറ്റിൽ ഇരുന്നത്. നസ്രിയ ഉമ്മയുടെ കൂടെ പിന്നിലും. പണ്ടത്തെ സ്കൂൾ വിശേഷങ്ങൾ മുതൽ അമേരിക്കൻ വിശേഷങ്ങളും ജോലിതിരക്കുകളും സായാഹനപാർട്ടി കളുമെല്ലാം സംസാരവിഷയമായി. എന്റെ കുടുംബകാര്യങ്ങളും മക്കളുടെ വിദ്യാഭ്യാസവും വിവിന്റെ അമേരിക്കയിലെ ഉപരിപഠന സാധ്യതകളു മെല്ലാം സംസാരത്തിൽ കടന്നുവന്നു.

കാറിനുള്ളിൽ വിലകൂടിയ അമേരിക്കൻ ബോഡി സ്പ്രേയുടെ മണം നിറഞ്ഞുനിന്നിരുന്നു. ഇപ്പോൾ മൂടൽമഞ്ഞ് പൂർണ്ണമായും മാറി യിരിക്കുന്നു. സംസാരിക്കാനുള്ള ഒരു വിഷയമായാണ് ഞാൻ ഇങ്ങനെ ചോദിച്ചത്.

“മാഡം ഇനി ഇവരുടെ നിക്കാഹിനെക്കുറിച്ച് തീരുമാനിക്കണ്ടേ?”

ഒരു പൊട്ടിച്ചിരിയോടെ നസ്രിയയാണ് മറുപടി പറഞ്ഞത്.

“അതിനൊക്കെ സമയമുണ്ട് അങ്കിൾ. ഇനിയും പല കാര്യങ്ങളും നമുക്ക് ചെയ്ത് തീർക്കാനുണ്ട്. ഏതായാലും നിക്കാഹിന് അങ്കിളിനെ വിളിക്കും.”

എല്ലാവരും ചിരിക്കുന്നതിനിടയിൽ ഇടറിയ സ്വരത്തിൽ ആയിഷ മാഡത്തിന്റെ ശബ്ദം കേട്ടു.

“ഇല്ല നസ്രിയാ. ജോബി പറയുന്നതിൽ കാര്യമുണ്ട്. ഇത്തവണത്തെ വരവിൽ നമുക്കൊരു തീരുമാനമെടുക്കണം.”

ഉമ്മയുടെ അഭിപ്രായത്തെ എതിർക്കാതെ നസ്രിയ പറയുന്നത് കേട്ടു:

“ഉമ്മ പറയുന്നത് മനസ്സിലാവുന്നുണ്ട്. പക്ഷേ അതിനുമുമ്പ് നമുക്ക് ബാപ്പയെകൂടി കൊണ്ടുവരണ്ടേ?”

ഏതാനും നിമിഷത്തെ നിശ്ശബ്ദതയ്ക്കു ശേഷം സാഹിറ പറഞ്ഞു:

“അതൊക്കെ ശരിയാവും. ഞാൻ ഇന്നലെയും ബാപ്പയോട് സംസാരിച്ചു. ഞങ്ങളോടൊപ്പം എവിടെയും വരാമെന്നാണ് പറയുന്നത്.”

അമേരിക്കയിൽ ചേക്കേറുകയെന്നതായിരുന്നു അവരുടെ ആഗ്രഹം. അമേരിക്കയിൽ വർക്ക് പെർമിറ്റുള്ളതുകൊണ്ട് അവിടെ വിവാഹം കഴിഞ്ഞ് സ്ഥിരതാമസമാക്കുകയെന്നതായിരുന്നു നസ്രിയയുടെയും സാഹിറയുടെയും ആഗ്രഹമെന്ന് മനസ്സിലായി. മനസ്സില്ലാമനസ്സോടെയാണ് ആയിഷമാഡം സമ്മതം മൂളിയത്. ഇനി കേവലം ഒരു വർഷം കൂടി കഴിയുമ്പോൾ മാഡത്തിന് ആശുപത്രിയിൽ നിന്ന് റിട്ടയർമെന്റ് ആകുമത്രേ. തുടർന്ന് മക്കളോടൊത്ത് ചെല്ലാനാണ് അവർ ആവശ്യപ്പെടുന്നത്.

ആയിഷമാഡത്തിന്റെ ധർമ്മസങ്കടം മനസ്സിലാവും. ബന്ധുക്കളെല്ലാം പാകിസ്ഥാനിൽ. അതുകൊണ്ടുതന്നെ റിട്ടയർമെന്റ് ജീവിതം അവിടെ ആകണമെന്നാണ് അവരുടെ ഇഷ്ടം. പഠിച്ച് നല്ല നിലയിലായതുകൊണ്ട് മക്കൾക്ക് ഇനി അവരുടേതായ ജീവിതം തെരഞ്ഞെടുക്കാം. തന്റെ കർത്തവ്യങ്ങൾ പൂർത്തിയായെന്ന് പറയുമ്പോൾ നഷ്ടപ്പെട്ട കുടുംബ ജീവിതത്തെക്കുറിച്ച് അവർ വേവലാതിപ്പെട്ടിരുന്നില്ല. ഒരുപക്ഷേ അവർ സ്വയം തെരഞ്ഞെടുത്ത വഴിയായതുകൊണ്ടാവാം സംസാരത്തിൽ പരിഭവം കടന്നുവരാതിരുന്നത്.

ജീവിതത്തിലെ നഷ്ടസ്വപ്നങ്ങളെ കാലത്തിനു വിട്ടുകൊടുക്കുന്നതാണ് നല്ലതെന്ന് മാഡം പറയുന്നതു കേട്ടു. എന്നാൽ മക്കൾ വിട്ടുകൊടുക്കാൻ തയ്യാറല്ല. സാഹിറ തികഞ്ഞ ആത്മവിശ്വാസത്തോടെയാണ് സംസാരിക്കുന്നത്.

“ഇല്ല ഉമ്മാ, എന്തുവന്നാലും നമ്മളിനി പാകിസ്ഥാനിലേക്കില്ല. സ്വന്തം ജീവിതം പോലും ത്യജിച്ച് ഞങ്ങളെ വളർത്തിയ ഉമ്മയെ ഇനി ഞമ്മൾ കൊണ്ടുപോകും. ബാപ്പയേയും കൂടെ കൂട്ടും. നിങ്ങളെ രണ്ടു പേരെയും ഞങ്ങൾ ഒരുമിപ്പിക്കും. അതാണ് ഞങ്ങളുടെ ഏറ്റവും വലിയ ആഗ്രഹം.”

നസ്രിയയും അനുജത്തിയുടെ അഭിപ്രായത്തോട് യോജിച്ചു.

“സാഹിറ പറയുന്നതാണ് ഞങ്ങളുടെ തീരുമാനം ഉമ്മാ. ബാപ്പയെയും നമുക്ക് കൊണ്ടുപോകാം. ഉമ്മയും ബാപ്പയും സുഖമായി അമേരിക്കയിൽ ജിവിക്കും. ഇനി ഉമ്മ ഒന്നും ആലോചിക്കണ്ട.”

വീണ്ടും നിശ്ശബ്ദത. പിന്നെ എല്ലാവരും ചെറിയ മയക്കത്തിലായി. പ്രതീക്ഷിച്ച സമയത്തിൽ തന്നെ അവരുടെ ഫ്ളാറ്റിലെത്തിക്കാൻ കഴിഞ്ഞു.

“അങ്കിൾ ഞങ്ങൾ മടങ്ങുന്നതുവരെ ചില ഓട്ടങ്ങൾ വേണ്ടിവരും.”

നസ്രിയയോട് ‘ഓകെ’ പറഞ്ഞ് വണ്ടി എടുക്കുമ്പോൾ ആയിഷമാഡത്തിന്റെ കണ്ണുകളിൽ നിശ്ശബ്ദമായ ദുഃഖം തളംകെട്ടി നിൽക്കുന്നുണ്ടായിരുന്നു.

തിരിച്ച് മടങ്ങുമ്പോൾ കുടുംബബന്ധങ്ങളിലെ വൈകാരികമായ നഷ്ടങ്ങളും സ്വപ്നങ്ങളും അതിനിടയിലെ യാഥാർത്ഥ്യങ്ങളുമെല്ലാം ചേർന്ന

ഒരു ഊരാക്കുടുക്കാണ് ജീവിതമെന്ന് തോന്നി. കുരുക്കഴിക്കാൻ ശ്രമിക്കുമ്പോഴെല്ലാം അത് നമ്മെ വരിഞ്ഞുമുറുക്കി ശ്വാസം മുട്ടിക്കും. പക്ഷേ കാലം അത്തരം കുരുക്കുകളെയെല്ലാം ലാഘവത്തോടെ മായ്ച്ചു കളയുകയും ചെയ്യും. ഇതിനിടയിൽ മോഹഭംഗങ്ങളും മരണവും സംഭവിച്ചെന്നിരിക്കും. എല്ലാം നല്ലതിന് വേണ്ടിയായിരിക്കും!

ആയിഷമാഡത്തിന്റെ ജീവിതവുമായി താരതമ്യം ചെയ്യുമ്പോൾ എന്റെ ജീവിതം ഒരു സ്വർഗ്ഗമായാണ് തോന്നിയിട്ടുള്ളത്. അധികം പണമൊന്നുമില്ലെങ്കിലും ജീവിക്കാൻ ആവശ്യമായ എല്ലാ സൗകര്യങ്ങളും ഈശ്വരൻ തന്നിട്ടുണ്ട്. ഭാര്യയും മക്കളും സുഖമായി ജീവിക്കുന്നു. ചില്ലറ പ്രാരാബ്ധങ്ങൾ ഉണ്ടെങ്കിലും എല്ലാം ഒരു വിധം കഴിഞ്ഞുപോകുന്നു.

അപ്പനും അമ്മച്ചിയും വലിയ കുഴപ്പമില്ലാതെ ജീവിക്കുന്നുണ്ട്. അപ്പന് ഇടയ്ക്ക് രോഗം മൂർച്ഛിക്കും. മരുപ്പച്ച തേടിയുള്ള അലച്ചിലിൽ അപ്പൻ സ്വന്തമായി സമ്പാദിച്ചത് ഡയബറ്റിക് എന്ന അസുഖം മാത്രമാണ്. അപ്പൻ ഉണ്ടാക്കിയ സമ്പത്തിലാണ് ഞാനും അനുജനുമൊക്കെ പഠിച്ചതും വളർന്നതും. അമ്മച്ചിക്ക് കുടുംബസ്വത്തായി കിട്ടിയ കൃഷിയിലും റബ്ബറിലും നിന്നും കിട്ടുന്ന വരുമാനമാണ് ഇന്ന് അവരുടെ അത്താണി.

സർക്കാർ ഉദ്യോഗസ്ഥനായ അനുജൻ ബോബി തികച്ചും സുഖലോലുപനാണ്. ശമ്പളമെല്ലാം അടിച്ചുതീർത്ത് മാസത്തിന്റെ പകുതിയാവുമ്പോൾ അമ്മച്ചിയുടെ മുന്നിൽ കൈനീട്ടുക സാധാരണം. ചിലപ്പോഴൊക്കെ എന്നെയും പൈസയ്ക്കുവേണ്ടി വിളിക്കാറുണ്ട്. ആദ്യമൊക്കെ ഞാൻ സഹായിക്കുമായിരുന്നു. പിന്നീടാണ് ഇത് അവന്റെ സ്ഥിരം പരിപാടിയാണ് എന്ന് മനസ്സിലായത്. അതിൽപിന്നെ സബിതയെ സോപ്പിടുകയായി അവന്റെ രീതി. ബോബിയെ സ്വന്തം അനുജനായിട്ടു തന്നെയാണ് അവൾ കാണുന്നത്. അതുകൊണ്ടുതന്നെ ഞാൻ അറിഞ്ഞും അറിയാതെയും അവൾ ബോബിയെ സഹായിക്കാറുണ്ട്.

അപ്പന്റെ ഡയബറ്റിക് രോഗം മൂർച്ഛിച്ച് ഇപ്പോൾ കിഡ്നി പേഷ്യന്റ് കൂടെയായി മാറിയിരിക്കുന്നു. ആഴ്ചയിൽ രണ്ട് പ്രാവശ്യം ഡയാലിസിസിന് കൊണ്ടുപോകണം, അതെല്ലാം സബിതയാണ് ചെയ്യുക. അവളുടെ ആശുപത്രിയിൽ തന്നെയാണ് അപ്പന്റെ ചികിത്സയും. വിവിനോ, ബോബിയോ, അവന്റെ ഭാര്യയോ ഒപ്പം ഉണ്ടാകും.

ചിലപ്പോൾ തോന്നാറുണ്ട് ഈ ജീവിതം കൊണ്ട് എന്റെ അപ്പൻ എന്താണ് നേടിയതെന്ന്. ജീവിതത്തിന്റെ നല്ലകാലം മുഴുവൻ മണലാരണ്യത്തിൽ ജീവിച്ചു തീർത്തു. എന്നിട്ട് എന്തുനേടി? ഒരുപക്ഷേ ഈ ചോദ്യം ഞാനും ചോദിക്കുന്നതുതന്നെയാവണം. എനിക്ക് എന്താണ് നേടിത്തന്നത്? രണ്ട് മക്കളെയെന്നാവും എന്റെ ഉത്തരം. ഒരുപക്ഷേ പത്ത് വർഷം കഴിഞ്ഞ് ഇതേ ചോദ്യം ഉയർന്നാൽ അപ്പന്റെ അവസ്ഥയാവും തനിക്കും.

ഓരോ ചിന്തയിലാണ്ട് ചെറിയ ഉച്ചമയക്കത്തിൽ കിടക്കുമ്പോഴാണ് ഫാദറിന്റെ വരവ്.

“എടാ ജോബി, ഇതെന്ത് ഉറക്കമാടാ? നമുക്ക് എയർപോർട്ടിൽ പോകണ്ടേ? നീ ലഞ്ച് കഴിച്ചില്ലേ. ഇല്ലെങ്കിൽ വാ.”

വാതിൽ തുറന്നപ്പോൾ ഫാദർ എയർപോർട്ടിൽ പോകാൻ തയ്യാറായി നിൽക്കുകയാണ്.

“ഫാദർ ഞാനിതാ റെഡിയായി. തിരുമേനി എത്ര മണിക്കാണ് എയർപോർട്ടിൽ എത്തുന്നത്?”

‘വൈകിട്ട് അഞ്ച് മണിക്കാണ് ഫ്ളൈറ്റ്. നീ ഏതായാലും റെഡി യായി വാ. നമ്മുടെ ജ്യോർജ്ജിന്റെ വണ്ടി എത്തിയിട്ടുണ്ട്.’

“ഫാദറിന്റെ ഒരു ബി.എം.ഡബ്ലിയു! എന്റെ ലാന്റ് ക്രൂയിസറിനെന്താ കുഴപ്പം?”

പതുക്കെയാണെങ്കിലും എനിക്ക് അങ്ങനെ പറയാതിരിക്കാൻ കഴിഞ്ഞില്ല. പെട്ടെന്ന് തന്നെ റെഡിയായി ഫാദറുടെ മേടയിലെത്തി. ചർച്ചിനുമുന്നിൽ കറുത്ത ബി.എം.ഡബ്ലിയു കിടക്കുന്നതു കാണാം. ഞാൻ തിരിഞ്ഞ് ലാന്റ് ക്രൂയിസറിനെ നോക്കി. വെളുത്ത നിറമുള്ള വണ്ടിക്ക് തന്നെയാണ് ഭംഗി കൂടുതലെന്ന് എനിക്കു തോന്നി.

“പക്ഷേ ബി.എം.ഡബ്ലിയു ഒന്നു വേറെ തന്നെയാണ്.’

വണ്ടി ഓടിച്ചുനോക്കിയപ്പോൾ എനിക്ക് അങ്ങനെ പറയാതിരിക്കാൻ കഴിഞ്ഞില്ല. ഫാദറിനോടൊപ്പമുള്ള യാത്ര ഓർത്തപ്പോൾ എന്റെ മനസ്സൊന്നു പിടഞ്ഞു. ഇന്നിനി എയർപോർട്ടിലെത്തുന്നതുവരെയും ഫാദറുടെ വക ഉപദേശങ്ങളും ബൈബിൾ വചനങ്ങളുമായിരിക്കും. പക്ഷേ മടക്കയാത്രയിൽ തിരുമേനിയുള്ളതുകൊണ്ട് എനിക്ക് അധികം ബുദ്ധിമുട്ടേണ്ടിവരില്ലെന്ന് ആശ്വസിച്ചു. പ്രതീക്ഷിച്ചതുപോലെ തന്നെ ഫാദറുടെ ക്ലാസ്സ് ശകാരത്തോടെ തന്നെ തുടങ്ങി.

“എടാ ജോബി, നീ എന്താടാ അപ്പനെ സ്ഥിരം ഫോൺ ചെയ്യാത്തേ?”

ഒരു ഞെട്ടലോടെയാണ് ഞാൻ അത് കേട്ടത്.

“ഫാദർ ഞാൻ മിനിയാന്നും വിളിച്ചല്ലോ.”

ഫാദർ വിടാൻ ഭാവമില്ല.

“അത് മിനിഞ്ഞാന്നല്ലേ, നിനക്കെന്താ എന്നും വിളിച്ചാൽ? നീ പഴയ തെല്ലാം മറന്നുപോയോ? നിന്നെയൊക്കെ വളർത്തി വലുതാക്കിയത് അങ്ങേർ ഈ മരുഭൂമിയിൽ കിടന്ന് വളയം പിടിച്ചാണ്. ഇപ്പോൾ കിഡ്നി പേഷ്യന്റ് കൂടെയായി. പിന്നെ നിന്റെ അനിയൻ ബോബി. അവനൊരു വേസ്റ്റാണ്! നീ എന്താടാ അവനെ ഒന്ന് ഉപദേശിക്കാത്തേ? നല്ല സർക്കാർ ജോലിയുണ്ടല്ലോ. അവനെന്താ അപ്പനെയും അമ്മച്ചിയേയും സഹായി ച്ചാൽ? അത് നിങ്ങളുടെ കടമയല്ലേടാ.”

മനസ്സിൽ അല്പം ജാള്യതയോടെയാണ് മറുപടി പറഞ്ഞത്.

“ഞാൻ എന്നും വിളിക്കും ഫാദർ! പിന്നെ ബോബിയെ ഉപദേശിച്ച് ഞാൻ മടുത്തു. അവനെന്താ ഇത്ര ചെലവെന്ന് ഒരു പിടിയും കിട്ടുന്നില്ല.”

അങ്ങനെ പറഞ്ഞപ്പോൾ മനസ്സിൽ മന്ത്രിച്ചു. ഫാദറിനെന്താ ഇക്കാര്യം നേരിട്ട് ബോബിയോട് പറഞ്ഞാൽ. പക്ഷേ ഫാദർ പറയുന്നതിലും കാര്യമുണ്ട്.

ചെറിയ ഒരു മയക്കത്തിലായ ഫാദർ ഇടയ്ക്കിടെ കണ്ണ് തുറന്ന് നോക്കുന്നുണ്ടായിരുന്നു. ഫെബ്രുവരി മാസത്തെ സായാഹ്നങ്ങൾ ഇത്തരം ഹൈവേ യാത്രകൾക്ക് വളരെ അനുയോജ്യമാണെന്ന് തോന്നി. ക്രമേണ റോഡിൽ തിരക്ക് കൂടിക്കൊണ്ടിരുന്നു. ഓഫീസ് സമയം കഴിഞ്ഞതിന്റെ ലക്ഷണമാണത്.

എയർപോർട്ടിൽ ഏറെ നേരം കാത്ത് നിന്നതിനു ശേഷമാണ് തിരുമേനി ഇറങ്ങിവന്നത്. ഫാദർ എന്നെ തിരുമേനിക്ക് പരിചയപ്പെടുത്തിക്കൊടുത്തു. തിരുമേനിയുടെ സ്വദേശം തിരുവല്ലയാണത്രേ.

“ജോബി ഇവിടുത്തെ ജീവിതം എങ്ങനെയുണ്ട്?”

സൗമ്യശീലനായ തിരുമേനിയുടെ ശബ്ദത്തിൽ ദൈവികമായ സാന്നിധ്യം അനുഭവപ്പെട്ടു. അതുമല്ലെങ്കിൽ ഫാദറിന്റെ വചനക്ലാസ്സുകളിൽ ഇരുന്ന് മടുത്ത ഒരു കുഞ്ഞാടിന്റെ ചിന്തയുമാവാം!

“കുഴപ്പമില്ല തിരുമേനി.”

ഞാൻ മുഴുമിക്കുന്നതിനുമുമ്പ് ഫാദർ ഏറ്റെടുത്തു.

‘ഇവരൊക്കെയല്ലേ ഈ ഗൾഫിൽ സുഖിക്കുന്നത്’ എന്ന് പറഞ്ഞ് എന്റെ മുഖത്തുനോക്കി ചിരിച്ചു. ആ ചിരിയിലും ഒരു ശകാരം ഒളിഞ്ഞ് ഇരുപ്പുള്ളതായി തോന്നി. ഫാദറിന് എപ്പോഴും സംശയമാണ്. പൈസയൊന്നും നാട്ടിലയയ്ക്കാതെ നൈറ്റ് ക്ലബ്ബുകളിലും ബാറുകളിലും കറങ്ങി നടക്കുന്നുവെന്നാണ് ഫാദറിന്റെ വിചാരം. രാത്രികാലങ്ങളിൽ ഇടയ്ക്കിടെ ഫോൺ വിളിക്കുന്നതിന്റെ കാരണവും അതാണ്. അത്തരം ഇന്നലെകൾ ഉണ്ടായിരുന്നുവെന്നത് ശരിയാണ്! പക്ഷേ ഇന്നിപ്പോൾ കോളേജിൽ പഠിക്കുന്ന മകനുള്ള എനിക്ക് എങ്ങനെയാണ് അഴിഞ്ഞാടി നടക്കാൻ കഴിയുക? ഫാദറുടെ നല്ല മനസ്സിന് നന്ദി പറഞ്ഞ് വഴിയരികിലുള്ള നല്ലൊരു റെസ്റ്റോറന്റിനു മുന്നിൽ വണ്ടി നിർത്തി. തിരുമേനിക്ക് യാത്രയ്ക്കിടയിൽ നല്ലൊരു റിഫ്രെഷ്മെന്റ് കൊടുക്കണമെന്ന് ഫാദർ നേരത്തേ തന്നെ ശട്ടം കെട്ടിയിരുന്നതാണ്.

ഫാദർ തിരുമേനിയേയും കൂട്ടി റെസ്റ്റോറന്റിലേക്ക് പോയി. എന്നെ വിളിച്ചെങ്കിലും ഒഴിഞ്ഞുമാറി. എനിക്ക് റെസ്റ്റോറന്റിനു പുറത്തെ മലയാളിയുടെ ചായക്കടയിൽ നിന്നും നല്ലൊരു കറാക്ക് ചായ കുടിച്ചാൽ മതി. തിരുമേനിയുടെ മുന്നിലിരുന്ന് വിയർക്കുന്നതിനെക്കാൾ നാടൻ രീതിയിലുള്ള ചായയാണ് എന്തുകൊണ്ടും ഉചിതം.

തിരുമേനിയുമായി ആൽഐനിലെ ഹോട്ടലിലെത്തിയപ്പോൾ രാത്രി എട്ടുമണി കഴിഞ്ഞിരുന്നു. അവരോടൊത്ത് ഡിന്നറും കഴിഞ്ഞ് ഫാദറുമായി ചർച്ചിലെത്തിയപ്പോൾ രാത്രി പതിനൊന്നുമണി. റൂമിലേക്ക് കയറാൻ നേരം ഫാദർ പറഞ്ഞു:

“എടാ ജോബി, ഇനി ഒരാഴ്ചത്തേക്ക് നീ വലിയ ഓട്ടങ്ങളൊന്നും എടുക്കണ്ട. നമുക്ക് തിരുമേനിയുമായി ചില സ്ഥലങ്ങളിലൊക്കെ പോകാനുണ്ട്.”

ഞാൻ സമ്മതം മൂളിയെങ്കിലും മനസ്സിൽ ഒരു ചെറിയ വിഷമം തോന്നി. ചില നല്ല ഓട്ടങ്ങൾ കിട്ടുകയാണെങ്കിൽ എങ്ങനെയാണ് അത് വിടാൻ കഴിയുക. ഇത് ടൂറിസ്റ്റ് സീസണാണ്. നല്ല ഓട്ടങ്ങൾ കിട്ടുന്ന സമയമാണ്. ഫാദറുടെ ഓട്ടത്തിനു പോയാൽ കിലോമീറ്റർ കണക്കാക്കി മാത്രമെ പൈസ തരികയുള്ളൂ. ടിപ്പും കിട്ടില്ല. അതിന് ഫാദറെ കുറ്റം പറയാൻ കഴിയില്ല. ഫാദറിന് മറ്റ് പലരേയും കണക്ക് കാണിക്കാനുള്ള താണ്.

അപ്പോഴാണ് സബിതയെയും പിള്ളാരെയും കുറിച്ച് ഓർത്തത്. രാത്രി വിളിക്കാമെന്നാണ് അവളോട് പറഞ്ഞത്. ഇപ്പോൾ നാട്ടിൽ പന്ത്രണ്ടര മണി ആയിട്ടുണ്ടാവും! അവരൊക്കെ ഉറങ്ങിക്കാണും. പക്ഷേ സബിത യ്ക്ക് എന്റെ തിരക്ക് അറിയാം. അല്ലെങ്കിലും മാസാമാസം അവളുടെ അക്കൗണ്ടിൽ പൈസ എത്തുന്നതുകൊണ്ട് ഒരു പരാതിയും ഇല്ല.

ആയിഷമാഡം വിളിച്ചപ്പോൾ എയർപോർട്ടിലേക്കുള്ള മക്കളുടെ മടക്ക യാത്രയാകുമെന്ന് കരുതിയില്ല. ഫെബ്രുവരി മാസം എത്ര പെട്ടെന്നാണ് കടന്നുപോയത്. യാത്രയിലുടനീളം മാഡത്തിന്റെ മുഖത്ത് ദുഃഖം നിറഞ്ഞുനിന്നു. തന്റെ എല്ലാമെല്ലാമായ മക്കൾ തിരിച്ചുപോകുന്നതിലുള്ള ദുഃഖമാണെന്ന് മനസ്സിലായി. ഇളയ മകൾ സാഹിറ ഇടയ്ക്കൊക്കെ തമാശകൾ പറഞ്ഞ് പൊട്ടിച്ചിരിക്കുന്നുണ്ടായിരുന്നു.

“അങ്കിൾ ഇനി ഞങ്ങൾ വരുമ്പോൾ ഇതിനെക്കാളും നല്ല ബിഎം ഡബ്ലിയു കാറിൽ വേണം വരാൻ.”

ചിരിച്ചുകൊണ്ട് ഞാൻ പറഞ്ഞു:

“ഒരു വിരോധവുമില്ല സാഹിറ. നീ അതിനുള്ള പൈസ അയച്ചു തന്നാൽ മതി.”

എല്ലാവരും ചിരിച്ചു.

നസ്രിയ ഉമ്മയുമായി അടക്കിയ ശബ്ദത്തിൽ എന്തൊക്കെയോ കാര്യ ങ്ങൾ വളരെ സീരിയസ് ആയി സംസാരിക്കുന്നുണ്ട്. യാത്രികരുടെ സ്വകാര്യതകളിൽ കടന്നുകയറുക ഒരു ഡ്രൈവറുടെ ചുമതലയിൽ പെടാത്തതുകൊണ്ട് ശ്രദ്ധിക്കാൻ മുതിർന്നില്ല. ബോധപൂർവ്വമല്ലെങ്കിലും ഉർദുപാട്ടിന്റെ ശബ്ദം അല്പം കൂടി കൂട്ടിവച്ചു. അതിഥികളായ യാത്ര ക്കാരുടെ സ്വകാര്യ സംഭാഷണം ഒരു കാരണവശാലും കേൾക്കരുതെന്ന് നിർബന്ധമുണ്ട്. സാഹിറ സ്മാർട്ട്ഫോണിൽ എന്തൊക്കെയോ മെസേജു കൾ അയയ്ക്കുകയും മറുപടി വായിക്കുകയുമൊക്കെയായി നല്ല തിരക്കി ലായിരുന്നു.

വ്യാഴാഴ്ചയായിരുന്നതുകൊണ്ട് റോഡിൽ നല്ല തിരക്കായിരുന്നു. വാരാന്ത്യം ആഘോഷിക്കുന്നതിനായി ദുബായിലേക്ക് പോകുന്ന എമിറാത്തികളുടെയും വിദേശികളുടെയും തിരക്ക്. ചില സമയങ്ങളിൽ ഉറുമ്പിഴയുന്ന വേഗതയിലാണ് വണ്ടി നീങ്ങുന്നത്.

ഇത്തവണ പ്രതീക്ഷിച്ചതിലും അരമണിക്കൂർ താമസിച്ചാണ് എയർപോർട്ടിലെത്തിയത്. നസ്രിയയും സാഹിറയും ഉമ്മയോട് യാത്ര പറഞ്ഞ് പിരിയുമ്പോൾ തികച്ചും സൗമ്യവതികളായിരുന്നു. പക്ഷേ ആയിഷ മാഡത്തിന്റെ കണ്ണുകൾ നിറഞ്ഞു തുളുമ്പുന്നുണ്ട്. എപ്പോഴോ നസ്രിയ മടങ്ങിവന്ന് ഉമ്മയെ കെട്ടിപ്പിടിച്ച് സമാധാനിപ്പിക്കാൻ ശ്രമിക്കുന്നതു കണ്ടു. വിദേശരാജ്യങ്ങളിൽ ജീവിതം കെട്ടിപ്പടുക്കുന്ന പ്രവാസികളുടെ കൂടപ്പിറപ്പാണല്ലോ ഇത്തരം വിരഹവും തുടർന്നുള്ള നഷ്ടബോധവും!

"ജീവിതത്തിൽ നാം എന്തെങ്കിലും നേടണമെങ്കിൽ നമുക്ക് മറ്റ് പലതും ത്യജിക്കേണ്ടിവരും. അതായത് നഷ്ടപ്പെടേണ്ടിവരും. അതാണ് ജീവിത നിയമം."

ഫാദറുടെ സ്ഥിരം ഉപദേശം മനസ്സിൽ പതിഞ്ഞുനിന്നു.

'ജോബി, ഈ ജീവിതത്തിനെന്തർത്ഥമാണുള്ളത്? അല്ലേ."

എനിക്ക് പെട്ടെന്ന് മറുപടി പറയാൻ കഴിഞ്ഞില്ല. ഒരു നിമിഷം ചിന്തിച്ച് ഞാൻ ചോദിച്ചു:

"മാഡം ഞാൻ പറയുന്നതുകൊണ്ട് മറ്റൊന്നും വിചാരിക്കരുത്. മാഡത്തിന് റിട്ടയർമെന്റ് വാങ്ങി മക്കളുടെ കൂടെ അമേരിക്കയിൽ പോയാലെന്താ? അതല്ലെ അവർക്കും ഇഷ്ടം."

മാഡം ഒന്നും പറഞ്ഞില്ല. ഞാൻ എന്തെങ്കിലും അവിവേകം പറഞ്ഞു കാണുമെന്ന് കരുതി സോറി പറഞ്ഞു. ഉടനെ മാഡം പറഞ്ഞു:

"ഇല്ല ജോബി, നീ സോറി പറയണ്ടാ. നീ പറയുന്നതാണ് ശരി. എനിക്കത് മനസ്സിലാവും. ഞാനെന്റെ ജീവിതം മുഴുവൻ മക്കൾക്കുവേണ്ടിയാണ് നീക്കി വച്ചത്. അത് അവർക്കും നല്ല ബോധ്യമുള്ളതാണ്."

ഒരു നിമിഷത്തെ മൗനത്തിനുശേഷം മാഡം വീണ്ടും പറഞ്ഞു:

"അതൊന്നും ശരിയാവില്ല!"

ഇതിനിടയിൽ മക്കൾ എയർപോർട്ടിൽ നിന്നും മാഡത്തിനെ ഫോൺ ചെയ്യുന്നുണ്ടായിരുന്നു. അവർ എല്ലാ ഫോർമാലിറ്റികളും കഴിഞ്ഞ് ലൗഞ്ചിൽ വിശ്രമിക്കുകയാണത്രേ.

"ജോബി, നിനക്കും മക്കളുടെ അന്വേഷണമുണ്ട്."

മക്കളുടെ ശബ്ദം കേട്ടിട്ടാവും ഇപ്പോൾ മാഡത്തിന്റെ മുഖത്ത് പുഞ്ചിരി.

മാഡം പറഞ്ഞു:

"അതേ ജോബി, നീ പറഞ്ഞതാണ് ശരി. ഞാനടുത്തവർഷം തന്നെ മക്കളുടെയടുത്തേക്ക് പോകും. നിനക്കറിയാമോ? സാഹിറ അവളുടെ വരനെ ഇതിനിടയിൽ കണ്ടുപിടിച്ചു കഴിഞ്ഞു. ഒരു അമേരിക്കൻ സിറ്റി സൺ. അവളുടെ കൂടെ പഠിച്ചവനാണ്. മതപരമായ വ്യത്യാസങ്ങളുടെ പേരിൽ ഞാനതിനെ എതിർത്തു നോക്കി. അപ്പോൾ നസ്രിയ കൂടി സാഹിറയെ സപ്പോർട്ടു ചെയ്യുകയായിരുന്നു. ഞാനെന്റെ ജീവിതാനുഭവങ്ങൾ അവരെ ഓർമിപ്പിച്ചു. പക്ഷേ ഇപ്പോഴത്തെ കുട്ടികൾക്ക് വ്യക്തമായ ജീവിത വീക്ഷണങ്ങളുണ്ട്. ആ നിക്കാഹ് ഒരു വർഷത്തിനുള്ളിൽ നടക്കും."

അത് കേട്ടപ്പോൾ അതിയായ സന്തോഷം തോന്നി.

"മാഡം കൺഗ്രാറ്റ്സ്. ഇന്നത്തെ ഈ ലോകത്ത് അതൊന്നും ഒരു വിഷയമല്ല. ജീവിതത്തെക്കുറിച്ച് ചിന്തിക്കാനും തീരുമാനമെടുക്കാനുമൊക്കെയുള്ള പ്രായം അവർക്കും ആയില്ലേ. മാഡത്തെ സമ്മതിക്കുന്നു. ഇനിയുള്ള കാലം മക്കളോടൊത്ത് സന്തോഷമായി കഴിയണം."

മാഡം ഒന്നും പറഞ്ഞില്ല. എന്റെ സ്ഥിരം ടീഷോപ്പിൽ നിന്നും മാഡത്തിന് സ്ട്രോംഗ് ആയി ഒരു ചായ വാങ്ങിക്കൊടുത്തു. ഒരു വേള മയങ്ങിപ്പോയ മാഡം ഞെട്ടിയുണർന്ന് സ്വപ്നത്തിൽ നിന്നെന്നപോലെ പറഞ്ഞു:

"പക്ഷേ, മക്കൾക്ക് ഒരു ഭാരമാവാൻ എനിക്ക് കഴിയില്ല. അവർക്ക് അവരുടേതായ ആഗ്രഹങ്ങളുണ്ട്. അവർക്ക് എന്നെയും അവരുടെ ബാപ്പയേയും അമേരിക്കയിൽ കൊണ്ടു വരണം. ജോബിക്കറിയാമല്ലോ, ഇതെല്ലാം എനിക്കും സന്തോഷമുള്ള കാര്യങ്ങളാണ്. പക്ഷേ, എന്റെ അനുഭവത്തിൽ നാം ആഗ്രഹിക്കുന്നതൊന്നും നടക്കാറില്ല എന്നുള്ളതാണ്. പകരം, മറ്റെന്തൊക്കെയോ നടക്കുന്നു. അങ്ങനെ ജീവിതം ജീവിച്ചു തീർക്കുക."

ഫ്ളാറ്റിൽ എത്തുമ്പോൾ മാഡം തികച്ചും മൂകയായിരുന്നു. അവരുടെ മനസ്സിലെ വിങ്ങൽ ഉൾക്കൊള്ളാൻ എനിക്ക് കഴിയുമായിരുന്നു. ഒരു അമ്മയ്ക്കും ഭാര്യയ്ക്കും ഈ ഗതി വരരുതെന്നേ ഞാൻ പ്രാർത്ഥിച്ചുള്ളൂ.

മാർച്ച്

മാർച്ച് മാസത്തിലെ പ്രഭാതത്തിൽ മൂടിപ്പുതച്ച് കിടക്കാൻ ആഗ്രഹിക്കാത്ത ഏത് പ്രവാസിയാണുള്ളത്. പൊതുവെ കേരളത്തിലെ കാലാവസ്ഥയാണ് ഗൾഫ് നാടുകളിൽ മാർച്ച് മാസത്തിൽ അനുഭവപ്പെടുക. ഇന്ന് പ്രത്യേകിച്ച് തിരക്കൊന്നുമില്ല. രാവിലെയുള്ള ഏകഭയപ്പാട് ഫാദർ വന്നു വിളിക്കുമെന്നുള്ളതാണ്. പക്ഷേ വലിയ തിരുമേനി കഴിഞ്ഞയാഴ്ച തിരിച്ചുപോയി. ഇനി പ്രത്യേകിച്ച് പരിപാടിയൊന്നുമില്ല. പിന്നെ, വ്യാഴാഴ്ചത്തെ കുർബാനയ്ക്ക് ചിലപ്പോൾ എന്തെങ്കിലും ആവശ്യം ഉണ്ടായെന്നിരിക്കും. നാട്ടിൽ നിന്നും സബിത വിളിച്ചിരുന്നു. പ്രത്യേകിച്ച് വിശേഷമൊന്നുമില്ലെന്ന് പറഞ്ഞു. നാട്ടിലെ സുന്ദരമായ ഓർമകളിൽ സ്വപ്നം കണ്ട് കണ്ണുമടച്ച് കിടന്നു. ഏ.സി യുടെ ആവശ്യമില്ലായിരുന്നെങ്കിലും അത് ഓൺ ചെയ്തിട്ടു. തലകൂടി പുതപ്പിനുള്ളിലാക്കി വെറുതെ അങ്ങനെ കിടന്നു. ഫാദർ കണ്ടാൽ പിന്നെ ചീത്ത വിളിച്ച് കൊല്ലും.

"എടാ രാവിലെ പോത്തിനെപ്പോലെ കിടന്നുറങ്ങരുത്. നിന്റെ പ്രൊഫഷൻ വണ്ടിയിലെ പണിയാണ്. അതുകൊണ്ട് സമയം കിട്ടുമ്പോഴെല്ലാം പ്രത്യേകിച്ചും രാവിലെ എഴുന്നേറ്റ് ജോഗിംഗ് ചെയ്യണം."

രാവിലെ എപ്പോൾ കണ്ടാലും ഫാദർ പറയുന്ന പല്ലവിയിതാണ്. ഞാൻ രാവിലെ എഴുന്നേറ്റ് ഓടുമെന്നാണ് ഫാദർ വിശ്വസിച്ചിരിക്കുന്നത്. പെട്ടെന്നാണ് ഡോറിനു മുന്നിൽ പത്രം ഇട്ടിട്ടുണ്ടാവുമെന്ന കാര്യം ഓർത്തത്. കാറിലെ യാത്രികരെ ലക്ഷ്യമിട്ടാണ് മലയാളം പത്രവും ഇംഗ്ലീഷ് പത്രവും വരുത്തുന്നത്. അത് ഡോറിനുമുന്നിൽ കിടന്നാൽ ഫാദർ നടക്കാൻ വരുമ്പോൾ തീർച്ചയായും കാണും. പിന്നെ ഇന്നത്തെ കാര്യം പോക്കു തന്നെ. ചാടിയെഴുന്നേറ്റ് ഡോർ തുറന്നു. അതാ മുന്നിൽ ഫാദർ!

"എന്താടാ ജോബി, നിനക്കൊരു ക്ഷീണം? വയ്യേ? അതോ ഇന്നലെയും ഏറെ വൈകിയോ?"

ഫാദറിനോട് കള്ളം പറയാൻ നാക്ക് പൊന്തിയില്ല.

"ഇല്ല, ഞാൻ ഉറങ്ങിപ്പോയി."

ഫാദറിനെ റൂമിലേക്ക് ക്ഷണിച്ചു. ഫാദറിന് ഇഷ്ടപ്പെട്ട ഒരു സ്ട്രോംഗ് കോഫി ഉണ്ടാക്കിക്കൊടുത്തു. പത്രവായനയും കഴിഞ്ഞ് ഇറങ്ങാൻ നേരം

ഫാദർ പറഞ്ഞു: "നീ അപ്പനെ വിളിച്ചോ? എന്നും വിളിക്കണേ മോനെ. വയസ്സാകുമ്പോഴേ സ്നേഹബന്ധങ്ങളുടെയും ഒറ്റപ്പെടലിന്റെയും വേദന നിനക്ക് മനസ്സിലാവുകയുള്ളൂ."

ഫാദർ ഓർമിപ്പിച്ചത് നന്നായെന്ന് തോന്നി. ഇപ്പോൾ രണ്ടു ദിവസമായി അപ്പനെയും അമ്മച്ചിയേയും വിളിച്ചിട്ട്. ഉടനെ തന്നെ അപ്പനെ വിളിച്ചു. ബെല്ലടിച്ച് ഏറെ കഴിഞ്ഞാണ് അമ്മച്ചി ഫോൺ എടുത്തത്. എല്ലായ്പ്പോഴും പോലെ പരിഭവങ്ങളിൽ തന്നെയായിരുന്നു അമ്മച്ചിയുടെ തുടക്കവും. അപ്പന്റെ അസുഖത്തിന് ഒരു കുറവുമില്ലെന്നാണ് അമ്മച്ചി പറയുന്നത്. ഡോക്ടർ പറയുന്നതുപോലെ അപ്പൻ അടങ്ങിയൊതുങ്ങി ഇരിക്കില്ലത്രേ. അപ്പൻ പാടത്തും പറമ്പിലും പണിക്കാരുടെ കൂടെയുമൊക്കെ ഇറങ്ങാൻ ശ്രമിക്കും. ഉടനെതന്നെ അസുഖം കൂടും. പിന്നെ ബോബിയുള്ളതുകൊണ്ട് കുഴപ്പമില്ലാതെ പോകുന്നു. ബോബിയുടെ ധൂർത്തിനെക്കുറിച്ച് അമ്മച്ചി പതിഞ്ഞ സ്വരത്തിലാണ് സംസാരിച്ചത്. ഒരുപക്ഷേ അവന്റെ ഭാര്യ കേൾക്കുമെന്നുള്ളതുകൊണ്ടാവാം.

'നീ അവനെയൊന്ന് ഉപദേശിക്കണേ മോനേ' എന്ന് പറഞ്ഞ് അമ്മച്ചി അപ്പന്റെ കൈയിൽ ഫോൺ കൊടുത്തു. തനിക്ക് ഒരു അസുഖവുമില്ലെന്നും ആവശ്യമില്ലാതെ ഡോക്ടർമാർ മരുന്ന് കുത്തിവെയ്ക്കുന്നുവെന്നുമാണ് അപ്പന്റെ പരാതി. പക്ഷേ മൂത്രതടസ്സം ഉണ്ടെന്നുള്ള കാര്യം അപ്പൻ മറച്ചുവച്ചില്ല.

"ചിലപ്പോൾ വല്ലാത്ത സഞ്ചാരമാണ് മോനേ. അത് കുഴപ്പമില്ല, വയസ്സായില്ലേ. പിന്നെ, നീ എന്നാണ് വരുന്നത്? സബിതയും പിള്ളാരും മിക്കവാറും ദിവസങ്ങളിൽ വരാറുണ്ട്. ആ വിവിനെ നീ ഒന്ന് ഉപദേശിക്കണം. അവന്റെ കൂട്ടുകെട്ട് അത്ര ശരിയല്ല."

അപ്പന്റെ വാക്കുകൾ സശ്രദ്ധം കേട്ടിരുന്നു. ചെറുപ്രായത്തിൽ യുവത്വത്തിന്റെ എടുപ്പിൽ ഇതുപോലുള്ള ഗുലുമാലുകൾ ഒപ്പിച്ചിട്ടുള്ള കാര്യം ഓർത്തുപോയി. പക്ഷേ അതൊന്നും അപ്പൻ അറിഞ്ഞിട്ടില്ലായെന്നാണ് ഇന്നും വിശ്വാസം. അപ്പൻ അന്ന് ഗൾഫിലായിരുന്നല്ലോ. ഇപ്പോൾ അത് ഓർക്കുമ്പോൾ ചിരി വരുന്നു. മോനും നാളൊരു കാലം ഇതുപോലെ ചിന്തിക്കുമായിരിക്കും.

അധികം താമസിയാതെ വരുമെന്ന് അപ്പനോട് പറഞ്ഞതുമുതൽ നാട്ടിൽ പോകണമെന്ന ചിന്ത വീണ്ടും മനസ്സിൽ ശക്തമായി. പക്ഷേ ഈ ടൂറിസ്റ്റ് സീസണിൽ നാട്ടിൽ പോകുന്നത് ഉചിതമായ തീരുമാനമല്ല. നല്ല ഓട്ടം കിട്ടുന്ന സമയമാണിത്.

പെട്ടെന്നാണ് മീറാമാഡത്തിന്റെ ഫോൺ കോൾ വന്നത്.

"ജോബി ഞാൻ മീറയാണ്. ആൽഐൻ എയർപോർട്ടിൽ ഒന്ന് വരണം. രണ്ട് മണിക്കൂറിനുള്ളിൽ എത്തണം."

ഉടനെ തന്നെ ഞാൻ റെഡിയാകാൻ തീരുമാനിച്ചു. അബുദാബി പൊലീസിൽ ഉയർന്ന ഉദ്യോഗസ്ഥയാണ് മീറയെന്ന ഇമറാത്തി ചെറുപ്പക്കാരി. എയർപോർട്ടിൽ ഏറെ നേരം കാത്തുനിന്നതിനു ശേഷമാണ് മീറാ മാഡം വന്നത്. സാധാരണ പിൻസീറ്റിൽ ആണ് ഇരിക്കാറ്. ഞാൻ പിന്നിലെ ഡോർ തുറന്നുകൊടുത്തു.

“വരണം മാഡം.”

എന്നാൽ മാഡം എന്നെ അദ്ഭുതപ്പെടുത്തിക്കൊണ്ട് പിൻസീറ്റിൽ ബാഗുകൾ വച്ചശേഷം മുൻസീറ്റിൽ തന്നെ കയറിയിരുന്നു. അമ്പരപ്പോടെ നിന്ന എന്നോടായി മാഡം പറഞ്ഞു:

“കമോൺ ജോബി, ഞാൻ ദാ റെഡിയായി. നീ എന്താണ് ആലോചിച്ചു നിൽക്കുന്നത്? വാ... എനിക്ക് ഉടനെ തന്നെ അബുദാബിയിൽ എത്തണം. അതിനിടയ്ക്ക് വീട്ടിലൊന്ന് കയറണം. അതാണ് നേരെ ആൽഐനിലേക്ക് വന്നത്.”

ഞാൻ പെട്ടെന്ന് വണ്ടിയെടുത്തു. മാഡം ഒരു ഇന്റർനാഷണൽ മീറ്റിംഗിൽ പങ്കെടുത്തിട്ട് മസ്ക്കറ്റിൽ നിന്നും വരികയാണത്രേ. അവർക്കിനി അബുദാബിയിൽ മറ്റൊരു മീറ്റിംഗിൽ പങ്കെടുക്കാനുണ്ട്. അവരുടെ ഹസ്ബന്റ് സയീദ് സാർ വലിയൊരു ബിസിനസ്സുകാരനാണ്. അദ്ദേഹം എന്റെ ആദ്യകാലം മുതലുള്ള ഒരു കസ്റ്റമർ ആണ്. ഒരുപക്ഷേ, എന്നെ ഏറ്റവും കൂടുതൽ സഹായിച്ചിട്ടുള്ള ഇമിറാത്തിയും ഇദ്ദേഹമായിരിക്കും. അദ്ദേഹത്തിന് അറുപത് വയസിൽ കൂടുതൽ പ്രായം കാണും. അദ്ദേഹത്തിന്റെ രണ്ടാം ഭാര്യയാണ് മുപ്പതുകാരിയായ മീറാമാഡം. ആദ്യത്തെ ഭാര്യയിൽ അറബാബിന് നാല് മക്കളുണ്ട്. മൂന്നുപേരും പെൺപിള്ളേരാണ്. അവർ ദുബായ് യൂണിവേഴ്സിറ്റിയിൽ പഠിക്കുകയാണ്. ചിലപ്പോഴൊക്കെ ഞാൻ തന്നെയാണ് അവരെ യൂണിവേഴ്സിറ്റിയിൽ വിടുന്നതും.

എന്നാൽ മീറാമാഡത്തിന് രണ്ട് മക്കൾ മാത്രമേയുള്ളൂ. രണ്ടുപേരും സ്കൂൾ വിദ്യാർത്ഥികളാണ്. അവരെയും ചിലപ്പോഴൊക്കെ ഞാൻ തന്നെയാണ് സ്കൂളിൽ വിടുക. അറബാബും മാഡവും എപ്പോഴും തിരക്കിലായിരിക്കും. അവരുടെ ഹൗസ് ഡ്രൈവർ ഒരു ബംഗാളിയാണ്. ചിലപ്പോഴെങ്കിലും അയാൾ തിരക്കിലായിരിക്കും. അങ്ങനെയാണ് എന്നെ ഓട്ടത്തിന് വിളിക്കുക, പ്രത്യേകിച്ചും മീറാമാഡം. മാഡത്തിന് ഹൗസ്ഡ്രൈവറുടെ കൂടെ യാത്ര ചെയ്യാൻ താത്പര്യമില്ലത്രേ. അയാൾ അറബാബിന്റെ ചാരനാണെന്നാണ് മാഡത്തിന്റെ ഭാഷ്യം! മാഡം എവിടെ പോകുന്നു, ആരെയെല്ലാം കാണുന്നു, ആരെയൊക്കെ വിളിക്കുന്നു തുടങ്ങിയ എല്ലാ കാര്യങ്ങളും ഹൗസ് ഡ്രൈവർ അറബാബിനോട് പറയും പോലും.

വണ്ടി ശരിയല്ലെന്നു പറഞ്ഞാണ് മാഡം പുറത്തുനിന്ന് ടാക്സി വിളിക്കുന്നത്. അതുകൊണ്ട് അറബാബ് തന്നെ ആ കാർ പല പ്രാവശ്യം

മാറ്റിയത്രേ. അറബാബിന്റെ യൂണിവേഴ്സിറ്റിയിൽ പഠിക്കുന്ന മക്കൾ മിക്ക വാറും പുതിയ കാറുകളായിരിക്കും ഡ്രൈവ് ചെയ്ത് പോകുന്നത്. അത് നന്നായെന്നാണ് മാഡം പറയുന്നത്. അതുകൊണ്ട് മാഡത്തിന് പുറത്തു നിന്നും ഇഷ്ടമുള്ള ടാക്സി വിളിക്കാം.

ചിന്തയിലാണ്ടിരുന്ന ഞാൻ മാഡത്തിന്റെ വില്ലയിൽ എത്തിയതു പോലും മറന്നിരുന്നു.

"'ജോബി ഒരു പത്തുമിനിട്ട്. ഞാൻ ദാ വരുന്നു. നിനക്ക് ഫ്രഷ് ആകണമെങ്കിൽ ദാ നമ്മുടെ ഡ്രൈവറുടെ ഔട്ട് ഹൗസിൽ പൊയ്ക്കോ. നമ്മുടെ ഡ്രൈവർ അവിടെ കാണും. ഞാൻ നിന്നെ വിളിക്കാം."

മാഡം വീടിനുള്ളിലേക്ക് കയറിപ്പോയി. അത് ഒരു വില്ലയെന്ന് പറഞ്ഞാൽ മാത്രം ശരിയാവില്ല, ഒരു ബംഗ്ലാവു തന്നെയാണ്. പഴമയുള്ള ഒരു പാലസിന്റെ മാതൃകയിലാണ് ആ വീടിന്റെ നിർമ്മിതി. വീടിന് നാലു വശവും വളരെ ഉയർന്നുനിൽക്കുന്ന മതിൽക്കെട്ടുകളാണ്. നാല് പ്രധാന ഗേറ്റുകളാണ് ആ ബംഗ്ലാവിനുള്ളത്. നാല് ഗേറ്റിലും സെക്യൂരിറ്റികളുണ്ട്. മതിലിനു മുകളിൽ നിറയെ ലൈറ്റുകൾ ഘടിപ്പിച്ചിട്ടുണ്ട്. ഗൾഫുനാടു കളിലെ ഒരു സവിശേഷതതന്നെയാണ് ഇത്. ചിലപ്പോഴെങ്കിലും തോന്നാ റുണ്ട് എന്തിനാണ് ഇത്രമാത്രം ലൈറ്റുകൾ ഈ മതിലുകളിലെന്ന്? വീടിനുള്ളിൽ ഉള്ളതിനെക്കാൾ പല മടങ്ങ് ലൈറ്റുകൾ മതിലുകളിലും പുൽത്തകിടിയിലും കാണും.

ബംഗ്ലാവിന്റെ രണ്ടുവശത്തും വിശാലമായ പൂന്തോട്ടം ഒരുക്കിയിട്ടുണ്ട്. പുൽത്തകിടിക്കു നടുവിൽ ചെറിയ വാട്ടർ ഫൗണ്ടനുകളും മാർബിളിൽ തീർത്ത കസാലയുമെല്ലാം കാണാം. എന്നെ കണ്ടയുടനെ ബംഗാളി ഡ്രൈവർ അയാളുടെ റൂമിലേക്ക് വിളിച്ചു.

"വാ ഭായി, ഒരു ചായ കഴിച്ചിട്ട് പോകാം."

ബംഗാളി ഡ്രൈവർക്ക് എന്നോട് വലിയ കാര്യമാണ്. മീറാമാഡവു മായി പുറത്തുപോകുന്നത് അസഹനീയമായ അനുഭവമാണെന്നത്രേ അയാളുടെ അഭിപ്രായം. ഏതെങ്കിലും മാളുകളിൽ പോയാൽ പിന്നെ മണിക്കൂറുകൾ കഴിഞ്ഞുമത്രമേ മടങ്ങിവരികയുള്ളൂ. അവർ ഫ്രണ്ട്സു മായി സംസാരിച്ചിരിക്കുമത്രേ. ഇതെല്ലാം ഒരു ഡ്രൈവറുടെ ജീവിത ത്തിന്റെ ഭാഗമാണെന്ന് പറഞ്ഞെങ്കിലും എനിക്ക് മീറാമാഡത്തിന്റെ ട്രിപ്പു കൾ അരോചകമായി തോന്നാറില്ല. അതുമാത്രമല്ല, എന്നോട് അവർക്ക് പ്രത്യേക സ്നേഹവുമാണ്. ഒരുപക്ഷേ ഞാൻ ഒരു മലയാളിയായതു കൊണ്ടാവും. മാഡത്തിന്റെ ആയ, മലയാളിയായിരുന്നുവത്രേ. അതു കൊണ്ടുതന്നെ കുട്ടിക്കാലം മുതൽ അവർക്ക് ചില മലയാളം വാക്കുകൾ സംസാരിക്കാൻ അറിയാം. അവരുടെ കുടുംബവീട്ടിലെ ഹൗസ് ഡ്രൈവറും എന്തിന് അവരുടെ ബാപ്പയുടെ കച്ചവട സ്ഥാപനങ്ങളിലെ ജോലിക്കാരിൽ ഭൂരിഭാഗവും മലയാളികളാണത്രേ. അവരുടെ ബാപ്പ പല പ്രാവശ്യം കേരളത്തിൽ വന്നിട്ടുണ്ട്. പക്ഷേ അവരുടെ ഹസ്ബന്റിന്

മലയാളികളെ വലിയ താത്പര്യമില്ലത്രേ! എന്നാൽ എന്നോട് പ്രത്യേകം സ്നേഹമാണെന്നുള്ളത് യാഥാർത്ഥ്യം തന്നെയാണ്.

പെട്ടെന്ന് തന്നെ മാഡത്തിന്റെ ഫോൺകോൾ. ഞാൻ ബംഗാളി ഉണ്ടാക്കിതന്ന കറാക്ക് ചായ വേഗത്തിൽ കുടിച്ചുതീർത്ത്, പുറത്തുവന്നപ്പോൾ മാഡം കാറിൽ ഉണ്ടായിരുന്നു. മാർച്ച് മാസമായതുകൊണ്ട് എ.സിയില്ലെങ്കിലും കാറിൽ ഇരിക്കാം.

വന്നയുടനെ മാഡം കൊണ്ടുവന്ന ജ്യൂസ് എനിക്ക് നേരെ നീട്ടി.

"നിനക്ക് ആപ്പിൾ ജ്യൂസ് വേണമോ, ഓറഞ്ച് ജ്യൂസ് വേണമോ?"

എന്റെ നേരെ നീട്ടിയത് ഓറഞ്ചായതുകൊണ്ട് ഞാൻ അത് വാങ്ങി മാഡത്തിന് നന്ദി പറഞ്ഞു.

മാഡം ഇതിനിടയിൽ മൊബൈൽ ഫോണിൽ ചില മെസേജുകൾ ചെയ്യുന്നുണ്ടായിരുന്നു. കാർ അബുദാബി ഹൈവേയിൽ ഇറങ്ങുന്നതുവരെയും മാഡം ഒന്നും മിണ്ടിയില്ല.

ഏറെ നേരത്തിനുശേഷം പറഞ്ഞു:

"ജോബി, പോകുന്ന വഴിയിൽ എന്റെ കുടുംബവീട്ടിൽ കൂടി ഇറങ്ങണം. പിന്നെ, ഇക്കാര്യം ഹസ്ബന്റ് ചോദിച്ചാൽ പറയണ്ടാ."

ഇതിനിടയിൽ തന്നെ അറബാബ് പലപ്രാവശ്യം മാഡത്തിനെ വിളിച്ചിരുന്നു. കുടുംബവീട്ടിൽ ഏറെ നേരം കാത്തുനിന്നശേഷമാണ് അവർ മടങ്ങി വന്നത്. പത്ത് മിനിട്ട് കാത്ത് നിൽക്കാനാണ് എന്നോട് പറഞ്ഞത്. പക്ഷേ എനിക്കറിയാമായിരുന്നു ആ കാത്തിരിപ്പ് ഒരു മണിക്കൂറെങ്കിലുമാകുമെന്ന്. തീർച്ചയായും അവരുടെ ബാപ്പയും ഉമ്മയും സഹോദരങ്ങളുമെല്ലാവരുമായി സംസാരിക്കാനും വിശേഷങ്ങൾ പറയാനും സമയമെടുക്കുമല്ലോ!.

പലപ്പോഴും ഇത്തരം കാത്തിരിപ്പുകൾക്ക് വിധിക്കപ്പെടുമ്പോൾ എന്റെ മനസ്സ് പറയുന്നത് ഇങ്ങനെയാണ്.

"ഇന്നത്തെ അതിഥിയുടെ കാത്തിരിപ്പിനുള്ള ഒരു മിനിട്ടിൽ എത്ര സെക്കന്റാണാവോ കാണുക! തീർച്ചയായും അത് അറുപത് സെക്കന്റിൽ കൂടുമെന്നുള്ള കാര്യത്തിൽ സംശയമില്ല."

ഏകദേശം ഒരു മണിക്കൂർ കഴിഞ്ഞപ്പോൾ മാഡവും ബാപ്പയുമെല്ലാം പുറത്തിറങ്ങി. ഒരുപക്ഷേ, ഞാൻ മലയാളിയാണെന്ന് പറഞ്ഞതുകൊണ്ടാവും ബാപ്പ എന്റെ അടുത്തു വന്ന് പച്ച മലയാളത്തിൽ സംസാരിച്ചത്.

"സുഖമാണോ. നാട്ടിലൊക്കെ മഴയുണ്ടോ?"

എനിക്ക് ഇത് ഒരു ഞെട്ടലായി അനുഭവപ്പെട്ടില്ല. മാഡത്തിന്റെ കുടുംബത്തിലെ മലയാളി സ്നേഹം എനിക്കറിയാവുന്നതാണല്ലോ.

അബുദാബിയിൽ പോലീസ് ഹെഡ്ക്വാർട്ടേഴ്സിലാണ് മീറ്റിംഗ്. മാഡം ഒരു മണിക്കൂർ വെയിറ്റിംഗ് ടൈമാണ് പറഞ്ഞത്. പക്ഷേ, എന്റെ മനസ്സിൽ

അത് രണ്ട് - മൂന്ന് മണിക്കൂർ ആകുമെന്നാണ് കുറിച്ചിട്ടത്. ഏതായാലും ഇംഗ്ലീഷും മലയാളവും പത്രങ്ങളുള്ളത് ഭാഗ്യം. പത്രവായന കഴിഞ്ഞപ്പോൾ സബിതയെ വിളിക്കാമെന്ന് തീരുമാനിച്ചു. ഭാര്യ എന്റെ ഫോൺ പ്രതീക്ഷിച്ചിരുന്നതുപോലെ തോന്നി.

"ഞാൻ അച്ചായന്റെ ഫോൺ കോൾ പ്രതീക്ഷിച്ചതേയുള്ളു. പിന്നെ, ഇന്ന് തിരക്കിലാണോ?"

മീറാ മാഡത്തിനെക്കുറിച്ച് ഞാൻ സബിതയോട് നേരത്തെ സൂചിപ്പിച്ചിട്ടുണ്ട്.

"ഇന്ന് നല്ല കോള് അടിച്ചിട്ടുണ്ടാവുമല്ലേ?"

തമാശ രൂപത്തിലാണ് സബിത പറഞ്ഞതെങ്കിലും അതിൽ സത്യമുണ്ട്. മീറാമാഡം ഒരിക്കലും ഓടുന്ന മൈലേജോ റേറ്റോ നോക്കിയല്ല എനിക്ക് കൂലി തരുന്നത്. തീർച്ചയായും യഥാർത്ഥ റേറ്റിനേക്കാൾ മൂന്ന് മടങ്ങെങ്കിലും കൂടുതൽ കാണും.

"പിന്നെ അച്ചായൻ വിവിനെ എന്നും വിളിക്കണേ. അവന്റെ ഫ്രണ്ട്സ് സർക്കിൾ ശരിയല്ല. പഠിത്തകാര്യത്തിൽ തീരെ ശ്രദ്ധിക്കുന്നില്ല. എപ്പോഴും മൊബൈൽ ഫോണും ഐപാഡും ലാപ്ടോപ്പുമൊക്കെയായി ഇങ്ങനെ കളിച്ചുനടക്കുകയാണ്. വിജിയുടെ കാര്യത്തിൽ എനിക്ക് ഒരു പേടിയുമില്ല. അവൾ നല്ലവണ്ണം പഠിക്കും."

സബിതയുടെ പതിവ് പരാതികളിലെ കഴമ്പ് എനിക്ക് മനസ്സിലാവും. കോളേജ് വിദ്യാർത്ഥികളുടെ മനസ്സ് വായിക്കാനുള്ള അറിവൊക്കെ ഒരു ടാക്സി ഡ്രൈവറായ എനിക്കുണ്ടെന്ന് ഭാര്യക്ക് അറിയാം. പ്രീഡിഗ്രി വരെ ഞാനും കോളേജിൽ തന്നെയല്ലേ പഠിച്ചത്. പക്ഷേ അന്നത്തെ കാലമല്ലല്ലോ ഇന്ന്! ഈ ഗൾഫ് നാട്ടിൽ കഴിഞ്ഞ ഒന്നരപതിറ്റാണ്ടിനുള്ളിൽ എത്ര ആയിരം യാത്രികരാണ് എന്റെ കാറിൽ യാത്ര ചെയ്തിരിക്കുന്നത്. എത്ര നാട്ടുകാർ, എത്ര ഭാഷക്കാർ, എത്ര പ്രായക്കാർ, ഇവരിൽ നിന്നെല്ലാം ഈ ലോകത്തിന്റെ സ്പന്ദനം മനസ്സിലാക്കാൻ ശ്രമിക്കാറുണ്ട്. അതുകൊണ്ടുതന്നെ വിവിന്റെ മനോനില അളക്കാൻ ഒരു പരിധിവരെ എനിക്ക് കഴിയാറുണ്ട്.

"അച്ചായൻ ഇപ്പോൾ തന്നെ അവനെ വിളിച്ച് ഒന്ന് ഗുണദോഷിക്കണം. ഇപ്പോൾ ക്ലാസ് കഴിഞ്ഞ് വീട്ടിൽ വരേണ്ട സമയമാണ്. പക്ഷേ അവൻ കോളേജ് ഗ്രൗണ്ടിൽ പിള്ളാരുമായി കളിച്ച് സന്ധ്യ മയങ്ങുമ്പോൾ മാത്രമാണ് വീട്ടിലെത്താറ്."

സബിത പറയുന്നതുപോലെ ഈ കളിയും സ്പോർട്സുമൊന്നും ഒരു വിപത്തല്ലയെന്ന് എങ്ങനെയാണ് മനസ്സിലാക്കികൊടുക്കുക? ഞാൻ കോളേജിലെ വോളിബാൾ ടീമിൽ അംഗമായിരുന്നു. മത്സരങ്ങളൊന്നും ജയിച്ചിട്ടില്ലയെങ്കിലും ആരോഗ്യം പരിപാലിക്കാനും മനസ്സ് ശുദ്ധമാക്കാനും സ്പോർട്സ് നല്ലൊരു ഉപാധിയാണ്. വിവിൻ എപ്പോഴും ക്രിക്കറ്റിന്റെ

പിന്നാലെയാണ്. ഞാൻ പഠിക്കുന്ന കാലത്ത് ക്രിക്കറ്റൊന്നും വലിയ പ്രചാരമായിട്ടില്ല. ഫുട്ബോളും വോളിബോളും തന്നെയായിരുന്നു ഏറ്റവും കൂടുതൽ പ്രചാരത്തിലുണ്ടായിരുന്നത്. ഇന്നത്തെ കുട്ടികൾ ക്രിക്കറ്റിന്റെ മാസ്മരിക വലയത്തിലാണ്. എനിക്ക് അത് വളരെ സന്തോഷമുള്ള കാര്യമാണ്. പക്ഷേ സബിതയ്ക്ക് ക്രിക്കറ്റെന്നുവച്ചാൽ കണ്ടുകൂടാ. അവൾ പറയുന്നത് ഇതൊരു സമയംകൊല്ലി കളിയാണെന്നാണ്. ക്രിക്കറ്റ് മത്സരങ്ങൾ ടി.വിയിൽ ലൈവായാൽ വിവിൻ എപ്പോഴും അതിന്റെ മുമ്പിലായിരിക്കും. ഞാൻ നാട്ടിൽ പോകുമ്പോൾ ക്രിക്കറ്റ് മത്സരമുണ്ടെങ്കിൽ വിവിനോടൊത്തിരുന്ന് കളി കാണാറുണ്ട്. അപ്പോഴെല്ലാം സബിത ഇങ്ങനെയാണ് പറയുക.

“ഹോ, പപ്പയും മോനും കൂടി എപ്പോഴും കളികണ്ടിങ്ങനെയിരുന്നോ. ഈ അച്ചായനാണ് ഈ ചെക്കനെ പാഴിക്കളയുന്നത്.”

ഇത് കേട്ടാലുടൻ വിവിൻ എന്റെ മുഖത്ത് നോക്കുക സാധാരണയാണ്.

“പപ്പാ എന്റെ കൂടെയിരുന്ന് കളികാണാതെ എഴുന്നേറ്റ് ചെല്ല്. ഇല്ലെങ്കിൽ മമ്മി എന്നെക്കൂടി എഴുന്നേൽപ്പിക്കും.”

പറയാതെ പറയുന്ന അവന്റെ നോട്ടം എനിക്ക് മനസ്സിലാകുമെന്ന് വിവിനറിയാം. ഉടനെ ഞാൻ എഴുന്നേറ്റ് ചെല്ലും. ഇത് മനസ്സിലാവുന്നത് എന്റെ മോൾക്ക് മാത്രമാണ്. അവൾ പറയും:

“പപ്പായ്ക്ക് ഈ മമ്മിയെ വലിയ പേടിയാണ്!”

ഞാൻ ചിരിച്ചുകൊണ്ട് അവളുടെ ചെവിയിൽ ഒരു പിച്ചു കൊടുക്കും.

“പിന്നെ അച്ചായാ, അതുപോലെ അവന് ആവശ്യമില്ലാതെ പൈസയൊന്നും കൊടുക്കരുത്. അവൻ സിനിമയ്ക്ക് പോകും. ഞാൻ പറയുന്നില്ല ബാക്കി! അവന്റെ ആവശ്യത്തിനുള്ള പൈസ ഞാൻ കൊടുക്കാറുണ്ടല്ലോ.”

സബിതയുടെ ഏറ്റവും വലിയ പരാതി ഇതു തന്നെയാണ്. സബിതയറിയാതെ ചിലപ്പോഴെങ്കിലും ഞാൻ അവന് എക്സ്ചേഞ്ചുവഴി പൈസ അയച്ചുകൊടുക്കാറുണ്ട്. ചെറുപ്പക്കാരനായ അവന് ചെലവുകളൊക്കെ കാണില്ലേ? എന്റെ ചെറുപ്പകാലമാണ് ഓർമവരുന്നത്. ഉള്ള പണം കൊണ്ട് അപ്പനെയും അമ്മച്ചിയെയും ബുദ്ധിമുട്ടിക്കാതെ ജീവിക്കാനാണ് ഞാൻ ശീലിച്ചിട്ടുള്ളത്, അല്ലെങ്കിൽ എന്റെ തലമുറ ചെയ്തിട്ടുള്ളത്. പക്ഷേ ഇന്നത്തെ തലമുറയ്ക്ക് ഇത് മനസ്സിലാവണമെന്നില്ല. കൂട്ടുകാരുടെ ജീവിതനിലവാരത്തിനനുസരിച്ച് അവർക്ക് ഉയരേണ്ടിവരും. പുതിയ ഷൂസ്, ഷർട്ട്, ജീൻസ്, വാച്ച്, മൊബൈൽ ഫോൺ തുടങ്ങിയവയ്ക്കൊക്കെ പണം വേണ്ടേ.

സബിത എണ്ണി തിട്ടപ്പെടുത്തിയാണ് അവന് പൈസ കൊടുക്കുക. വീട്ടിൽ നിന്നും ലഞ്ചും കൊടുത്തു വിടും. പക്ഷേ അവൻ മിക്കവാറും

ദിവസങ്ങളിൽ കൂട്ടുകാരോടൊത്ത് ക്യാന്റീനിലോ റെസ്റ്റോറന്റിലോ പോയി ഭക്ഷണം കഴിക്കാനാണ് അവന് താത്പര്യം.

ഇത്തരം വിഭിന്നമായ അഭിരുചികൾക്ക് മകനേയോ ഭാര്യയേയോ കുറ്റപ്പെടുത്തിയിട്ട് കാര്യമില്ലെന്ന് എനിക്കറിയാം. അവരെ തിരുത്താൻ ശ്രമിക്കുന്നതിലും വലിയ കാര്യമുണ്ടെന്ന് തോന്നുന്നില്ല. ഏതൊരു ഭർത്താവിനെയും പോലെ ഇത്തരം വിഷയങ്ങളെ ഡിപ്ലോമാറ്റിക് ആയി നേരിടുക. അതുകൊണ്ടാണ് ഭാര്യയറിയാതെ വിവിന് പൈസ അയച്ചു കൊടുക്കേണ്ടിവരുന്നത്. അവൻ പറയുന്ന കാര്യങ്ങളിൽ ചിലപ്പോഴെങ്കിലും ശരിയുണ്ടെന്ന് തോന്നാറുണ്ട്.

"അച്ചായൻ ഇപ്പോൾ തന്നെ വിളിക്കണേ."

സബിത പറഞ്ഞയുടനെ തന്നെ വിവിനെ വിളിക്കാമെന്ന് കരുതി. രണ്ട് പ്രാവശ്യം വിളിച്ചിട്ടും അവൻ ഫോൺ എടുത്തില്ല. മൂന്നാമത്തെ പ്രാവശ്യമാണ് അവൻ ഫോൺ എടുത്തത്.

"പപ്പാ, ഞാനിപ്പോൾ ക്രിക്കറ്റ് കളിയിലാണ്. അരമണിക്കൂർ കഴിഞ്ഞ് ഞാനങ്ങോട്ട് മിസ്ഡ് കോൾ തരാം."

വിവിന്റെ തിരക്ക് എനിക്ക് മനസ്സിലാവും. പക്ഷേ അവന്റെ ഒരു മിനിട്ടിൽ എത്ര സെക്കന്റായിരിക്കുമെന്നായി എന്റെ ചിന്ത! പുറത്തുള്ള സ്ട്രീറ്റിലെ മലയാളിയുടെ കടയിൽ പോയി ഒരു ചായ കുടിച്ച് മടങ്ങി വന്നപ്പോഴാണ് മീറാമാഡം വിളിച്ചത്. ഞാൻ വാച്ച് നോക്കി. ഇന്ന് പ്രതീക്ഷിച്ചതിനെക്കാളും നേരത്തെ ഇറങ്ങിയിരിക്കുന്നു. ഒരുപക്ഷേ, മീറ്റിംഗ് നേരത്തെ കഴിഞ്ഞുകാണും.

അബുദാബിയിൽ നിന്നും മടങ്ങുമ്പോൾ നല്ല തിരക്ക്. വൈകുന്നേരങ്ങളിൽ സ്ഥിരം കാണുന്ന തിരക്കാണിത്. മീറാമാഡം വലിയ സന്തോഷത്തിലും ഉത്സാഹത്തിലുമായിരുന്നു. കാര്യം അന്വേഷിച്ചില്ല. ഒരുപക്ഷേ മീറ്റിംഗിൽ അവർക്ക് നല്ല പ്രശംസ കിട്ടിക്കാണുമായിരിക്കും. കുറെ കഴിഞ്ഞാണ് മാഡം സംസാരിച്ചത്.

"ജോബി, അടുത്ത പെട്രോൾ സ്റ്റേഷനിൽ ഒന്നു കയറണം. നമുക്കെന്തെങ്കിലും ഡ്രിങ്ക്സ് കഴിക്കണ്ടേ?"

അടുത്തുള്ള പെട്രോൾ സ്റ്റേഷനിൽ നിർത്തിയപ്പോൾ മാഡം തന്നെയാണ് നേരിട്ടുപോയി ഡ്രിങ്ക്സും ബർഗറും മറ്റും വാങ്ങിയത്. ഞാൻ കാറിൽ തന്നെയിരുന്നു.

'ജോബി, ഇതാ എന്റെ വക ഒരു ചെറിയ ട്രീറ്റാണിത്. എനിക്ക് പ്രൊമോഷൻ കിട്ടാൻ പോകുന്നു."

ഞാൻ മാഡത്തിന് താങ്ക്സും ഒപ്പം കൺഗ്രാറ്റ്സും പറഞ്ഞു.

മാഡം പതിഞ്ഞ സ്വരത്തിൽ അവരുടെ ജീവിതവിജയങ്ങൾ എന്നോട് പറഞ്ഞുതുടങ്ങി.

"ജോബിക്കറിയാമോ, ഈ പ്രമോഷനും ജോലിയുമൊന്നും ഒരു പെണ്ണിന് സ്വപ്നം കാണുന്നതിനുമപ്പുറമാണ്. എല്ലാം എന്റെ കഠിന പ്രയത്നം ഒന്നുകൊണ്ടുമാത്രമാണ് നേടിയെടുത്തത്."

പലപ്പോഴും മാഡം വികാരാധീനയാകുന്നത് ഞാൻ അറിഞ്ഞു. വളരെ ചെറിയ പ്രായത്തിലാണ് അവരുടെ നിക്കാഹ് കഴിഞ്ഞത്. അറബാബിന് അവരെക്കാൾ ഏകദേശം ഇരുപതോളം വയസ്സ് പ്രായക്കൂടുതലുണ്ടായിരുന്നു. ആദ്യകാലങ്ങളിൽ അറബാബിന്റെ മക്കളെ വളർത്തുകയെന്നതായിരുന്നു അവരുടെ ജോലി. ക്രമേണ അവർ തന്റെ അസ്തിത്വം മനസ്സിലാക്കുകയായിരുന്നു. ആദ്യമൊക്കെ കോളേജ് വിദ്യാഭ്യാസം ചെയ്യണമെന്ന് പറഞ്ഞപ്പോൾ അറബാബ് സമ്മതിച്ചില്ലത്രേ.

"നമുക്ക് നല്ല രീതിയിൽ ജീവിക്കണമെങ്കിൽ നല്ല വിദ്യാഭ്യാസം വേണ്ടേ. അതിന്റെ ഗുണം നമ്മുടെ മക്കൾക്ക് തന്നെയാണ്. ഞാൻ മാത്രമല്ല നിങ്ങളും ഉപരിപഠനത്തിന് പോകണം."

അറബാബിന്റെ ഈഗോ മനസ്സിലാക്കിയ മാഡം ആദ്യം അറബാബിനെ തന്നെയാണ് കോളേജിൽ ചേരാൻ പ്രേരിപ്പിച്ചത്. അറബാബിന്റെ മക്കളെ വളർത്തുന്നതിനൊടൊപ്പം അദ്ദേഹത്തിന്റെ പഠനത്തേയും അവർ സഹായിച്ചു.

"ജോബി, അക്കാലത്ത് ഞാൻ തന്നെയായിരുന്നു ഹസ്ബന്റിന്റെ പ്രോജക്ടുകളും അസൈൻമെന്റുകളും ചെയ്തു കൊടുത്തിരുന്നത്. എത്രയോ പ്രാവശ്യം പഠനം നിർത്താൻ തീരുമാനിച്ചു. എക്സാമുകളിൽ മാർക്ക് കുറയുമ്പോൾ അദ്ദേഹം ആകെ ഡൗൺ ആകുമായിരുന്നു. പക്ഷേ ഞാൻ പൂർണ്ണമായ പിന്തുണ നൽകി ഒപ്പം നിന്നു. അദ്ദേഹത്തിന്റെ മക്കൾക്കും ഞാൻ തന്നെയായിരുന്നു വേണ്ട നിർദ്ദേശങ്ങൾ നൽകിയിരുന്നത്."

ഇതിനിടയിൽ അവർക്കും രണ്ട് മക്കൾ ജനിച്ചു. അറബാബ് ഗ്രാജ്വേറ്റ് ആയതോടുകൂടി അദ്ദേഹത്തിന്റെ ബിസിനസ്സിലും അതിന്റെ പുരോഗതി ഉണ്ടായത്രേ.

"പിന്നീടാണ് ജോബീ, ഞാൻ കോളേജ് വിദ്യാഭ്യാസം ആരംഭിച്ചത്. ആദ്യമൊക്കെ ഹസ്ബന്റിന്റെ റിലേറ്റീവ്സ് എതിർത്തിരുന്നു. പക്ഷേ എനിക്ക് ഹസ്ബന്റിന്റെ പിന്തുണ കിട്ടി."

അങ്ങനെ അവരും ഗ്രജ്വേറ്റ് ആയി. തുടർന്നാണ് പൊലീസ് ഡിപ്പാർട്ടുമെന്റിൽ ഉന്നത തസ്തികയിൽ ജോലി ആകുന്നത്. അവിടെ നിന്നും പല പ്രൊമോഷനുകളും നേടിയെടുത്തു.

"പിന്നീട് എന്റെ ശ്രദ്ധ മക്കളിലായി. ഞാൻ ആദ്യമെ ഹസ്ബന്റിനോട് പറഞ്ഞിട്ടുണ്ട് എന്റെ മക്കൾക്ക് നല്ല ഇംഗ്ലീഷ് വിദ്യാഭ്യാസം നൽകണമെന്ന്. ഞാൻ അതുകൊണ്ട് പബ്ലിക് സ്കൂളുകളെ വിട്ട് ഉയർന്ന ഫീസ് കൊടുത്ത് ഇന്റർനാഷണൽ സ്കൂളിൽ മക്കളെ ചേർത്തു. അവർ

അമേരിക്കക്കാരുടെയും ബ്രിട്ടീഷുകാരുടെയും മക്കളോടൊത്തിരുന്ന് പഠിച്ചു. അതോടൊപ്പം ഞാനും വീട്ടിൽ ഇംഗ്ലീഷിൽ സംസാരിക്കാൻ തുടങ്ങി.'

മക്കൾക്ക് ഇംഗ്ലീഷ് വിദ്യാഭ്യാസത്തിന്റെ പൂർണമായ പ്രയോജനം കിട്ടാൻ അവർ വീട്ടിലെ ബംഗ്ലാദേശി ആയയെവരെ മാറ്റിയത്രേ. കാരണം ബംഗ്ലാദേശി മെയ്ഡിനെക്കാൾ നല്ലവണ്ണം ഇംഗ്ലീഷ് സംസാരിക്കുന്നത് ഫിലിപ്പിനി സർവന്റ് മെയ്ഡുകളാണത്രെ.

"നോക്കൂ ജോബീ, അതിന്റെയൊക്കെ പ്രയോജനം ഇപ്പോൾ കിട്ടിത്തുടങ്ങി. ഇന്റർനാഷണൽ സ്കൂളിലെ പല കോമ്പറ്റീഷനുകളിലും എന്റെ മക്കൾക്കാണ് പ്രൈസ്. മക്കളെ ഇംഗ്ലീഷ് മീഡിയത്തിൽ ചേർക്കുന്നതിനെ എതിർത്ത ഹസ്ബന്റിന്റെ സഹോദരങ്ങളുടെ മുന്നിൽ എനിക്കിപ്പോൾ തലയുയർത്തി നിൽക്കാൻ കഴിയുന്നു. നിനക്കറിയാമോ ഹസ്ബന്റിന്റെ മറ്റു മക്കളെല്ലാം ഇപ്പോൾ യൂണിവേഴ്സിറ്റിയിൽ നല്ല പെർഫോമൻസാണ് കാഴ്ചവെയ്ക്കുന്നത്."

മാഡത്തിന്റെ മുഖത്ത് വല്ലാത്ത ആത്മാഭിമാനവും സംതൃപ്തിയും നിറഞ്ഞു നിൽക്കുന്നുണ്ടായിരുന്നു. ഇതിനിടയിൽ അറബാബ് ഫോൺ ചെയ്യുന്നുണ്ടായിരുന്നു. അദ്ദേഹം വീട്ടിൽ എത്തിക്കഴിഞ്ഞുവത്രേ.

"ജോബീ, എനിക്ക് എന്റെ അറേബ്യൻ കൾച്ചറിൽ തികഞ്ഞ അഭിമാനവും സംതൃപ്തിയുമുണ്ട്. പക്ഷേ നമ്മൾ ഇന്ന് ഒരു ആഗോള സമ്പദ് വ്യവസ്ഥയുടെ ഭാഗമാണ്. അവിടെ പിടിച്ചുനിൽക്കണമെങ്കിൽ നമ്മൾ ഓരോരുത്തരും തികച്ചും കോംപീറ്റന്റ് ആവണം. അവിടെയാണ് ഇംഗ്ലീഷ് ഭാഷയുടെയും പാശ്ചാത്യവിദ്യാഭ്യാസത്തിന്റെയും പ്രാധാന്യം. ഇക്കാര്യം നമ്മുടെ ഭരണസാരഥികൾ വളരെ നേരത്തെ തന്നെ മനസ്സിലാക്കിയിരുന്നു."

മാഡത്തിന്റെ അഭിപ്രായം വളരെ ശരിയാണെന്ന് എനിക്കു തോന്നി. വിവിനെ വിളിച്ച് ഇക്കാര്യങ്ങൾ ഇന്നുതന്നെ ഉപദേശിക്കണമെന്ന് ഞാൻ തീരുമാനിച്ചു.

"ജോബി ശ്രദ്ധിക്കാറുണ്ടോ? ഞാൻ എല്ലാ ബ്രേക്കുകൾക്കും ഫാമിലിയായി യൂറോപ്പിൽ ടൂർ ചെയ്യാറുണ്ട്. അത് ഞാൻ മനഃപൂർവ്വം ചെയ്യുന്നതാണ്. യൂറോപ്യൻ സംസ്കാരവും ജീവിതവും എന്റെ മക്കൾ നേരിട്ട് മനസ്സിലാക്കണം. കഴിഞ്ഞ മാസവും ഞങ്ങൾ ജനീവയിൽ പോയിരുന്നു."

അറേബ്യൻ നാടുകളിൽ നിന്നും എല്ലാ വെക്കേഷൻകാലത്തും യൂറോപ്യൻ രാജ്യങ്ങളിലേക്കുള്ള ടൂറിസ്റ്റുകളുടെ പ്രവാഹം ഞാനും ശ്രദ്ധിച്ചിട്ടുണ്ട്. ജീവിതം അടിച്ചുപൊളിക്കാനാണ് അറബികൾ യൂറോപ്പിലേക്കും മറ്റു പാശ്ചാത്യരാജ്യങ്ങളിലേക്കും പോകുന്നതെന്നാണ് കരുതിയിരുന്നത്. ഇത്തരം യാത്രകളുടെ യഥാർത്ഥ സാമൂഹിക ശാസ്ത്രവും മനഃശാസ്ത്രവും ഇപ്പോൾ എനിക്ക് മനസ്സിലാവുന്നു.

ഈ വൈകിയ വേളയിലും ഇത്രമാത്രം ഉന്മേഷത്തോടെയിരിക്കുന്ന മീറാമാഡത്തിന്റെ വ്യക്തിത്വത്തെ എനിക്ക് അഭിനന്ദിക്കാതിരിക്കാൻ കഴിഞ്ഞില്ല. കഴിഞ്ഞ രണ്ടു ദിവസമായി ഒമാനിലെ കോൺഫറൻസിലായിരുന്നു. അവിടെ നിന്നും നേരെ അബുദാബിയിലെ മീറ്റിംഗ്. ഇപ്പോഴും അവർ തികച്ചും ഊർജ്ജസ്വലയായിരിക്കുന്നു. അക്കാര്യം മാഡത്തോട് തുറന്നു പറഞ്ഞു. എന്നാൽ മാഡത്തിന്റെ മറുപടി വളരെ ലളിതമായിരുന്നു.

“ജോബീ, ഇതെല്ലാം നമ്മുടെ മനസ്സിന്റെ അതുമല്ലെങ്കിൽ കാഴ്ചപ്പാടിന്റെ റിഫ്ളക്ഷനാണ്. നമുക്ക് ഓരോരുത്തർക്കും ഇതിന്റെ അപ്പുറം ചെയ്യാൻ കഴിയും. ഞാൻ നിങ്ങളുടെ മുൻ പ്രസിഡന്റ് ഡോക്ടർ അബ്ദുൾ കലാമിന്റെ വിംഗ്സ് ഓഫ് ഫയർ എന്ന പുസ്തകം വായിച്ചിട്ടുണ്ട്. അദ്ദേഹവും ഇതുതന്നെയല്ലേ പറയുന്നത്.”

എനിക്ക് മാഡത്തോട് കൂടുതൽ ബഹുമാനമാണ് തോന്നുന്നത്. ഒരു ചെറിയ യാത്ര കഴിഞ്ഞാൻ വലിയ ക്ഷീണം തോന്നുന്ന എന്നെപ്പോലെയുള്ള ആളുകൾ വലിയ മടിയന്മാർ തന്നെയെന്ന് ഇപ്പോൾ മനസ്സിലാവുന്നു. എനിക്ക് എന്റെ മകനെ ഉപദേശിക്കാൻ അർഹതയുണ്ടെന്ന് പോലും തോന്നുന്നില്ല.

മാഡത്തെ വീട്ടിലെത്തിച്ചയുടൻ തന്നെ ഞാൻ റൂമിലേക്ക് പോയി. വിവിനെ വിളിച്ച് കാര്യമായി ഉപദേശിച്ചു. മീറാമാഡത്തിൽ നിന്നും കിട്ടിയ ആശയങ്ങൾ അതേപോലെതന്നെ വിവിനിലേക്ക് പകർന്നുനൽകി. പക്ഷേ ഫോണിലൂടെയാണെങ്കിലും അവന്റെ അതൃപ്തി എനിക്ക് മനസ്സിലാക്കാൻ കഴിയും. കൗമാരക്കാരെ ഉപദേശിക്കുന്നതിൽ അർത്ഥമില്ലെന്ന് ചിലപ്പോഴെങ്കിലും ഫാദർ പറയുന്നത് ശ്രദ്ധിച്ചിട്ടുണ്ട്. അവരെ ജീവിച്ച് മാതൃകയായി കാണിച്ചുകൊടുക്കണമെന്നാണ് ഫാദറിന്റെ അഭിപ്രായം.

രാത്രി ഉറങ്ങാൻ കിടക്കാൻ നേരമാണ് അംബികാമാഡത്തിന്റെ ഫോൺകോൾ വന്നത്.

“ഹായ് ജോബി, വിളിച്ചു ബുദ്ധിമുട്ടിച്ചതിന് സോറി.”

മാഡം ഇവിടെയില്ലെങ്കിൽ വളരെ യാദൃശ്ചികമായി മാത്രമേ എന്നെ വിളിക്കാറുള്ളൂ. ജർമ്മനിയിലെ ബിസിനസ്സ് തിരക്കുകളിൽ പെട്ടാലുള്ള കാര്യം നമുക്ക് ഊഹിക്കാൻ കഴിയുമല്ലോ. സാധാരണയായി അവർ ദുബായിൽ വരുന്നതിന് ഒരാഴ്ച മുമ്പും പിന്നീട് മടങ്ങിപ്പോയി ജർമ്മനിയിൽ ഇറങ്ങിയാൽ ഉടനെയും എന്നെ വിളിക്കാറുണ്ട്. ഇപ്പോൾ വിളിച്ചതിന് പ്രധാന കാരണം അവരുടെ ദുബായിലെ ഫ്ളാറ്റിലേക്ക് നാട്ടിൽ നിന്നും ഒരു മെയ്ഡിനെ കൊണ്ടുവരുന്നതുമായി ബന്ധപ്പെട്ടിട്ടാണ്.

“ജോബി, ഏത് പ്രായക്കാരായാലും കുഴപ്പമില്ല. എനിക്ക് ദുബായിൽ വരുമ്പോൾ സഹായത്തിന് ഫ്ളാറ്റിൽ ഒരാൾ. അത്രമാത്രമേ എനിക്കാവശ്യമുള്ളു. ജോബിക്കാകുമ്പോൾ നാട്ടിൽ ഒരുപാട് ബന്ധങ്ങളുണ്ടല്ലോ.

കഴിയുമെങ്കിൽ അടുത്തമാസം തന്നെ എത്തിക്കാൻ നോക്കണം. ബാക്കി കാര്യങ്ങൾ നമുക്ക് അടുത്തയാഴ്ച സംസാരിക്കാം."

മാഡത്തിന്റെ സംസാരം കേട്ടപ്പോൾ എനിക്ക് അത്ഭുതമാണ് തോന്നിയത്. ജർമ്മനിയിൽ ജീവിക്കുന്ന ഇവർക്ക് ദുബായിലെന്തിനാണ് ജോലിക്കാരി? ദുബായിലെ ഫ്ളാറ്റിൽ വല്ലപ്പോഴുമാണ് മാഡം വരുന്നത്! മാത്രമല്ല, ഇപ്പോൾ ഫ്ളാറ്റ് വാടകയ്ക്ക് കൊടുത്തിരിക്കുകയുമാണ്. ഒരുപക്ഷേ ഫ്ളാറ്റ് ഒഴുപ്പിച്ചെടുത്തിരിക്കും. ഇനി ഒരുപക്ഷേ മാഡം ജർമ്മനിയിൽ നിന്നും ബിസിനസ്സ് മതിയാക്കി ദുബായിലേക്ക് മാറുന്നതാണെങ്കിലോ?

എന്റെ മനസ്സിൽ മാഡത്തെക്കുറിച്ചുള്ള പലപല ചിന്തകൾ മിന്നിമാഞ്ഞു. സമയത്തും കാലത്തും വിവാഹം കഴിക്കാത്തതിന്റെയും മക്കളുണ്ടാകാത്തതിന്റേയും കുഴപ്പമാണ് ഇവർക്ക്!

പിറ്റേന്നു രാവിലെ തന്നെ സബിതയെ വിളിച്ച് കാര്യം പറഞ്ഞു. രാവിലത്തെ തിരക്കിനിടക്കാണ് ഞാൻ വിളിച്ചതെങ്കിലും അവൾക്ക് ഇതു കേട്ടപ്പോൾ ചിരിയാണ് വന്നത്. അംബികാമാഡത്തിന്റെ കാര്യങ്ങൾ പലപ്പോഴും സബിതയുമായി സംസാരിച്ചിട്ടുണ്ട്. നാട്ടിൽ തന്നെ ഏതെങ്കിലും സ്ത്രീകളെ അന്വേഷിക്കാമെന്ന് അവൾ പറഞ്ഞു.

"പക്ഷേ ശമ്പളം എത്ര കൊടുക്കും?"

സബിതയുടെ ചോദ്യത്തിന്റെ പ്രസക്തി ചിന്തിച്ചിരുന്നില്ല. ഏതായാലും മാഡം വിളിക്കുമ്പോൾ അന്വേഷിച്ചിട്ട് കാര്യങ്ങൾ പറയാമെന്ന് സബിതയോട് സൂചിപ്പിച്ചു. സബിതയാകുമ്പോൾ ഹോസ്പിറ്റലിൽ കൂടെ ജോലി ചെയ്യുന്ന മറ്റു സ്റ്റാഫുകളുമായി സംസാരിച്ച് നല്ലൊരു സ്ത്രീയെ കണ്ടെത്താൻ കഴിയും. ഒരുപക്ഷേ ഗൾഫിൽ മുൻപരിചയമുള്ള സ്ത്രീകളെതന്നെ. ശമ്പളം വ്യക്തമായാൽ ബാക്കി കാര്യങ്ങളെല്ലാം താനേ ശരിയാകുമെന്ന് മനസ്സ് പറഞ്ഞു. താമസവും ഭക്ഷണവും മാഡത്തിന്റെ കൂടെയായതുകൊണ്ട് മറ്റു ബുദ്ധിമുട്ടുകൾ ഉണ്ടാകില്ല.

മാർച്ച് മാസത്തെ ഇളം ചൂടിലും തണുപ്പിലും അലിഞ്ഞുചേർന്ന് ഞാൻ മണൽപരപ്പിലെ മരുപ്പച്ചകൾ തേടി കാർ പായിച്ചുകൊണ്ടിരുന്നു. എന്റെ ലാന്റ് ക്രൂയിസർ സഞ്ചാരികളുമായി തലങ്ങും വിലങ്ങും പാഞ്ഞുകൊണ്ടേയിരുന്നു. അതിന് രാത്രിയോ പകലോ എന്ന വ്യത്യാസവുമില്ലായിരുന്നു. നല്ലൊരു ടൂറിസ്റ്റ് സീസണിന്റെ പരിസമാപ്തിയോടടുത്തിരുന്നു അപ്പോൾ.

ഏപ്രിൽ

ഗൾഫിലെ ഏപ്രിൽ പ്രഭാതങ്ങൾ കേരളത്തേതിനു സമാനമാണെന്ന് പലപ്പോഴും തോന്നാറുണ്ട്. ഉച്ച കഴിയുന്നതോടെ ചൂട് നാട്ടിലെ കുംഭമാസത്തിലേതുപോലെ കനക്കും. എന്നാലും ഒരു പ്രവാസിയെ സംബന്ധിച്ച് അത് സുഖകരമായ കാലാവസ്ഥ തന്നെയാണ്. ഒരു ചൂടുചായയുമായി പത്രത്താളുകളിൽ ഗൃഹാതുരതയുണർത്തുന്ന നാടൻ വാർത്തകൾ പരതുന്നതിനിടയിലാണ് നാട്ടിൽ നിന്നും വേണുവിന്റെ ഫോൺകോൾ. നാട്ടിലെ ഏറ്റവും അടുത്ത ബാല്യകാല സുഹൃത്ത്.

"എന്താ വേണു? എന്തെങ്കിലും അത്യാവശ്യം?"

രാവിലെ അപ്രതീക്ഷിതമായി ഫോൺകോൾ വരുമ്പോൾ ഒരു പ്രവാസിക്ക് ഞെട്ടലുണ്ടാവുക സ്വാഭാവികം.

"എടാ എനിക്ക് ലോട്ടറിയടിച്ചു. ഒരു കോടി!"

സന്തോഷം അടക്കാൻ കഴിഞ്ഞില്ല. അത്രമാത്രം ദുഃഖങ്ങളും ദുരിതങ്ങളുമാണ് വേണു അനുഭവിച്ചിട്ടുള്ളത്. ജീവിതം എന്നും ഒരു കീറാമുട്ടിയായിട്ടാണ് വേണുവിന്റെ മുന്നിൽ അവതരിച്ചിട്ടുള്ളത്. ഞാനും പല പ്രാവശ്യം ഗൾഫിൽ കൊണ്ടുവരാൻ ശ്രമിച്ചിട്ടുണ്ട്. പക്ഷേ അതൊന്നും യാഥാർത്ഥ്യമായില്ല എന്നുമാത്രം.

"എടാ നിന്റെ നല്ലകാലം തുടങ്ങിയെടാ. നിന്നോട് എപ്പോഴും പറയാറില്ലേ, നിനക്ക് നല്ലകാലം വരുമെന്ന്. ഇപ്പോൾ സന്തോഷമായെടാ."

ഞാൻ സന്തോഷം പങ്കുവയ്ക്കുന്നതിനിടയിലാണ് അവന്റെ ചോദ്യം:

"എടാ ഇന്നത്തെ ദിവസമെന്താണ്?"

ഞാൻ പത്രത്താളിൽ നിന്നും തിയതി കണ്ടെടുത്ത് പറഞ്ഞു.

"ഏപ്രിൽ ഒന്ന്. അതിനെന്താ."

മറുവശത്ത് വേണുവിന്റെ പൊട്ടിച്ചിരിയാണ് കേൾക്കാൻ കഴിഞ്ഞത്. പെട്ടെന്ന് തന്നെ കാര്യം പിടികിട്ടി. അപ്പോൾ വേണു പറഞ്ഞു:

"ഏപ്രിൽ ഫൂൾ!"

തുടർന്ന് അവൻ ഒന്നും പറയാതെ ഫോൺ കട്ട് ചെയ്തു.

സത്യത്തിൽ വിഷമമാണ് തോന്നിയത്. ജീവിതത്തിൽ എടുത്താൽ പൊങ്ങാത്ത ഭാരം അവൻ ചുമക്കുന്നുണ്ട്. സഹോദരിമാരുടെ കല്യാണം, പ്രായമായ മാതാപിതാക്കളുടെ ആശുപത്രി ചെലവുകൾ, എല്ലാം ചേർന്നപ്പോൾ അവൻ വിവാഹം കഴിക്കാൻ മറന്നുപോയി. സ്വന്തം കാര്യം നോക്കാൻ വേണുവിന് ഇതുവരെയും സമയം കിട്ടിയിട്ടില്ല. ഒരു ഏപ്രിൽ ഫൂളിന്റെ ലാഘവത്തോടെ ജീവിതത്തെ പരിഹസിക്കാൻ വേണുവിന് എങ്ങനെ കഴിയുന്നു എന്നതായിരുന്നു ചിന്ത. അവനെ തിരിച്ചു വിളിച്ച് നല്ല വഴക്കു പറഞ്ഞു:

"എടാ നീ ഇതെന്ത് തമാശയാണ് കാണിക്കുന്നത്? നിനക്കെങ്ങനെ ഇതിന് കഴിയുന്നു?"

വേണുവിന്റെ മറുപടി മറ്റൊരു ചിരിയിൽ നിന്നായിരുന്നുവെന്ന് മാത്രം.

"അതേടാ, എനിക്ക് സ്വയം ഫൂളാകാൻ ആരുടേയും അനുവാദം വേണ്ടല്ലോ. നിന്നെ ഒന്ന് വിളിക്കാമെന്ന് വച്ചു. കുറെ നാളായില്ലേ നമ്മൾ തമ്മിൽ സംസാരിച്ചിട്ട്. നീ എന്നാണ് നാട്ടിൽ വരുന്നത്? നിന്റെ അപ്പനെ ഇടയ്ക്ക് കാണാറുണ്ട്. തീരെ വയ്യാ. തോട്ടത്തിലൊന്നും പോവരുതെന്ന് നീ ഒന്നു പറഞ്ഞു മനസ്സിലാക്കണം."

ഞങ്ങൾ ഏറെ നേരം സംസാരിച്ചു. തുടർന്ന് ഏപ്രിൽ ഫൂളിന്റെ ഉന്മാദത്തിൽ ഞാനും പലർക്കും ചില പണികൾ കൊടുത്തു. പക്ഷേ, പലതും ചീറ്റിപ്പോയെന്നുള്ളതാണ് വാസ്തവം! സ്വയം ഫൂളായി കഴിഞ്ഞിരുന്നതുകൊണ്ട് എന്റെ ഫലിതം ഫലിക്കാതെയും പോയി.

രാവിലെ വലിയ തിരക്കൊന്നുമില്ലാത്തതുകൊണ്ട് ഫാദറിനെ ഒന്നു കാണാമെന്ന് വിചാരിച്ചു. പക്ഷേ റൂമിൽ കണ്ടില്ല; പോർച്ചിൽ കാറും ഉണ്ടായിരുന്നില്ല. ഒരുപക്ഷേ എവിടെയെങ്കിലും പോയതായിരിക്കും. സാധാരണയായി ദൂരെ എവിടെ പോകണമെങ്കിലും ഞാനാണ് കൊണ്ടുപോവുക. ഫാദർ ദൂരെ സ്ഥലങ്ങളിലേക്കൊന്നും ഡ്രൈവ് ചെയ്യാറില്ല.

കുറേനേരം അവിടെ ചുറ്റിപ്പറ്റിനിന്ന ഞാൻ നേരെ അബൂക്കായുടെ കഫേറ്റേറിയയിലേക്ക് പോയി. അവിടെ വലിയ തിരക്കൊന്നും കണ്ടില്ല. ഒരു നാടൻ ചായ കൊണ്ടുവന്നു. അബൂക്കാ ചോദിച്ചു:

"എന്താ ജോബി, രാവിലെ ഓട്ടമൊന്നും ഇല്ലേ?"

കഴിഞ്ഞ നാല് പതിറ്റാണ്ടുകളായി ആൽഐനിൽ കഫേറ്റേറിയ നടത്തുന്ന മലപ്പുറത്തുകാരനാണ് അബൂബക്കർ എന്ന അബൂക്ക. പത്രവായനക്കിടയിൽ പല നാട്ടുകാര്യങ്ങളും ഞങ്ങൾ സംസാരിച്ചു. കൂടുതലും നാട്ടിലെ രാഷ്ട്രീയ കാര്യങ്ങൾ തന്നെയായിരുന്നു. പ്രവാസികളുടെ സ്ഥിരം സംഭാഷണങ്ങളിൽ രാഷ്ട്രീയം ഒഴിച്ചുകൂടാൻ പറ്റാത്ത ഒന്നാണല്ലോ. നാട്ടിലെ പോലെ തന്നെ അംഗീകൃത രാഷ്ട്രീയ പാർട്ടികളിൽ അംഗങ്ങളും സജീവ പ്രവർത്തകരുമാണ് പ്രവാസികളിൽ ഭൂരിഭാഗവും. പക്ഷേ പരസ്പരം വൈരമില്ലെന്നുമാത്രം. വിദേശരാജ്യത്ത് പണിയെടുക്കുമ്പോൾ ഒരുമിപ്പിച്ചു നിർത്തുന്ന മലയാളിയെന്ന ആ മാസ്മരിക ശക്തി ഒന്നു വേറെ തന്നെയാണെന്ന് അബൂക്ക പറഞ്ഞു. പലപ്പോഴും

എഴുപതുകളിലെ അവികസിതമായ ഗൾഫിനെക്കുറിച്ചും മണലാരണ്യ ജീവിതത്തെക്കുറിച്ചുമെല്ലാം അബൂക്കാ വാചാലനാകാറുണ്ട്.

"അന്നൊന്നും ഞമ്മളെപോലുള്ളവർക്ക് എ.സി യൊന്നുമില്ലെടോ. ചൂട് കാറ്റും മണൽക്കാറ്റും സഹിച്ചുകൊണ്ട് കൂരയ്ക്ക് പുറത്തിറങ്ങാതെ ആഴ്ചകൾ കഴിച്ചുകൂട്ടിയിട്ടുണ്ട്."

പെട്ടെന്നാണ് അബൂക്കായുടെ സുഹൃത്തായ മോഹനേട്ടൻ കയറി വന്നത്. അബൂക്കായും മോഹനേട്ടനും ആത്മസുഹൃത്തുക്കളും ഒരേ നാട്ടുകാരുമാണ്. മോഹനേട്ടനും ഗൾഫ് ജീവിതം തുടങ്ങിയിട്ട് ഇപ്പോൾ മൂന്നുപതിറ്റാണ്ടുകളെങ്കിലും കഴിഞ്ഞിട്ടുണ്ടാവും. പക്ഷേ ഇത്രയും നാളു കൾക്കുശേഷവും അദ്ദേഹം രക്ഷപ്പെട്ടില്ല എന്നുള്ളതാണ് വാസ്തവം.

"എന്താ ജോബി, ഇന്ന് ഓട്ടമില്ലേ?"

മോഹനേട്ടനുമായി സംസാരിക്കുന്നതിനിടയിൽ അബൂക്ക ചായയു മായി വന്നു.

"ഇതെന്താ സ്വന്തം നാട്ടുകാരന് വലിയ ഗ്ലാസ്സിൽ ചായ?"

തമാശയ്ക്കു വേണ്ടിയാണ് ചോദിച്ചത്. അബൂക്കയുടെ കഫേറ്റേറിയ യിൽ മോഹനേട്ടന് ഭക്ഷണമെല്ലാം സൗജന്യമാണെന്നുള്ളത് എനിക്ക റിയാം. അവർ തമ്മിലുള്ള സൗഹൃദത്തിന്റെ ആഴം മനസ്സിലാക്കാം. ഇരു കൂട്ടരുടെയും കുടുംബവും ഗൾഫിൽ തന്നെയുണ്ട്. അബൂക്കായുടെ രണ്ട് ആൺമക്കൾ ഇപ്പോൾ യു.എ.ഇയിൽ ജോലി ചെയ്യുന്നുണ്ട്. ഏതോ വലിയ കമ്പനിയിൽ. ഒരാൾ അബുദാബിയിലും മറ്റെയാൾ ദുബായിലും.

മോഹനേട്ടന്റെ ഭാര്യ ഇന്ത്യൻ സ്കൂളിൽ അധ്യാപികയാണ്. അദ്ദേഹം ജീവിതത്തിന്റെ വൈകിയ വേളയിലാണ് വിവാഹം കഴിച്ചത്. ഏതൊരു പ്രവാസിയെയും പോലെ അദ്ദേഹത്തിനും ജീവിതഭാരങ്ങൾ ഇറക്കിയതിനുശേഷമായിരിക്കും സ്വന്തം കാര്യം നോക്കാൻ സമയം കിട്ടി യിട്ടുണ്ടാവുക.

പത്രവായനയിൽ മുഴുകിയിരിക്കുന്നതിനിടയിൽ മോഹനേട്ടൻ എന്നോട് പറഞ്ഞു:

"ജോബി ഒരു കാര്യം പറയാനുണ്ട്..."

ഞാൻ അദ്ദേഹത്തോടൊത്ത് കഫേറ്റേറിയയിൽ നിന്നും പുറത്തിറങ്ങി. കാർപാർക്കിംഗിൽ എത്തിയപ്പോൾ മോഹനേട്ടൻ എന്നോട് പറഞ്ഞത് ഒരു ജോലി തരപ്പെടുത്തിക്കൊടുക്കണമെന്നുമാത്രമാണ്. അദ്ദേഹത്തിന്റെ ബുദ്ധിമുട്ടുകൾ ഏറെക്കുറെ എനിക്കും അറിയാവുന്നതാണ്. ഇത്രയും നാളുകൾ ഗൾഫിൽ പണിയെടുത്തിട്ടും സ്ഥിരവരുമാനമുള്ള ഒരു ജോലി ശരിപ്പെടുത്താൻ കഴിഞ്ഞിട്ടില്ല. പലതരം വ്യാപാരസ്ഥാപനങ്ങളിൽ പണി യെടുത്തിട്ടുണ്ടത്രേ. ഗ്രോസറിഷോപ്പ്, സൂപ്പർമാർക്കറ്റ്, കൺസ്ട്രക്ഷൻ കമ്പനി, സ്കൂൾ തുടങ്ങിയ നിരവധി സ്ഥാപനങ്ങളിൽ ഡ്രൈവറായി. പക്ഷേ അന്യനാട്ടിൽ നിലനിന്നു പോകാൻ വേണ്ട സാമർത്ഥ്യം അദ്ദേഹ ത്തിനില്ല എന്നാണ് എനിക്ക് മനസ്സിലായത്. ശുദ്ധനായ ഒരു നാട്ടിൻ

പുറത്തുകാരന് എഴുപതുകളുടെ യുവത്വവുമായി ഇരുപത്തൊന്നാം നൂറ്റാണ്ടിൽ പിടിച്ചുനിൽക്കാൻ കഴിയില്ലല്ലോ.

"ജോബി എനിക്കറിയാവുന്ന എന്തു പണിയും ചെയ്യാൻ ഞാൻ തയ്യാറാണ്. ഒത്തിരി കമ്പിനികളിൽ ഇന്റർവ്യൂവിന് പോകാറുണ്ട്. പക്ഷേ ഓവർഏജ് പറഞ്ഞ് ആർക്കും എന്നെ വേണ്ട. എല്ലാ കമ്പനികൾക്കും യുവാക്കളെയാണ് വേണ്ടത്. പരിചയത്തിൽ ആരെങ്കിലും ഉണ്ടെങ്കിൽ ഒന്ന് പറയണേ."

മോഹനേട്ടന്റെ ദുഃഖം അദ്ദേഹത്തിന്റെ മാത്രം പരിദേവനമല്ല. ഗൾഫിൽ പ്രവാസം നയിക്കുന്ന നല്ലൊരു വിഭാഗവും നേരിടുന്നത് ഇതൊക്കെ തന്നെയാണ്.

"ഞാൻ നോക്കാം ചേട്ടാ."

"മോഹനേട്ടൻ പോയിക്കഴിഞ്ഞപ്പോൾ അബൂക്കായും സൂചിപ്പിച്ചത് ഇത് തന്നെയാണ്.

"ജോബി, ഓനെയൊന്ന് സഹായിക്കണേ. വലിയ കഷ്ടമാണ്. ഞാനും പലരോടും പറഞ്ഞിട്ടുണ്ട്. അങ്ങേര് ചെയ്യാത്ത പണിയില്ല!"

അബൂക്കാ മോഹനേട്ടന്റെ ദുരിതങ്ങളും പൂർവ്വകാല ദുരന്തങ്ങളുമെല്ലാം വിശദീകരിച്ചു. അബൂക്കായുടെയും മറ്റും സഹായത്താൽ അദ്ദേഹം ഒരു ബിസിനസ്സും നടത്തിയിരുന്നുവത്രേ. പക്ഷേ സമ്പാദ്യമെല്ലാം അതിൽ പോയതുതന്നെ മെച്ചം! ജോലിക്കുനിന്ന പണിക്കാരൻ ഉള്ളതെല്ലാം കൊണ്ടുപോയി.

"അങ്ങേരെ പോലെ ശുദ്ധമനസ്സുകൊണ്ടൊന്നും ഇന്നത്തെ ലോകത്ത് ജീവിക്കാൻ പറ്റില്ല. കൂടെ പണിയെടുക്കുന്നവനെയൊന്നും കണ്ണുമടച്ച് വിശ്വസിക്കാൻ കഴിയില്ല. ഓനോട് ഞാനന്നേ പറഞ്ഞതാണ്. പച്ചേങ്കില് അങ്ങോര് പണിക്കാരനെ കണ്ണുംപൂട്ടിയങ്ങ് വിശ്വസിച്ചു."

പൊലീസ് കേസാകാതെ കടങ്ങളെല്ലാം വീട്ടാനുള്ള സാവകാശം അന്ന് അബൂക്കയും മറ്റു സുഹൃത്തുക്കളും ചേർന്നാണ് ഏർപ്പാടാക്കിയത്.

"അങ്ങോരുടെ അഞ്ച് വർഷത്തെയെങ്കിലും സമ്പാദ്യം ആ കടം വീട്ടാൻ വേണ്ടി എടുത്തിട്ടുണ്ടാവും. കൊറച്ചുകാലം എന്റെ ഈ കടയിലും പണിയെടുത്തു. പണിക്കാരനായല്ല എന്റെ കൂടെപ്പിറപ്പായിട്ടാ. പാവം. അങ്ങോരുടെ ദുരിതം കണ്ടിട്ട് ഞാൻ തന്നെയാണ് സൂപ്പർമാർക്കറ്റിൽ പണി ശരിയാക്കി കൊടുത്തത്. പച്ചേങ്കില് അവിടെയും അങ്ങോരെ ദുരിതം പിന്തുടർന്നു."

മോഹനേട്ടന്റെ ദുരിതങ്ങളും എന്റെ ആദ്യകാലയനുഭവങ്ങളും തമ്മിൽ വലിയ സാമ്യമുണ്ടെന്ന് തോന്നി. ഒരു നല്ല ജോലി തേടി എന്തുമാത്രം അലഞ്ഞിരിക്കുന്നു. ഒടുവിൽ ഫാദറുടെ സഹായത്താലാണ് രക്ഷപ്പെട്ടത്. തുടർന്നുള്ള ഏതാനും ദിവസങ്ങളിൽ മോഹനേട്ടന്റെ മുഖം തന്നെയായിരുന്നു മനസ്സിൽ. പലരോടും ജോലിക്കാര്യം തിരക്കി. പക്ഷേ എല്ലാവർക്കും ചെറുപ്പക്കാരെയാണ് വേണ്ടത്. രണ്ട് ദിവസം കഴിഞ്ഞപ്പോൾ ലുലുമാളിൽ

വച്ച് മോഹനേട്ടനെ കുടുംബസമേതം കാണാനിടയായി. സുന്ദരികളായ മൂന്ന് പെൺകുട്ടികൾ. എല്ലാവരും സ്കൂൾ വിദ്യാർത്ഥികൾ. മൂത്തകുട്ടി പത്താംക്ലാസ്സിൽ പഠിക്കുന്നു.

"ടീച്ചറെ ഇപ്പോൾ കാണാനില്ലല്ലോ. ഇപ്പോഴും ട്യൂഷനൊക്കെ യുണ്ടല്ലോ?"

എന്റെ ചോദ്യത്തിന് മറുപടി പറയുമ്പോൾ ടീച്ചറുടെ മുഖത്ത് പുഞ്ചിരി വിടർന്നെങ്കിലും അതിനുപിന്നിൽ നിറഞ്ഞുനിന്നത് ദുരിതങ്ങളുടെ കാണാക്കയം തന്നെയായിരുന്നു. ചെറുപുഞ്ചിരി മായാതെ ടീച്ചർ പറഞ്ഞു:

"ഉണ്ട് ജോബി. പരിചയത്തിൽ കുട്ടികൾ ഉണ്ടെങ്കിൽ ഒന്നു പറഞ്ഞു വിടണേ."

ഇന്ത്യൻ സ്കൂളിൽ നിന്നും ലഭിക്കുന്ന വരുമാനം കൊണ്ട് അഞ്ചംഗ ങ്ങളുള്ള ഒരു കുടുംബത്തിന് സുഖമായി ജീവിക്കാൻ യു.എ.ഇ യിൽ കഴിയില്ല. മോഹനേട്ടന്റെ വരുമാനം വളരെ തുച്ഛവുമാണ്. ടീച്ചർ സ്കൂൾ സമയം കഴിഞ്ഞ് വൈകിട്ട് മലയാളികളായ കുട്ടികൾക്ക് ട്യൂഷൻ എടുക്കാറുണ്ട്. അതിൽ നിന്നൊക്കെയുള്ള വരുമാനം കൊണ്ടാണ് മൂന്ന് പെൺകുട്ടികളെ പഠിപ്പിക്കുന്നത്. കുട്ടികൾ ധരിച്ചിരിക്കുന്ന ഡ്രസ്സുകൾ കണ്ടാൽ അവരുടെ ബുദ്ധിമുട്ടുകൾ മനസ്സിലാകും. മോളിൽ നിന്നും ഇറങ്ങാൻ നേരം ഞാൻ മോഹനേട്ടനോട് പറഞ്ഞു:

"ചേട്ടാ ഞാൻ നിങ്ങളുടെ കാര്യം പലരോടും പറഞ്ഞിട്ടുണ്ട്. തീർച്ച യായും ഏതെങ്കിലും നമുക്ക് ശരിയാക്കാം."

എന്നോട് നന്ദി പറയുമ്പോൾ അദ്ദേഹത്തിന്റെ മുഖത്തെ നിസ്സഹായാ വസ്ഥ എനിക്ക് വായിക്കാൻ കഴിഞ്ഞു.

യാദൃച്ഛികമായിട്ടാണ് അംബികാമാഡത്തിന്റെ ഫോൺ കോൾ വന്നത്.

"ജോബി എന്തായി നമ്മുടെ മെയ്ഡിന്റെ കാര്യം?"

നാട്ടിൽ ഏർപ്പാടാക്കിയിട്ടുണ്ടെന്ന് എനിക്ക് പറയേണ്ടിവന്നു. സബിതയെ വിശ്വസിച്ചാണ് അങ്ങനെ പറഞ്ഞത്. ശമ്പളത്തിന്റെ കാര്യം സൂചിപ്പിച്ചപ്പോൾ മാഡം പറഞ്ഞു.

"നമുക്ക് മോശമല്ലാത്ത രീതിയിലുള്ള ശമ്പളം കൊടുക്കാം. എത്ര കൊടുക്കണം ജോബി?"

അധികം ചിന്തിക്കാതെയാണ് ഞാൻ മൂവായിരം ദിർഹമെന്ന് പറഞ്ഞത്. പക്ഷേ എന്നെ അദ്ഭുതപ്പെടുത്തിക്കൊണ്ട് മാഡം അത് സമ്മതിക്കുകയാണ് ചെയ്തത്. മൂവായിരം ദിർഹമെന്ന് പറയുമ്പോൾ ഏകദേശം അമ്പതിനായരം രൂപയോളമായി. പെട്ടെന്നാണ് എന്റെ മനസ്സിൽ മോഹനേട്ടന്റെ കാര്യം ഓർമ വന്നത്. അദ്ദേഹത്തിന്റെ കാര്യവും മാഡത്തോട് സൂചിപ്പിച്ചു.

"നമുക്ക് നോക്കാം ജോബി. ഏതായാലും ഞാൻ രണ്ടുമാസം കഴിയു മ്പോൾ വരും. അപ്പോഴേക്കും നീ മെയ്ഡിനെ ശരിയാക്കണം, കേട്ടോ."

ഞാൻ സമ്മതം മൂളിയെങ്കിലും മനസ്സിൽ ഒരു അങ്കലാപ്പായി. അതു കൊണ്ട് ഉടനെതന്നെ സബിതയെ വിളിക്കാമെന്ന് വിചാരിച്ചു.

സബിതയെ വിളിച്ചപ്പോൾ പലരോടും പറഞ്ഞിട്ടുണ്ടെന്ന് സൂചിപ്പിച്ചു. അമ്പതിനായിരം രൂപ ശമ്പളമെന്ന് പറയുന്നത് ഒരു മെയ്ഡിന് കിട്ടാവുന്നതിനുമപ്പുറമാണെന്ന് ഓർമിപ്പിച്ചു. അംബികാമാഡത്തെ പ്പോലുള്ള ഒരു ബിസിനസ്സുകാരിക്കുമാത്രമേ ഇത്ര ഉയർന്ന ശമ്പളം നൽകാൻ കഴിയുകയുള്ളൂ. കൂടാതെ താമസവും ആഹാരവും ഫ്രീയായി രിക്കും. ഒരു ഫ്ളാറ്റ് ക്ലീൻ ചെയ്യാൻ അത്ര ബുദ്ധിമുട്ടൊന്നും ഇല്ലെന്നുള്ള താണ് സത്യം. ചിലപ്പോൾ ആഗ്രഹിച്ചുപോകാറുണ്ട് ആ പണികൂടെ എനിക്ക് ചെയ്യാമായിരുന്നുവെന്ന്. പക്ഷേ ഒറ്റയ്ക്കു താമസിക്കുന്ന മാഡ ത്തിന്റെ കൂടെ എങ്ങനെയാ കഴിയാൻ പറ്റുക? മാത്രമല്ല, ആൽഐനിൽ നിന്നും ദുബായിൽ ദിനംപ്രതി യാത്രചെയ്യാൻ പറ്റില്ലല്ലോ. ജോലി കിട്ടുന്ന മെയ്ഡിനെ സംബന്ധിച്ച് അത് ഒരു സ്വർഗമായിരിക്കുമെന്ന കാര്യത്തിൽ തർക്കമില്ല. മാഡത്തിന് ആഹാരം ഉണ്ടാക്കുകയെന്നത് ഒരു തമാശയാ വാനാണ് സാധ്യത. അവർ മിക്കപ്പോഴും ടൂറിലും മീറ്റിംഗിലുമൊക്കെയായി കറങ്ങി നടക്കുകയാവും. വീട്ടിൽ നിന്നും വല്ലപ്പോഴും ഭക്ഷണം കഴിച്ചാൽ തന്നെ ഭാഗ്യം. അതുകൊണ്ട് ആഹാരം ഉണ്ടാക്കി തളരുമെന്ന പേടിയും ജോലിക്കാരിക്ക് വേണ്ട.

സബിത ജോലിക്കാരിയുടെ കാര്യംവിട്ട് പതിവു പരാതികളുടെ കെട്ടഴിച്ചു.

"അച്ചായൻ വിവിനെ പറഞ്ഞ് മനസ്സിലാക്കണം. അവന് ഞാനിവിടെ യുണ്ടാക്കുന്ന ആഹാരമൊന്നും വേണ്ട. കെ.എഫ്.സിയും ബർഗറുമായി ജീവിച്ചാൽ ആരോഗ്യം ചീത്തയാവും. അതോടൊപ്പം വെറുതെ പൈസയും പാഴാക്കികളയും."

സബിത പറയുന്ന കാര്യങ്ങളിൽ ആദ്യമായി എനിക്ക് വാസ്തവ മുണ്ടെന്ന് തോന്നി. ഞങ്ങൾ വളർന്ന കാലത്ത് കപ്പയും പഴംകഞ്ഞിയു മൊക്കെയായി ജീവിതം എന്ത് ഉല്ലാസകരമായിരുന്നു. ഇന്നത്തെ കുട്ടികൾക്ക് ആ അവസരം നഷ്ടപ്പെട്ടിരിക്കുകയാണ്. ആഗോളഭീമ ന്മാരായ കെ.എഫ്.സിയും മക്ഡോണാൾഡ്സും കൊക്കക്കോളയു മെല്ലാം പുതിയ തലമുറയെ വലയിൽ വീഴ്ത്തി കഴിഞ്ഞിരിക്കുന്നു. അവരുടെ ഏറ്റവും വലിയ ഇര നമ്മുടെ നാട്ടിലെ കലാലയ വിദ്യാർത്ഥി കൾ തന്നെയാണ്. പ്രവാസികളായ ഞങ്ങൾക്ക് പലപ്പോഴും ഇവയൊന്നും ഒഴിവാക്കാൻ കഴിയാറില്ല. തിരക്കുകൾക്കൊടുവിൽ യാത്രക്കാരായ അതിഥികൾക്ക് മിക്കപ്പോഴും ആവശ്യം ഇത്തരം ഫാസ്റ്റ്ഫുഡുകൾ ആയിരിക്കും. അവരുടെ സൗകര്യാർത്ഥം എനിക്കും പലപ്പോഴും കെ.എഫ്.സിയും ബർഗറുമൊക്കെ കഴിച്ച് വിശപ്പടക്കേണ്ടിവരാറുണ്ട്. പക്ഷേ ഞാൻ ഒരിക്കലും സോഫ്റ്റ് ഡ്രിങ്ക്സുകൾ ഉപയോഗിക്കാറില്ല.

പ്രവാസം തുടങ്ങുന്നതിനുമുമ്പു തന്നെ ഇത്തരം ഡ്രിങ്ക്സുകളുടെ വിപത്ത് മനസ്സിലാക്കിയിട്ടുണ്ട്. ബാല്യകാല സുഹൃത്തായിരുന്ന പ്രഭാകരന്റെ മരണം എനിക്ക് മറക്കാൻ കഴിയില്ല. സ്കൂളിൽ പഠിക്കുന്ന കാലത്ത് നൂറ് മീറ്ററിലും മറ്റ് ഓട്ടമത്സരങ്ങളിലും ജില്ലാമീറ്റിൽവരെ പങ്കെടു ത്തിട്ടുള്ള അരോഗദൃഢഗാത്രനായിരുന്നു പ്രഭാകരൻ. വളരെ ചുറുചുറുക്കും

ജീവിക്കാനുള്ള അടങ്ങാത്ത ആഗ്രഹവും സ്വപ്നങ്ങളുമുള്ള ചെറുപ്പക്കാരൻ. എൺപതുകളുടെ ആദ്യമാണ് പ്രഭാകരൻ ഗൾഫിൽ പ്രവാസിയായി വന്നെത്തുന്നത്. പതിനഞ്ചു വർഷങ്ങൾക്കുള്ളിൽ തന്നെ അവൻ ഡയബറ്റിക്സിനും മറ്റ് രോഗങ്ങൾക്കും അടിപ്പെടുകയും ഒടുവിൽ കിഡ്നി രോഗബാധിതനായി ഇഹലോകവാസം വെടിഞ്ഞു. ആ ദിവസങ്ങൾ ഇന്നലെകൾ പോലെ എന്റെ മനസ്സിൽ നിറഞ്ഞുനിൽക്കുകയാണ്. ആശുപത്രി കിടക്കയിൽ വച്ച് പ്രഭാകരൻ എന്നോട് പറഞ്ഞിരുന്നു:

"ജോബി, മണലാരണ്യത്തിൽ കിടന്ന് ആഹാരം പോലും കഴിക്കാതെയാണ് ഞാൻ പണം ഉണ്ടാക്കിയത്. പക്ഷേ ദിവസവും പത്ത്-പതിനഞ്ച് കോളകൾ കുടിക്കുമായിരുന്നു. അതിന്റെ അപകടം അന്ന് ഞാൻ അറിഞ്ഞിരുന്നില്ല. ഇന്നിപ്പോൾ എല്ലാം മനസ്സിലാകുമ്പോൾ താമസിച്ചുപോയി!"

വൈകിട്ടുതന്നെ വിവിനെ വിളിച്ച് ആഹാരം നിയന്ത്രിക്കാൻ ഉപദേശിച്ചു. വീട്ടിൽ നിന്നു തന്നെ ആഹാരം കൊണ്ടുപോകണമെന്ന് നിഷ്ക്കർഷിച്ചു. എല്ലാം കേട്ടു കഴിഞ്ഞ വിവിൻ എന്നോട് പറഞ്ഞു:

"ഇതെല്ലാം എല്ലാവർക്കും അറിയാം പപ്പാ. വല്ലപ്പോഴുമൊക്കയല്ലേ. ഒരു കുഴപ്പവുമില്ല. ഞാൻ ഇത്തരം ഫാസ്റ്റ്ഫുഡുകളുടെ അപകടത്തെക്കുറിച്ചുള്ള ട്രോളുകൾ പപ്പയ്ക്ക് അയച്ചുതരാം!"

ഒരു കൗമാരക്കാരനെ ഉപദേശിക്കാൻ തക്ക കരുത്ത് എനിക്കില്ലാതായല്ലോ എന്നോർത്ത് കീഴടങ്ങി. നിമിഷങ്ങൾക്കുള്ളിൽ എന്റെ വാട്സ് ആപ്പിൽ വിവിന്റെ വകയായി നാലഞ്ച് വീഡിയോകൾ എത്തി. എല്ലാം ഫാസ്റ്റ്ഫുഡുകളുടെ അപകടത്തെകുറിച്ചുള്ളതു തന്നെ. എല്ലാം അറിഞ്ഞു വച്ചുകൊണ്ടാണ് ഈ തലമുറ ഇത്തരം അപകടങ്ങളിൽ ചെന്ന് ചാടുന്നതെന്നോർത്തപ്പോൾ എനിക്ക് വിവിനോട് വല്ലാത്ത അമർഷം തോന്നി.

അബൂക്കായുടെ കടയിൽ വച്ചാണ് മോഹനേട്ടനെ വീണ്ടും കണ്ടത്. അബുദാബിയിൽ എംബസിയിൽ പോകുന്നതിനെക്കുറിച്ച് സംസാരിച്ചു. പാസ്പോർട്ട് പുതുക്കുന്നതിനുള്ള കാലാവധിയായത് അറിഞ്ഞില്ലായിരുന്നുവത്രേ. കഴിഞ്ഞയാഴ്ച ആപ്ലിക്കേഷൻ കൊടുത്തുവെങ്കിലും കുട്ടികളുടെ പാസ്പോർട്ടിന്റെ ഏതോ ഡോക്യുമെന്റ് കൊടുക്കാനാണത്രേ എംബസിയിൽ പോകേണ്ടത്. നാളെ വേണമെങ്കിലും പോകാമെന്ന് ഞാൻ പറഞ്ഞപ്പോൾ മോഹനേട്ടൻ പറഞ്ഞു:

"ജോബി, അടുത്തയാഴ്ചയാവട്ടേ. ഭാര്യയ്ക്കും കുട്ടികൾക്കും അവളുടെ സുഹൃത്തിന്റെ വീട്ടിൽ കൂടി പോകേണ്ടതുണ്ട്. ഭാര്യയുടെ സ്കൂളിൽ പണ്ട് വർക്ക് ചെയ്തിരുന്ന ടീച്ചർ ഇപ്പോൾ അബുദാബിയിലാണ് താമസം. എപ്പോഴും അവർ വിളിക്കാറുണ്ട്. ഏതായാലും എംബസിയിൽ പോണം. അപ്പോൾ കുട്ടികളെയും കൂട്ടിയാൽ എല്ലാവർക്കും ഒരു ചെയ്ഞ്ചും ആവും."

അടുത്തയാഴ്ച തന്നെ യാത്രയ്ക്ക് ഞങ്ങൾ തീരുമാനിച്ചു. റോഡിൽ വലിയ തിരക്കില്ല. മോഹനേട്ടൻ പൊതുവെ സൗമ്യപ്രകൃതനും ശാന്തശീലനുമാണ്. യാത്രയിലുടനീളം അദ്ദേഹം മൗനം പാലിച്ചതുകൊണ്ട്

ടീച്ചർ തന്നെയാണ് വണ്ടിയിൽ ഒച്ചയും അനക്കവും ഉണ്ടാക്കിയത്. കൂടെ ഇളയ മകൾ അഞ്ജലിയും. അവൾ നല്ലൊരു പാട്ടുകാരി കൂടെയാണ്. മലയാളികളുമായുള്ള യാത്രയായതുകൊണ്ട് ഞാൻ സ്റ്റോക്കുകളിൽ നിന്നും തൊണ്ണൂറുകളിലെ മലയാളം പാട്ടുകൾ തന്നെയാണ് വണ്ടിയിൽ ഇട്ടത്. കുറെ കഴിഞ്ഞപ്പോൾ ടീച്ചർ പറഞ്ഞു:

"എൺപതുകളിലെ പാട്ടുകളുണ്ടോ ജോബി? പ്രത്യേകിച്ചും ഒ.എൻ.വി സാറിന്റേതോ തമ്പിസാറിന്റേതോ?"

ഉടനെ തന്നെ ഞാൻ എന്റെ പ്രിയപ്പെട്ട എൺപതുകളിലെ പാട്ടുകളിലേക്ക് തിരിഞ്ഞു.

"ഒരുവട്ടം കൂടിയെൻ ഓർമകൾ..." എന്നു തുടങ്ങുന്ന പാട്ടുകൾ കേട്ടപ്പോൾ മോഹനേട്ടൻ പറഞ്ഞു:

"എന്ത് നല്ല അർത്ഥമുള്ള പാട്ടുകളാണ് ഇവ. ശരിക്കും നമ്മൾ ഓർമകളിലൂടെ പഴയ കാലഘട്ടത്തിലേക്ക് സഞ്ചരിക്കും. അല്ലേ? എന്നെ സംബന്ധിച്ച് ഞാൻ പ്രവാസം തുടങ്ങുന്നതിനുമുമ്പുള്ള കാലഘട്ടങ്ങളാണ് ഓർമ വരുന്നത്. പാടവും വരമ്പും നാട്ടിൻപുറത്തെ സ്കൂളുമെല്ലാം മനസ്സിൽ ഓടിവരുന്നു."

ഇത് കേട്ടപ്പോൾ ടീച്ചർ കൂട്ടിച്ചേർത്തു.

"തൊടിയിലെ പഴങ്ങളും കിണറിലെ വെള്ളവുമെല്ലാം ഇന്നത്തെ കുട്ടികൾക്ക് അന്യമായിരിക്കുന്നു. അല്ലേ? പ്രത്യേകിച്ചും നമ്മുടെ പ്രവാസികളുടെ മക്കൾക്ക്."

ഉടനെ അഞ്ജലി തന്റെ അനുഭങ്ങൾ പറഞ്ഞു തുടങ്ങി. കുട്ടിക്കഥകളിലെ അനുഭവങ്ങൾ മാത്രമാണ് അഞ്ജലിയെപോലുള്ള പ്രവാസികുട്ടികൾക്ക് പറയാനുള്ളത്. മാളുകളിലെ ഫലങ്ങളും അടച്ചിട്ട എസിറൂമിലെ ജീവിതവുമെല്ലാമായി ഒതുങ്ങിപ്പോകുന്ന പ്രവാസബാല്യങ്ങൾക്ക് പുസ്തകങ്ങൾ തന്നെയാണ് മലയാളക്കരയെക്കുറിച്ചറിയാനുള്ള ഏക ഉപാധി. ടീച്ചർ തന്റെ വിദ്യാർത്ഥികളെക്കുറിച്ച് വിശദീകരിച്ചു. ഇന്ത്യൻ സ്കൂളിൽ സാംസ്കാരിക പരിപാടികൾ സംഘടിപ്പിക്കുന്നതിന്റെ പ്രാധാന്യവും മറ്റും എടുത്തുപറയുന്നുണ്ടായിരുന്നു.

"ഞങ്ങൾ ഈ പോരായ്മ പരിഹരിക്കാനാണ് കുട്ടികൾക്കുവേണ്ടിയും രക്ഷകർത്താക്കൾക്കുവേണ്ടിയും പല കലാ സാംസ്കാരിക പരിപാടികളും ഓർഗനൈസ് ചെയ്യുന്നത്. അതിനൊക്കെ രക്ഷകർത്താക്കളുടെ നല്ല സപ്പോർട്ടും കിട്ടാറുണ്ട്."

അഞ്ജലി ഇതിനിടയിൽ രണ്ട് പാട്ടുകൾ പാടിക്കഴിഞ്ഞിരുന്നു. പക്ഷേ, രണ്ടുപാട്ടുകളും ന്യൂജനറേഷൻ പാട്ടുകൾ എന്നുപറഞ്ഞ് ഞാൻ പരിഹസിച്ചപ്പോൾ അഞ്ജലി പറഞ്ഞു:

"അങ്കിളേ, എനിക്ക് ഇത്തരം പാട്ടുകൾ മാത്രമേ പാടാനറിയൂ. ഞാൻ പഴയ പാട്ടുകളൊന്നും അധികം കേൾക്കുന്നില്ലല്ലോ."

അഞ്ജലി പറഞ്ഞതിന്റെ പൊരുൾ ആ മാതാപിതാക്കളേക്കാൾ എനിക്ക് മനസ്സിലാവും.

“ഈ രണ്ട് പാട്ടുകൾക്ക് മോൾക്കെന്റെ വക ട്രീറ്റുണ്ട്” എന്നു പറഞ്ഞ് ഞാൻ തൊട്ടടുത്ത പെട്രോൾ സ്റ്റേഷനോടു ചേർന്നുള്ള കഫേറ്റേറിയയിലേക്ക് വണ്ടി തിരിച്ചു. ഉടനെ മോഹനേട്ടൻ പറഞ്ഞു:

“ജോബി വേണ്ടായിരുന്നു. പിള്ളേർ രാവിലെ ബ്രേക്ക്ഫാസ്റ്റ് കഴിഞ്ഞാണ് ഇറങ്ങിയത്.”

മോഹനേട്ടന്റെ അഭിപ്രായത്തെ ടീച്ചറും അനുകൂലിച്ചു. ഞാൻ പറഞ്ഞു:

“സാരമില്ല ചേട്ടാ, കുട്ടികൾക്ക് എന്റെ വക ട്രീറ്റായിക്കോട്ടേ.”

മോഹനേട്ടനെ പോലുള്ള ഒരു ഇടത്തരം കുടുംബത്തിന്റെ സാമ്പത്തിക ബാധ്യതയൊക്കെ എനിക്ക് മനസ്സിലാകും. പ്രവാസിയാണെന്ന് പറഞ്ഞാൽ സമ്പന്നതയുടെ ബിംബമായാണ് നാട്ടുകാർ കാണുന്നതെങ്കിലും യാഥാർത്ഥ്യമെന്താണെന്ന് എനിക്കറിയാം. മൂവായിരം ദിർഹത്തിന്റെ വരുമാനത്തിൽ നിന്നും മൂന്നുകുട്ടികളുള്ള കുടുംബത്തിന്റെ ബഡ്ജറ്റ് എനിക്ക് ഊഹിക്കാനാവും.

എല്ലാവർക്കും ചായയും കേക്കുമാണ് ഞാൻ തെരഞ്ഞെടുത്തത്. കൂടാതെ കുട്ടികൾക്ക് മൂന്ന് ചോക്ലേറ്റുകളും. കൗണ്ടറിൽ പണം കൊടുക്കാൻ നേരം ചേട്ടൻ എന്നെ തടഞ്ഞുകൊണ്ട് പേഴ്സ് തുറന്നു. ഒറ്റ നോട്ടത്തിൽ ഇരുന്നൂറ് ദിർഹം മാത്രമാണ് ഞാൻ അതിൽ കണ്ടത്. ഞാൻ പറഞ്ഞു:

“വേണ്ട ചേട്ടാ, ഇതെന്റെ വക. അടുത്ത ചായ ചേട്ടന്റെ വകയാവട്ടെ.”

അദ്ദേഹം ഒന്നും പറഞ്ഞില്ല. സാധാരണ ഒരു ട്രിപ്പിനുപോലും അബുദാബിയിലേക്ക് എനിക്ക് മുന്നൂറ് ദിർഹമാണ് മിനിമം കൂലി. മോഹനേട്ടന്റെ പേഴ്സിന്റെ കനം കൂടി കണ്ടപ്പോൾ വലിയ വിഷമം തോന്നി. ഇതിനിടയിൽ ജാള്യത കൊണ്ടാവും അദ്ദേഹം ഇങ്ങനെ പറഞ്ഞത്:

“എന്നാൽ ചോക്ലേറ്റ് വേണ്ട ജോബി.”

അത് സാരമില്ലെന്ന് പറഞ്ഞ ഞാൻ ബില്ലിന്റെ പണം കൊടുത്തു. പെട്രോൾ സ്റ്റേഷനിൽ എണ്ണ അടിക്കുന്ന നേരത്തും ചേട്ടൻ പണം എടുത്തു തന്നു. അപ്പോഴും ഞാൻ പറഞ്ഞു:

“ഇപ്പോൾ ഞാൻ കൊടുക്കാം. പിന്നീട് വാങ്ങാം.”

ഇന്ത്യൻ എംബസി ആൽഐൻ റോഡിനോട് ചേർന്നായിരുന്നതുകൊണ്ട് ഒന്നര മണിക്കൂറിനുള്ളിൽ ഞങ്ങൾ എംബസിയിൽ എത്തി. ടീച്ചർ മക്കളോടൊത്ത് ഡോക്യുമെന്റ്സുമായി എംബസിയിലേക്ക് കയറിപ്പോയി. ചേട്ടൻ അവരെ അനുഗമിച്ചെങ്കിലും പത്ത് മിനിട്ട് കഴിഞ്ഞ് തിരികെ വന്നു. അതുകണ്ടപ്പോൾ എനിക്ക് കൗതുകം തോന്നി. അതുകൊണ്ടാണ് ചോദിച്ചത്:

“എന്ത് പറ്റി ചേട്ടാ?”

അദ്ദേഹം പറഞ്ഞു:

"അവിടെ നല്ല തിരക്കാണ്. അരമണിക്കൂറെങ്കിലും എടുക്കും. വൈഫിന് ഇതൊക്കെ പെട്ടെന്ന് ഡീൽ ചെയ്യാൻ കഴിയും. അതുകൊണ്ട് ഞാൻ പറഞ്ഞു പുറത്തു നിൽക്കാമെന്ന്."

ഞങ്ങൾ കാറിൽ തന്നെയിരുന്ന് ഓരോ കാര്യങ്ങൾ സംസാരിച്ചു. മോഹനേട്ടന്റെ പഴയകാല അനുഭവങ്ങൾ എന്നോട് പറഞ്ഞുകൊണ്ടിരുന്നു.

"ഇന്നത്തെ ബഹുനിലമന്ദിരങ്ങളും റോഡുകളുമൊന്നും വികസിച്ചിട്ടില്ലാത്ത അക്കാലത്ത് ഞങ്ങൾ എന്ത് ബുദ്ധിമുട്ടിയിട്ടുണ്ടെന്നോ. വേനൽക്കാലത്തെ പൊടിക്കാറ്റും ചിക്കൻപോക്സുമൊക്കെ സാധാരണയായിരുന്നു. ഇന്നത്തെപോലെ ഹോസ്പിറ്റൽ ഫെസിലിറ്റിയൊന്നും അന്നില്ല."

ചേട്ടന്റെ അനുഭവങ്ങൾ എനിക്ക് മനസ്സിലാകും. അപ്പനിൽ നിന്നും സമാനമായ കഥകൾ എത്രയോ പ്രാവശ്യം ഞാൻ കേട്ടിരിക്കുന്നു.

സംസാരിക്കുന്നതിനിടയിലാണ് ഞാനങ്ങനെ ചോദിച്ചത്:

"ചേട്ടൻ എല്ലാ വെക്കേഷൻകാലത്തും നാട്ടിൽ പോവാറില്ലേ?"

അദ്ദേഹത്തിന്റെ മുഖം ഒന്നു വാടി. ഒരു സിഗരറ്റ് എടുത്ത് പുകച്ചുകൊണ്ട് പറഞ്ഞു:

"ഇപ്പോൾ നാട്ടിൽ പോയിട്ട് അഞ്ച് വർഷത്തോളമായി. അഞ്ചുപേർക്ക് ടിക്കറ്റെടുക്കുകയെന്നത് നിസ്സാരകാര്യമല്ലല്ലോ."

വെക്കേഷൻ കാലത്ത് ടിക്കറ്റ് നിരക്കുകൾ പല മടങ്ങ് വർദ്ധിക്കുമെന്നറിയാവുന്നതുകൊണ്ട് അദ്ദേഹത്തിന്റെ ബുദ്ധിമുട്ടും എനിക്ക് മനസ്സിലാകും.

മോഹനേട്ടൻ തുടർന്നു.

"നാട്ടിൽ ബന്ധുക്കളും സുഹൃത്തുക്കളുമൊക്കെ വിചാരിക്കുന്നത് ഞാനിവിടെ നല്ല നിലയിൽ കഴിയുന്നെന്നാണ്. കൂടെപ്പിറപ്പുകളുടെയെല്ലാം കല്യാണം നടത്തിയത് ഞാൻ തന്നെയായിരുന്നു. രണ്ടുപേരുടെ കെട്ട്യോന്മാരെ വിസകൊടുത്ത് ഇവിടെ കൊണ്ടുവന്നിരുന്നു. പക്ഷേ അവർക്കൊന്നും ഇവിടത്തെ ചൂടിൽ പിടിച്ചുനിൽക്കാൻ കഴിഞ്ഞില്ല. ഇതൊക്കെ പത്തിരുപത് വർഷങ്ങൾക്കുമുമ്പുള്ള കാര്യങ്ങളാണ്."

മോഹനേട്ടന്റെ കണ്ണുകൾ നിറയുന്നത് ഞാൻ കണ്ടിരുന്നു. ഇത്രയുമായപ്പോൾ ഞാൻ പറഞ്ഞു:

"ശരിയാണ് ചേട്ടാ, നിങ്ങൾ രക്തം നീരാക്കി സമ്പാദിച്ചതെല്ലാം കൂടെപ്പിറപ്പുകൾക്കുവേണ്ടിയായിരുന്നു. ഇപ്പോൾ സ്വന്തം കുടുംബത്തിന്റെ നിലനില്പിനുവേണ്ടി ജോലിയന്വേഷിക്കുന്നു. എനിക്കിതെല്ലാം മനസ്സിലാവുന്നുണ്ട്."

ഏതാനും നിമിഷത്തെ മൗനത്തിനുശേഷം അദ്ദേഹം പറഞ്ഞു:

"നാട്ടുകാർ നോക്കുമ്പോൾ നാല് പെങ്ങമ്മാരെ കെട്ടിച്ചുവിട്ടു. രണ്ട് പേർക്ക് വീട് വച്ചുകൊടുത്തു. ഒരാൾക്ക് കുടുംബവീട് ശരിയാക്കി കൊടുത്തു. അപ്പോൾ ഞാൻ പണക്കാരൻ തന്നെയല്ലേ?"

ചേട്ടന്റെ ദീർഘനിശ്വാസത്തിൽ നിറഞ്ഞുനിന്ന നിസ്സഹായാവസ്ഥയും എനിക്ക് ഒരു പരിധിവരെ മനസ്സിലാക്കാൻ കഴിയുമായിരുന്നു. ഗൾഫുകാരൻ നാട്ടിൽ വരികയെന്ന് പറഞ്ഞാൽ നാട്ടുകാർക്ക് ഗിഫ്റ്റുകളും മറ്റുമായി നല്ലൊരു തുക ചിലവാക്കേണ്ടിവരും. ഞാൻ ചോദിച്ചു:

"നാട്ടിൽ ടീച്ചർക്ക് വീടില്ലേ? അതോ ചേട്ടൻ പുതിയ വീട് വച്ചോ?"

എന്റെ മുഖത്തുനോക്കി പുഞ്ചിരിച്ചുകൊണ്ടാണ് അദ്ദേഹം പറഞ്ഞത്.

"ഇല്ല ജോബി. കുടുംബ വസ്തുക്കൾ ഞാൻ സഹോദരിമാർക്ക് കൊടുത്തു. ഇപ്പോൾ ഞങ്ങൾ വീടിന്റെ അടിസ്ഥാനം മാത്രമെ കെട്ടിയിട്ടുള്ളൂ. ഭാര്യയ്ക്ക് വീതം കിട്ടിയ വസ്തുവിലാണ് പണി നടക്കുന്നത്. അതിപ്പോൾ ഇഴഞ്ഞുനീങ്ങുകയാണ്. എല്ലാറ്റിനും പൈസ വേണ്ടേ. എനിക്ക് ഒരു പുതിയ പണി കിട്ടിയിട്ടുവേണം അതൊന്ന് തുടങ്ങാൻ. ഭാര്യയുടെ വരുമാനം കൊണ്ടാണ് ഇവിടുത്തെ ചെലവുകൾ നടന്നുപോകുന്നത്. ഒരു പ്രാവശ്യം നാട്ടിൽ പോയാൽ ടിക്കറ്റുകളും മറ്റുമായി എങ്ങനെയായാലും ഒന്ന്-ഒന്നര ലക്ഷം രൂപയാവും. പോകാതിരുന്നാൽ വീടുപണി തുടരാൻ കഴിയും."

മോഹനേട്ടനെ പോലെയുള്ള നിരവധി പേരുണ്ട് എന്റെ ഓർമയിൽ. കുടുംബത്തിനുവേണ്ടി ജീവിച്ചുകഴിഞ്ഞ് തിരിഞ്ഞു നോക്കുമ്പോൾ തനിക്കായി ഒന്നുമില്ലെന്നുള്ളതാണ് വാസ്തവം. അപ്പോഴേക്കും കാലം കഴിഞ്ഞുപോയിരിക്കും. അതാണ് മോഹനേട്ടന് സംഭവിച്ചത്. ഞങ്ങൾ എൺപതുകളിലെ മലയാളം ഗാനങ്ങളിൽ മുഴുകിയിരിക്കുമ്പോൾ ടീച്ചറും മക്കളും എംബസിയിൽ നിന്നും മടങ്ങി വന്നിരുന്നു.

ടീച്ചർ പറഞ്ഞു:

"ഇനി നമുക്ക് ശോഭന ടീച്ചറുടെ വീട്ടിൽ കൂടി ഒന്നു പോകണം. ഇന്നത്തെ ലഞ്ച് അവിടെയാണ്."

ടീച്ചറുടെ കൂട്ടുകാരിയുടെ ഫ്ളാറ്റിലേക്കായി ഞങ്ങളുടെ യാത്ര.

ശോഭനടീച്ചർ ഞങ്ങളെ പ്രതീക്ഷിച്ചിരിക്കുകയായിരുന്നു. ഉച്ച കഴിഞ്ഞ സമയമായതുകൊണ്ട് നല്ല വിശപ്പുണ്ടായിരുന്നു. ടീച്ചറുടെ ഹസ്ബന്റും ആ സമയത്ത് എത്തി. മോഹനേട്ടന്റെ സുഹൃത്തുകൂടിയാണ് അദ്ദേഹം. അവരുടെ ഒരേയൊരു മകൾ ദുബായിൽ മണിപ്പാൽ അക്കാദമിയിൽ എഞ്ചിനിയറിംഗിന് പഠിക്കുകയാണ്. ചിക്കൻ ഫ്രൈയും മട്ടൻ കറിയും ചപ്പാത്തിയും ബിരിയാണിയുമൊക്കെയായി നല്ലൊരു ഉച്ചഭക്ഷണമാണ് അവിടെ ഒരുക്കിയിരുന്നത്. ഒരു മിനി ബൊഫെ ലഞ്ചായിരുന്നു അത്. ഭക്ഷണ കാര്യത്തിൽ മടിയില്ലാത്തതുകൊണ്ട് ഞാൻ അന്നത്തെ ഉച്ചഭക്ഷണം ശരിക്കും ആസ്വദിച്ചു കഴിച്ചു. സാധാരണയായി അതിഥികളോടൊത്ത് യാത്ര ചെയ്യുമ്പോൾ, പ്രത്യേകിച്ച് മറ്റുള്ളവരുടെ വീടുകൾ സന്ദർശിക്കുമ്പോൾ ഡ്രൈവറായ ഞാൻ പ്രത്യേകം ശ്രദ്ധിക്കാറുണ്ട്. കഴിവതും അവരോടൊത്ത് ആഹാരം കഴിക്കാതിരിക്കാറാണ് പതിവ്. ഹോട്ടലുകളിലോ റെസ്റ്റോറന്റുകളിലോ ആണെങ്കിൽ അത്തരം ആചാര മര്യാദകൾക്ക് വലിയ സ്ഥാനമില്ലല്ലോ. പക്ഷേ മലയാളികളോടൊത്ത്

യാത്ര ചെയ്യുമ്പോൾ എനിക്ക് അത്തരം അനാവശ്യമര്യാദകൾ പാലിക്കേണ്ട തായി വരാറില്ല.

മോഹനേട്ടനേയും ഫാമിലിയേയും അബുദാബിയിലെ ഗ്രാന്റ് മോസ്കും മറ്റു ചില ടൂറിസ്റ്റ് കേന്ദ്രങ്ങളും കൂടി കാണിച്ചിട്ടുമാത്രമേ മടങ്ങി യുള്ളു. മോഹനേട്ടനും ടീച്ചറും തിരിച്ചു മടങ്ങാമെന്ന് നിർബന്ധിച്ചെങ്കിലും ഞാനത് ചെവിക്കൊണ്ടില്ല. എന്റെ അഭിപ്രായം ഇതായിരുന്നു.

"കുട്ടികൾക്ക് വല്ലപ്പോഴും കിട്ടുന്ന അവസരമല്ലേ ചേട്ടാ, ഏതായാലും നമ്മൾ അബുദാബിയിൽ വന്നു. എന്നാലിനി ചെറിയൊരു ടൂറാക്കി കളയാം."

മരുഭൂമിയിൽ സ്വപ്നകൂടാരം പണിയുന്ന പ്രവാസികളുടെ വാരാന്ത്യ ങ്ങൾ ഇത്തരം ചെറിയ യാത്രകളും കുടുംബ പാർട്ടികളുമൊക്കെയായാണ് കഴിഞ്ഞുപോകാറ്. പക്ഷേ മോഹനേട്ടന്റെ സാമ്പത്തിക പ്രാരാബ്ധങ്ങൾ ഇത്തരം ചെറിയ ഉല്ലാസങ്ങളും കുട്ടികൾക്ക് നഷ്ടപ്പെടുത്തുന്നുവെന്ന കാര്യത്തിൽ സംശയമില്ല. അത് അവരുടെ ഓരോ ചലനങ്ങളിലും കാണാൻ കഴിഞ്ഞു. സ്വന്തം അച്ഛന്റെയും അമ്മയുടെയും പരിധികൾ അറിഞ്ഞുകൊണ്ട് ജീവിക്കുന്ന പുതിയ തലമുറയിലെ കുട്ടികളെ കാണാൻ ബുദ്ധിമുട്ടാണ്. പക്ഷേ മോഹനേട്ടന്റെ മക്കൾ തീർച്ചയായും നല്ല മാതൃകകൾ തന്നെയാണ്. എനിക്ക് ഈ കുട്ടികളോട് വാത്സല്യ മുണ്ടാവാനുള്ള കാരണവും മറ്റൊന്നല്ല.

ഐസ്ക്രീമും ചോക്ലേറ്റുകളും ഡ്രിങ്ക്സുമൊക്കെ കുട്ടികൾക്ക് വാങ്ങി ക്കൊടുക്കുമ്പോൾ മോഹനേട്ടൻ തടസ്സം പറഞ്ഞുകൊണ്ടിരുന്നു.

"ഹേയ് ജോബി ഇതൊന്നും വേണ്ടായിരുന്നു."

പക്ഷേ എനിക്കിപ്പോൾ ഈ കുടുംബത്തോട് കൂടുതൽ അനുകമ്പ യാണ് തോന്നുന്നത്. വാരാന്ത്യങ്ങളിൽ ട്യൂഷൻ എടുത്ത് അധികവരുമാന മുണ്ടാക്കുന്ന ടീച്ചർക്കും പുതിയ തൊഴിലന്വേഷണവുമായി ജീവിതം തള്ളി നീക്കുന്ന മോഹനേട്ടനും മക്കളുടെ ഉല്ലാസത്തിന് സമയം കണ്ടെത്തുവാൻ കഴിയില്ലല്ലോ!

ഏറെ വൈകിയാണ് ഞങ്ങൾ ആൽഐനിൽ എത്തിയത്. വീടിനു മുന്നിൽ വണ്ടി നിർത്തിയപ്പോൾ മോഹനേട്ടനും ടീച്ചറും കൂടി പേഴ്സിൽ നിന്നും പണം നുള്ളിപ്പെറുക്കി എണ്ണിതിട്ടപ്പെടുത്തുന്നത് കണ്ടു. ഒരു നിമിഷം പോലും ആലോചിക്കാതെ പറഞ്ഞു:

"ചേട്ടാ നിങ്ങളിതെന്താ ചെയ്യുന്നത്? എനിക്കുവേണ്ടി പണമൊന്നും എടുക്കണ്ട. നിങ്ങൾക്ക് ഒരാവശ്യം വന്നപ്പോൾ ഞാൻ ഫ്രീയായിരുന്നു. അതുകൊണ്ട് വന്നു. ചേട്ടന് നല്ല ജോലിയൊക്കെ കിട്ടിയിട്ട് ഞാൻ പണം വാങ്ങിക്കോളാം."

എന്നാൽ മോഹനേട്ടനും ടീച്ചറും എന്നെ ഏറെ നിർബന്ധിച്ചു. ഒടുവിൽ അവർ തന്ന പണത്തിൽ നിന്നും പെട്രോളിന്റെ പൈസ മാത്രം എടുത്തിട്ട് ബാക്കി ഞാൻ ഇളയ മകൾ അഞ്ജലിയുടെ കൈയ്യിൽ കൊടുത്തിട്ട് നല്ല ഡ്രസ്സ് വാങ്ങാൻ പറഞ്ഞു. ആ കുട്ടികൾ ധരിച്ചിരിക്കുന്ന

ഡ്രസ്സ് നേരത്തെ തന്നെ എന്റെ ശ്രദ്ധയിൽപെട്ടിരുന്നു. ഇതേ പ്രായത്തിലുള്ള മക്കൾ എനിക്കുമുണ്ടല്ലോ. അതുകൊണ്ടുതന്നെ സ്വാഭാവികമായും അവർ ധരിക്കുന്ന ഡ്രസ്സുകളുടെ പഴക്കവും എനിക്ക് മനസ്സിലാവും. മൂത്ത കുട്ടി ഇട്ടിരിക്കുന്ന ചെരുപ്പിന്റെ വള്ളിപോലും പൊട്ടിയിരിക്കുന്നത് ഞാൻ ശ്രദ്ധിച്ചിരുന്നു. ഒരു പ്രവാസിയുടെ ദുഃഖങ്ങളും ദുരിതങ്ങളും മനസ്സിലാക്കാൻ മറ്റൊരു പ്രവാസിക്ക് യാതൊരു ബുദ്ധിമുട്ടുമുണ്ടാവില്ല. ഒന്നുമില്ലെങ്കിലും മോഹനേട്ടന് കുടുംബത്തെ ഒപ്പം കൂട്ടാൻ കഴിയുന്നുണ്ടല്ലോ. ഇതുപോലും സാധ്യമാവാത്തവരാണ് പ്രവാസികളിൽ ഭൂരിഭാഗവും. മോഹഭംഗങ്ങളും നഷ്ടബോധങ്ങളുമാണ് പ്രവാസിയുടെ ജീവിതബോധത്തിന്റെ അകത്തളങ്ങളിൽ ഉണ്ടാവുക.

തിരിച്ച് റൂമിലേക്ക് മടങ്ങുമ്പോൾ വലിയ സന്തോഷമാണ് തോന്നിയത്. മണലാരണ്യത്തിലെ ഈ ചെറിയ ജീവിതത്തിനിടയിലും ഇത്തരം ചെറിയ നന്മകൾ ചെയ്യാൻ കഴിയണേ എന്നുമാത്രമാണ് കർത്താവിനോട് അപേക്ഷിക്കുന്നത്. സബിതയെ വിളിച്ചപ്പോൾ അവൾ ഉറങ്ങാൻ തുടങ്ങുകയായിരുന്നു. മോഹനേട്ടന്റേയും കുടുംബത്തിന്റെയും കാര്യങ്ങൾ ഞാൻ അവളെ ധരിപ്പിച്ചു. സബിത ഉടനെ പറഞ്ഞു.

“അതുകൊണ്ടാണ് ഞാൻ പറേണത് അച്ചായൻ ആവശ്യമില്ലാതെ വിവിന് പൈസകൊടുക്കരുതെന്ന്.”

അമ്മയുടെ ശബ്ദമുയർന്നിട്ടാവണം വിജി ഫോൺ വാങ്ങിയത്. അവളുടെ പഠിത്തത്തെ കുറിച്ചൊക്കെ സംസാരിക്കുന്നതിനിടയിൽ വിജി ശബ്ദം താഴ്ത്തി പറഞ്ഞു.

“പപ്പാ ഇന്ന് മമ്മിയും ചേട്ടനും തമ്മിൽ ശണ്ഠയായി. അതാണ് മമ്മി ദേഷ്യപ്പെടുന്നത്.”

എന്റെ മകൾക്ക് എന്നോടുള്ള സ്നേഹം മനസ്സിലാവും. അവൾ ധരിച്ചത് സബിത ശബ്ദമുയർത്തി പറഞ്ഞത് എന്നോട് ദേഷ്യപ്പെട്ടിട്ടാണെന്ന്. ഗുഡ്നൈറ്റ് പറഞ്ഞ് ഫോൺ ഓഫാക്കിയപ്പോൾ വണ്ടി റൂമിന്റെ മുന്നിലെത്തിയിരുന്നു. എന്നെ പ്രതീക്ഷിച്ചതുപോലെ ഫാദർ നിൽക്കുന്നതു കാണാം.

“എന്താടാ ഇത്ര താമസിച്ചത്? ഇന്നലെയും നിന്നെ കണ്ടില്ലല്ലോ.”

ഫാദർ എന്നെ റൂമിലേക്ക് കൂട്ടിക്കൊണ്ടുപോയി. അല്പം പരിഭവത്തോടെയാണ് ഫാദർ സംസാരിച്ചത്. അദ്ദേഹത്തിന്റെ പിതൃവാത്സല്യം എനിക്ക് മനസ്സിലാവും. എന്നെ ദിവസം ഒരു പ്രാവശ്യമെങ്കിലും കണ്ടിരിക്കണം. ഇല്ലെങ്കിൽ പിറ്റേന്ന് എന്നെ തിരക്കി ഫാദർ വരും. ഞാൻ ഫാദറിനോട് കാര്യങ്ങളെല്ലാം സംസാരിച്ചുകഴിഞ്ഞപ്പോഴേക്കും വീണ്ടും ഒരു മണിക്കൂർ കഴിഞ്ഞു. ഫാദറിന്റെ കൂടെ ഡിന്നർ കൂടി കഴിപ്പിച്ചിട്ടു മാത്രമേ എന്നെ റൂമിലേക്ക് മടങ്ങാൻ അനുവദിച്ചുള്ളൂ. അപ്പോഴേക്കും പുറത്ത് ഏപ്രിൽ മാസത്തിന്റെ അവസാനം കുറിച്ചുകൊണ്ട് അപ്പോഴും ചൂട് കാറ്റ് വീശുന്നുണ്ടായിരുന്നു.

മേയ്

ടൂറിസ്റ്റ് സീസണിന്റെ അവസാനമായതുകൊണ്ട് ഞാൻ ഒരുവിധം ഫ്രീയായിരുന്നു. മേയ് മാസത്തോടെ ഗൾഫ് രാജ്യങ്ങളിൽ മണൽക്കാടുകൾക്ക് ചൂട് പിടിക്കുക സ്വാഭാവികമാണ്. മിക്ക ടൂറിസ്റ്റുകളും ദേശാടന പക്ഷികളെ പോലെ അവരുടെ സ്വന്തം നാടുകളിലേക്ക് ചേക്കേറി കഴിഞ്ഞിരിക്കുന്നു. ഇനിയുള്ള മൂന്നു മാസത്തോളം ചൂടിന്റെ കാഠിന്യം വർദ്ധിച്ചുകൊണ്ടേയിരിക്കും. ഇതിനു മുമ്പാണ് മഴ കിട്ടാറുള്ളതും. കഴിഞ്ഞ മാസവും ഒന്നു-രണ്ട് ദിവസം മഴ ലഭിച്ചിരുന്നു, പ്രത്യേകിച്ചും ആൽ ഐനിൽ. ഒമാനിലെ ബുറൈമിയോടു ചേർന്ന് മലനിരകൾ നില കൊള്ളുന്നതു കൊണ്ടാവാം ആൽ ഐനിൽ മഴ ലഭിക്കുക. അത് കൊണ്ടു തന്നെയാണ് നല്ല പച്ചപ്പും ദൃശ്യമാകുന്നത്.

ചർച്ചിന്റെ മുന്നിലെ പടികെട്ടിലിരുന്ന് വിശ്വാസികളെയും സുഹൃത്തുക്കളെയുമൊക്കെ നോക്കിക്കൊണ്ടിരിക്കുന്നതിനിടയിലാണ് ഫാദർ ഇറങ്ങി വന്നത്.

“എടാ ജോബി, നീയെന്താ കുർബാനയ്ക്ക് കൂടാതെ ഇവിടിരിക്കുന്നത്? നിന്നെ ഞാൻ അവിടെയൊക്കെ നോക്കി.”

ഫാദർ എന്നോട് സംസാരിക്കുന്നതു കേട്ടിട്ടാവണം സമീപത്തിരുന്ന വാനരപ്പട അപ്രത്യക്ഷമായത്. യു.എ.ഇയിൽ ജനിച്ചുവളർന്ന് ഇവിടെ കോളേജുകളിലും യൂണിവേഴ്സിറ്റികളിലും പഠിക്കുന്ന യുവാക്കൾ. ഞാൻ എഴുന്നേറ്റ് നിന്ന് ഫാദറിനെ വണങ്ങിക്കൊണ്ട് പറഞ്ഞു.

“ദാ വരുന്നു ഫാദർ. ഞാൻ നമ്മുടെ ജോസേട്ടനെ കാത്തിരിക്കുകയായിരുന്നു.”

ഫാദർ തിരിഞ്ഞുനിന്ന് വാനരപ്പടയെ തിരഞ്ഞുകൊണ്ട് പറഞ്ഞു:

“ങ്ഹാ, ദാ ആ പിള്ളാരെക്കൂടി വിളിച്ചുകൊണ്ടുവാ. നിന്റെ ശിഷ്യന്മാരല്ലേ. നീ പറഞ്ഞാൽ കേൾക്കും.”

ഫാദർ പറയുന്നതിൽ വാസ്തവമില്ലാതില്ല. ഈ യുവാക്കളെയെല്ലാം അവരുടെ കുട്ടിക്കാലത്ത് സ്കൂളുകളിലും മറ്റ് യാത്രകൾക്കും കൊണ്ടുപോയിരുന്നത് ഞാൻ തന്നെയായിരുന്നു. ഇവരുടെ മാതാപിതാക്കൾക്കെല്ലാം

സ്വന്തമായി വണ്ടിയുണ്ടെങ്കിലും മിക്കവാറും ടൂർപ്രോഗ്രാമുകൾക്ക് ഞാൻ തന്നെയാവും സാരഥി. ഏത് പ്രായക്കാരോടും പ്രത്യേകിച്ച് ചെറുപ്പക്കാരോട്, പെട്ടെന്ന് യോജിച്ചുപോകാൻ കഴിയാറുണ്ട്. അവരുടെ ഇഷ്ടാനിഷ്ടങ്ങൾക്കനുസരിച്ച് ഞാൻ അഡ്ജസ്റ്റ് ചെയ്യാറുമുണ്ട്. അതുകൊണ്ടു തന്നെയാവണം ഇവർക്ക് എന്നോട് അതിയായ സ്നേഹവും അതോടൊപ്പം മാതാപിതാക്കളുടെ സുഹൃത്തായതുകൊണ്ട് നല്ല ബഹുമാനവും. ഫാദർ ചർച്ചിനുള്ളിലേക്ക് മടങ്ങിയെന്ന് കണ്ടിട്ടാവണം വാനരന്മാരുടെ തല വീണ്ടും പ്രത്യക്ഷപ്പെട്ടത്. ജിമ്മിയാണ് അവരുടെ നേതാവ്. അവൻ പതിയെ വിളിച്ചു ചോദിച്ചു.

"അങ്കിളേ ഫാദർ പോയോ?"

പോയെന്ന് പറഞ്ഞു. ഉടനെ അവർ തിരികെ വന്ന് പടിക്കെട്ടിൽ പിന്നിലായി മറഞ്ഞിരുന്നു. വിശ്വാസികൾ തന്നെയാണ് ഈ ചെറുപ്പക്കാർ, പക്ഷേ ഒരു മണിക്കൂർ നേരത്തെ കുർബാനയ്ക്ക് പങ്കെടുക്കാനുള്ള ക്ഷമ അവർക്കില്ല. ജിമ്മിയുടെ പിന്നിൽ ഇരുന്ന സല്ലു പറഞ്ഞു:

"അങ്കിൾ കുർബാനയ്ക്ക് പോണില്ലേ? ഏല്ലാം സഹിക്കാം അച്ചന്റെ ഒരു മണിക്കൂർ നീളുന്ന പ്രസംഗം സഹിക്കാൻ പറ്റില്ല."

ഞാൻ ചിരിച്ചു. ഉടനെ നിവിൻ പറയുന്നതു കേട്ടു.

"അച്ചൻ ഓരോ വാക്കുപറയുന്നതും നമ്മളെയുദ്ധേശിച്ചാണ്. നമ്മൾ ചെറുപ്പക്കാർ വഴിതെറ്റി നടക്കുന്നുവെന്നാണ് അച്ചന്റെ പരാതി. നമ്മളെ നല്ലനടത്തം പഠിപ്പിക്കാൻ അച്ചൻ നമ്മുടെ പാരന്റ്സിനെ പാരവയ്ക്കും."

നിവിന്റെ അഭിപ്രായത്തെ സാധൂകരിച്ചുകൊണ്ടാണ് ജിമ്മി പറഞ്ഞത്.

"അത് വളരെ ശരിയാണ്. ഇന്ന് രാത്രി മുഴുവൻ മമ്മിയുടെ വക ക്ലാസ്സായിരിക്കും. ഈ ഫാദറാണ് നമ്മുടെ പാരന്റ്സിനെ ഇളക്കിവിടുന്നത്."

വാനരന്മാരുടെ സംസാരം ശ്രദ്ധിക്കുന്നതിനിടിയിൽ ഞാൻ പറഞ്ഞു:

"എടേ എന്തായാലും നമുക്കിന്നത്തെ കുർബാനയിൽ പങ്കെടുക്കണം. രണ്ടാഴ്ചകഴിഞ്ഞ് നമുക്ക് ഫുഡ്ഫെസ്റ്റ് നടത്താനുള്ളതാണ്."

ഫാദർ ഒരുമാസം മുമ്പുതന്നെ ഫുഡ്ഫെസ്റ്റിവലിനെക്കുറിച്ച് ചട്ടം കെട്ടിയതാണ്. കഴിഞ്ഞ വർഷം ഞാനും ഈ പിള്ളേരും കൂടി ഗംഭീരമായി തന്നെ ഫുഡ്ഫെസ്റ്റ് നടത്തിയിരുന്നു. ഏകദേശം ഇരുപത്തഞ്ചോളം കൗണ്ടറുകൾ ഞങ്ങൾ തയ്യാറാക്കിയിരുന്നു. എല്ലാ കേരളീയ വിഭവങ്ങളും, ഒപ്പം ചൈനീസ്, കോണ്ടിനെന്റൽ വിഭവങ്ങളും. പങ്കെടുത്തവരിൽ നിന്നും വളരെ മോശമല്ലാത്ത പ്രതികരണമായിരുന്നു ഉണ്ടായത്. പണ്ട് പ്രീഡിഗ്രിക്ക് തോറ്റപ്പോൾ അപ്പൻ തന്നെയാണ് എന്തെങ്കിലും തൊഴിൽ പഠിക്കണമെന്ന് നിർബന്ധിച്ചത്. അങ്ങനെയാണ് കാറ്ററിംഗ് പഠിക്കാൻ പോയത്. നല്ലൊരു ഷെഫാകണമെന്നായിരുന്നു ആഗ്രഹം. നമ്മൾ ആഗ്രഹിക്കുന്നതുപോലെ ആയി തീരുകയെന്നത് ഒരു ഭാഗ്യം തന്നെയാണ്!

ഫാദർ പറയാറുണ്ട്:

"നമ്മുടെ ആഗ്രഹങ്ങൾ സത്യവും തീവ്രവുമാണെങ്കിൽ തീർച്ചയായും അത് നേടാൻ കഴിയും. അല്ലെങ്കിൽ, കർത്താവ് നമുക്കൊരു വഴി കാട്ടിത്തരും."

എന്റെ കാര്യത്തിലും അതുതന്നെയാണ് സംഭവിച്ചത്. ഏതായാലും ഫുഡ്ഫെസ്റ്റിവൽ എന്ന് കേട്ടപ്പോൾ വാനരന്മാർക്ക് വലിയ സന്തോഷമായി. സല്ലു ചാടിയെഴുന്നേറ്റ് എന്നെ കെട്ടിപ്പിടിച്ചുകൊണ്ട് പറഞ്ഞു:

"അങ്കിൾ ഇത്തവണ നമുക്ക് കഴിഞ്ഞ വർഷത്തേക്കാൾ കലക്കണം."

തുടർന്ന് വാനരന്മാരുടെ സംഭാഷണം കഴിഞ്ഞ വർഷത്തെ ഫുഡ്ഫെസ്റ്റിവലിനെ കുറിച്ചായി. ഇത്തവണയും അവർ തങ്ങളുടെ യൂണിവേഴ്സിറ്റിയിൽ നിന്നും കോളേജിൽ നിന്നും സായിപ്പന്മാരായ സുഹൃത്തുക്കളെ പങ്കെടുപ്പിച്ച് പുതിയ കൗണ്ടറുകൾ തുടങ്ങുമെന്ന് വീമ്പടിക്കുന്നുണ്ടായിരുന്നു. ഏറെ നേരം അവരോടൊത്തിരുന്ന് ഓരോ പ്ലാനുകൾ സംസാരിച്ചിരുന്നതുകൊണ്ട് സമയം പോയതറിഞ്ഞിരുന്നില്ല. ഒടുവിൽ ഞാൻ പറഞ്ഞു:

"വാ, നമുക്ക് കുർബാനയുടെ അവസാനമെങ്കിലും പങ്കെടുക്കണം."

ഞങ്ങൾ പിന്നിൽ അണിനിരന്നപ്പോൾ ഫാദറുടെ കണ്ണുകൾ ഒപ്പമെത്തിയെന്ന് മനസ്സിലായി. ഒരുപക്ഷേ ഞങ്ങളെ കണ്ടിട്ടാവണം ഫാദർ പതിവുരീതിയിൽ യുവാക്കളെ വിശ്വാസത്തിന്റെ വഴിയിൽ കൊണ്ടുവരേണ്ടതിന്റെ ആവശ്യകത എടുത്തു പറഞ്ഞത്. ഇതുകേട്ട വാനരന്മാർ പതിയെ മുറുമുറുക്കുന്നുണ്ടായിരുന്നു. തുടർന്ന് ഫാദർ ഫുഡ്ഫെസ്റ്റിവലിനെക്കുറിച്ചും അതിന്റെ നടത്തിപ്പിനായി രൂപീകരിക്കുന്ന കമ്മിറ്റിയെക്കുറിച്ചും സംസാരിച്ചു. കമ്മിറ്റിയുടെ കൺവീനറായി എന്റെ പേര് ഫാദർ തന്നെ നിർദ്ദേശിച്ച് വെട്ടിലാക്കിയെന്നുള്ളതാണ് സത്യം. തുടർന്നു നടന്ന കമ്മിറ്റി മീറ്റിംഗിൽ വാനരന്മാർ എല്ലാവരും അംഗങ്ങളായി. ഇക്കാര്യം ഫാദറിന് നല്ല ബോധ്യമുള്ളതുകൊണ്ടാണ് എന്നെ കൺവീനറാക്കിയതും. വനിതാപ്രതിനിധിയായി ജോസേട്ടന്റെ ഭാര്യ മോളിചേച്ചിയെയാണ് സ്ത്രീകൾ നാമനിർദ്ദേശം ചെയ്തത്. കമ്മിറ്റി മീറ്റിംഗിൽ മോളിചേച്ചി വിശദമായ ഒരു ക്ലാസ്സെടുത്തു. പത്ത് കൗണ്ടറുകൾ നടത്തുമെന്ന് അവർ ഉറപ്പുപറഞ്ഞു. അതും തനി നാടൻ വിഭവങ്ങൾ.

ആകസ്മികമായി എത്തിയ എമിറേറ്റ്സ് വിമാനത്തിന്റെ ദുരന്തവും യാത്രികരുടെ അദ്ഭുതകരമായ രക്ഷപ്പെടലുമെല്ലാം പ്രവാസിമനസ്സുകളിൽ വിങ്ങലും അതോടൊപ്പം വല്ലാത്ത ആശ്വാസവുമാണ് ഉണ്ടാക്കിയത്. തിരുവനന്തപുരത്തു നിന്നും ദുബായിലേക്ക് പറന്ന എമിറേറ്റ്സ് ഫ്ളൈറ്റിന്റെ ലാന്റിംഗിനിടയിലുണ്ടായ തീ പിടുത്തത്തിൽ നിന്നും തലനാരിഴയ്ക്ക് രക്ഷപ്പെട്ട യാത്രക്കാരുടെ വാക്കുകളിൽ പൈലറ്റിന്റെയും സഹപ്രവർത്തകരുടെയും സമചിത്തതയോടുള്ള പ്രവർത്തനം നിഴലിച്ചു

നിന്നു. പക്ഷേ അത്തരം ആശ്വാസവചനങ്ങൾക്കിടയിലും എല്ലാവരേയും ദുഃഖത്തിലാഴ്ത്തിയത് ജാസിം ഈസയെന്ന എമിറ്റേറ്റി ഫയർഫോഴ്സ് ഉദ്യോഗസ്ഥന്റെ അകാലമൃത്യുവായിരുന്നു. വിമാനയാത്രികരെ രക്ഷിക്കാനുള്ള ഫയർഫോഴ്സിന്റെ യത്നത്തിൽ ജാസിം ജീവത്യാഗം ചെയ്തു. രാഷ്ട്രത്തെ പുനർസൃഷ്ടിക്കാനുള്ള യത്നത്തിൽ എന്നും കൂടെ നിന്നിട്ടുള്ള മലയാളി സഹോദരങ്ങളോട് ഇതിൽ കൂടുതൽ എന്തെങ്കിലും ചെയ്യാൻ ഒരു എമിറാത്തിക്ക് കഴിയുമോ! ആ ചടങ്ങിൽ പങ്കെടുത്ത എല്ലാവരുടേയും മനസ്സിൽ നിഴലിച്ചുനിന്നുവെന്നുള്ളതാണ് സത്യം.

ഫാദർ രണ്ട് ദിവസം മുമ്പുതന്നെ റാസൽഖൈമ കൾച്ചറൽ സെന്ററിൽ നടക്കുന്ന ജാസിം അനുസ്മരണ ചടങ്ങിൽ പങ്കെടുക്കണമെന്ന് പറഞ്ഞിരുന്നു. വൈകുന്നേരത്തോടുകൂടി ഞങ്ങൾ സെന്ററിൽ എത്തി. അപ്പോഴേക്കും ആ ഹാൾ നിറഞ്ഞുകവിഞ്ഞിരുന്നു. സ്വന്തം സഹോദരങ്ങളെ രക്ഷിക്കാനുള്ള യത്നത്തിൽ ജീവത്യാഗം ചെയ്ത ജാസിം എന്ന അറബ് ധീരപുരുഷന്റെ പുഞ്ചിരിതൂകുന്ന മുഖം മനസ്സിൽ നിറഞ്ഞു നിന്നു. കേരളത്തിൽ നിന്ന് മന്ത്രിമാരുൾപ്പെടെയുള്ള വിശിഷ്ടാതിഥികൾ ചടങ്ങിൽ പങ്കെടുക്കുന്നുണ്ട്. പ്രമുഖ അറബ് കവി ശിഹാസ് ഗാനിം രചിച്ച കവിത മലയാളി പെൺകുട്ടി വായിച്ചപ്പോൾ നിലയ്ക്കാത്ത കരഘോഷം. എന്റെ കണ്ണുകൾ വേദിയിലിരിക്കുന്ന ജാസിമിന്റെ പിതാവ് ഈസ ബലൂഷിയിലായിരുന്നു. ഇടയ്ക്കിടെ അദ്ദേഹം കണ്ണുകൾ തുടയ്ക്കുന്നുണ്ടായിരുന്നു. ഏറെ വൈകിയാണ് ചടങ്ങുകൾ അവസാനിച്ചത്.

തികഞ്ഞ ഒരു മനുഷ്യസ്നേഹിയായിരുന്നു ജാസിം. റംസാൻ നോമ്പു കാലത്ത് വിദേശതൊഴിലാളികൾ താമസിക്കുന്ന ലേബർ ക്യാമ്പുകൾ സന്ദർശിക്കുകയും തൊഴിലാളികളോടൊത്ത് നോമ്പുതുറക്കൽ ചടങ്ങിൽ പങ്കെടുത്ത് സ്നേഹം പങ്കുവെയ്ക്കുകയുമൊക്കെ ചെയ്യുന്ന വ്യക്തിത്വമായിരുന്നുവത്രേ. ആ ചടങ്ങിൽ പങ്കെടുത്ത പല മലയാളികളും അവരുടെ അനുഭവങ്ങൾ പങ്കുവച്ചു. ഇത് ജാസിമെന്ന ഒരു എമറാത്തിയുടെ ജീവിതം മാത്രമല്ലെന്ന് എന്റെ മനസ്സ് മന്ത്രിച്ചു. കഴിഞ്ഞ ഒന്നര പതിറ്റാണ്ടിനിടയ്ക്ക് ഞാൻ പരിചയപ്പെട്ട എമറാത്തികളെല്ലാം ഇങ്ങനെ വിദേശതൊഴിലാളികളോട് സ്നേഹം പങ്കുവച്ചിട്ടുള്ളവരാണ്. സ്വന്തം രാഷ്ട്രത്തെയും കുടുംബത്തെയും വിട്ട് മരുഭൂമിയിലെ സ്വർഗം പണിയുന്ന യത്നത്തിൽ എമറാത്തി ജനതയോടൊപ്പം നിൽക്കുന്ന വിദേശ തൊഴിലാളികളുടെ ത്യാഗവും സന്നദ്ധതയും ശരിയായി മനസ്സിലാക്കിയിട്ടുള്ളവരാണ് എമറാത്തികൾ. വിദേശ തൊഴിലാളികളെ അതിഥികളായി തന്നെ കാണുവാനുള്ള വിശാലമായ കാഴ്ചപ്പാട് ഈ ജനതയുടെ കൂടപ്പിറപ്പാണെന്ന് ഫാദർ എടുത്തു പറഞ്ഞു.

മടക്കയാത്രയിൽ ഫാദർ എമിറാത്തി സംസ്കാരത്തെയും ആതിഥ്യ മര്യാദകളെയും പ്രശംസിച്ചുകൊണ്ടിരുന്നു. അന്യമതസ്ഥരുടെ ആരാധനാലയങ്ങൾക്ക് വേണ്ട സൗകര്യമൊരുക്കാൻ എമറാത്തി ഭരണാ

ധികാരികൾക്ക് യാതൊരു വൈമുഖ്യവുമില്ലായിരുന്നു. ആൽഐനിലെ ചർച്ചിന്റെ തുടക്കവും മറ്റും ഫാദർ എടുത്തു പറഞ്ഞു. ഫാദറുമായി സംസാരിച്ചിരുന്നതുകൊണ്ട് ആ രാത്രിയാത്രയിൽ എനിക്ക് ഉറക്കം വന്ന തേയില്ല. എന്റെ മനസ്സിൽ നിറഞ്ഞു നിന്നത് ജാസിം എന്ന ആ മഹദ് വ്യക്തിയുടെ ജീവത്യാഗം തന്നെയായിരുന്നു.

കാർ ചർച്ചിന്റെ കവാടത്തിലെത്തിയപ്പോൾ സമയം രാത്രി മൂന്നുമണി. വണ്ടിയിൽ നിന്നും ഇറങ്ങാൻ നേരം ഫാദർ പറഞ്ഞു:

"ജോബി നമ്മുടെ ഫുഡ് ഫെസ്റ്റിവലിന്റെ പൂർണ ചുമതല നിനക്കാണ്. സാമ്പത്തികമായ എല്ലാ സഹായങ്ങളും ചെയ്തുതരാം. നമുക്ക് ആവശ്യത്തിന് സ്പോൺസർമാരുണ്ട്. പിന്നെ നീ ആ പിള്ളാരെ മുൻനിർത്തിവേണം എല്ലാം ചെയ്യാൻ. നീ പറഞ്ഞാലേ അവർ കേൾക്കുക യുള്ളു."

ഞാൻ ഏറ്റാൽ കാര്യങ്ങൾ ഭംഗിയായി നടക്കുമെന്ന് ഫാദറിന് അറിയാം. കഴിഞ്ഞ വർഷത്തെ ഫുഡ്ഫെസ്റ്റിവൽ ഫാദർ ഓർക്കുന്നു ണ്ടാവും.

പ്രതീക്ഷിച്ചതുപോലെ തന്നെ ഫുഡ്ഫെസ്റ്റിവൽ ഗംഭീര വിജയ മാക്കാൻ ഞങ്ങൾക്കായി. മോളി ചേച്ചിയുടെ നേതൃത്വത്തിൽ അവർ വാഗ്ദാനം ചെയ്തതുപോലെ തന്നെ പത്ത് ഫുഡ് കൗണ്ടറുകൾ ഒരുക്കി യിരുന്നു. ദോശയും വെള്ളയപ്പവും പുട്ടും കപ്പയും മീൻകറിയുമൊക്കെ യായി സ്ത്രീകളുടെ കിച്ചൺ തന്നെയായിരുന്നു മുന്നിട്ടുനിന്നത്. ജില്ലാ ടിസ്ഥാനത്തിൽ തന്നെ സ്ത്രീകൾ മത്സരിച്ചു. കോട്ടയം, ആലപ്പുഴ, തിരു വനന്തപുരം, കൊച്ചി, തൃശൂർ, മലബാർ തുടങ്ങിയ കൗണ്ടറുകളിൽ തനതായ കേരളീയ വിഭവങ്ങൾ ശരിക്കും മത്സരിക്കുക തന്നെയായിരുന്നു. അറേബ്യൻ -കോണ്ടിനെന്റൽ - ഫാസ്റ്റ്ഫുഡ് കൗണ്ടറുകളാണ് എന്റെ നേതൃത്വത്തിലുള്ള പുരുഷകേസരികൾ തയ്യാറാക്കിയത്. ഞങ്ങൾക്കും പത്ത് കൗണ്ടറുകൾ ഒരുക്കാൻ കഴിഞ്ഞു. നമ്മുടെ വാനരപ്പട തന്നെ നാല് കൗണ്ടറുകൾ തയ്യാറാക്കിയിരുന്നു. ചൈനീസ്-ജാപ്പനീസ് വിഭവ ങ്ങളോടൊപ്പം വെസ്റ്റേൺ ഡിഷുകളും അവർ സെർവ് ചെയ്തു. യൂണി വേഴ്സിറ്റിയിൽ നിന്നും സായിപ്പന്മാരുടെ പിള്ളാരെ കൊണ്ടാണ് അവർ കൗണ്ടറുകൾ പാശ്ചാത്യവത്ക്കരിച്ചത്.

ഒരു ഷെഫെന്ന നിലയ്ക്ക് പഠിച്ച കാര്യങ്ങൾ മറ്റുള്ളവരുടെ മുന്നിൽ അവതരിപ്പിക്കാൻ കിട്ടിയ നല്ലൊരു അവസരമായിരുന്നു അത്. പക്ഷേ പലപ്പോഴും എന്റെ സേവനങ്ങൾ കൂടുതൽ പ്രയോജനപ്പെട്ടത് മോളി ച്ചേച്ചിയുടെ നേതൃത്വത്തിലുള്ള സ്ത്രീ കൂട്ടായ്മയ്ക്കായിരുന്നു. ഡ്രിങ്ക്സു കളും ജ്യൂസുകളും ചായയും കോഫിയുമൊക്കെയായി ഫെസ്റ്റിവൽ പൊടിപൊടിച്ചുവെന്നുള്ളതാണ് സത്യം. ഞങ്ങളുടെ പുരുഷന്മാരുടെ കൗണ്ടറുകളുടെ പിൻഭാഗത്തുകൂടി സംഘാടകർക്കുമാത്രമായി ഹോട്ട്

ഡ്രിങ്ക്സുകൾ സെർവ്വ് ചെയ്യുന്നുണ്ടായിരുന്നു. ഫാദർ അറിയാതെ അത്തരമൊരു ഏർപ്പാട് ശരിയാക്കിയത് ജോസേട്ടനും സണ്ണിക്കുട്ടിയുമൊക്കെ തന്നെയായിരുന്നു. വാനരപ്പടയും ചെറിയ ഹോട്ട് ഡ്രിങ്ക്സുകൾ കഴിക്കുന്നുണ്ടെന്ന് മനസ്സിലായി. പുരുഷന്മാർക്ക് ഭയപ്പെടേണ്ടത് ഫാദറിനേയും ഒപ്പം അവരവരുടെ ഭാര്യമാരേയുമാണ്. മിക്കവരുടെയും ഭാര്യമാർ തൊട്ടടുത്തുള്ള സ്ത്രീകളുടെ കിച്ചണിൽ വളരെ ആക്ടീവാണ് താനും. മിക്ക സ്ത്രീകളുടെയും കണ്ണ് തൊട്ടടുത്തുള്ള പുരുഷന്മാരുടെ കിച്ചണിലെ ഭർത്താക്കന്മാരുടെ പ്രവൃത്തികളിലായിരുന്നു! മോളിച്ചേച്ചി ഒരിക്കൽ വന്ന് ജോസേട്ടനോട് തുറന്നു പറഞ്ഞു:

"ഇച്ചായാ കിട്ടുന്ന ചാൻസ് മുതലാക്കി ഉള്ള വിസ്കിയും ബ്രാന്റിയും വലിച്ചു കേറ്ററുത്. അറിയാമല്ലോ ഡോക്ടർ പറഞ്ഞിട്ടുള്ളതെന്താണെന്ന്!"

ജോസേട്ടന്റെ മുഖത്തുനോക്കി അല്പം അരിശത്തോടെയാണ് മോളിചേച്ചി അങ്ങനെ പറഞ്ഞത്.

ഉടനെ സണ്ണിച്ചൻ പറഞ്ഞു:

"ചേട്ടായി ദാ മോളിചേച്ചി ചെന്ന് മറ്റുള്ള പെണ്ണുങ്ങളെ ഇളക്കുകയാണ്. നിങ്ങൾ കാരണം നമ്മുടെ കഞ്ഞിയിൽ പാറ്റയിടല്ലേ!"

ജോസേട്ടൻ ചിരിച്ചുകൊണ്ട് പറഞ്ഞു:

"പോയി പണി നോക്കാൻ പറ. ചാവുമ്പോൾ ചാവട്ടേ. ജീവിതത്തിൽ കിട്ടുന്ന ഇത്തരം കൊച്ചു സന്തോഷങ്ങൾ നമ്മൾ ആഘോഷിക്കുക തന്നെ വേണം."

വാനരന്മാരെ ചൂണ്ടിക്കാണിച്ച് ഞാൻ പറഞ്ഞു:

"അച്ചായൻ ഇങ്ങനെ പറഞ്ഞോ. നോക്കിക്കേ നിങ്ങളുടെ പിള്ളാര് ഇത് കണ്ടാണ് പഠിക്കുന്നത്."

പിള്ളാരെയെല്ലാം പുരുഷകേസരികൾ ഒരുമിച്ച് തിരിഞ്ഞു നോക്കിയപ്പോൾ അവർ ഒന്ന് ഭയന്നിരിക്കണം. കാരണം അവർക്ക് ഫാദറിനെയും തൊട്ടടുത്ത കൗണ്ടറുകളിലുള്ള സ്വന്തം മാതാപിതാക്കളേയും പേടിക്കണമല്ലോ.

നേരം ഇരുട്ടിയതോടുകൂടി തിരക്ക് വർദ്ധിച്ചു. ഇടയ്ക്കിടക്ക് ഫാദർ എന്നെ ഓരോ കാര്യങ്ങൾ ഏല്പിച്ചുകൊണ്ടിരുന്നു. കുറച്ചു കഴിഞ്ഞപ്പോൾ വാനരന്മാർ എന്നെ വിളിച്ചു.

"അങ്കിളേ, ഞങ്ങൾ ഫിക്സ് ചെയ്തിരിക്കുന്ന റേറ്റ് അല്പം കൂടുതലാണോ എന്നൊരു സംശയം! കാരണം നമ്മൾ കൊണ്ടുവന്നിട്ടുള്ള ഷെഫുകൾക്ക് ഒരു ദിവസത്തെ റേറ്റാണ് പറഞ്ഞുറപ്പിച്ചിരിക്കുന്നത്.'

ഞാൻ സാരമില്ലെന്ന് പറഞ്ഞു. ഒരുപക്ഷേ അവരുടെ കൗണ്ടറിൽ തിരക്ക് കുറഞ്ഞിട്ടാവണം അങ്ങനെ തോന്നിയത്. സ്വാഭാവികമായും ഫെസ്റ്റിവലിന് വരുന്നവരിൽ നല്ലൊരു പങ്കും മലയാളികളാണ്. നല്ല നാടൻ

ആഹാരം കിട്ടുമ്പോൾ മലയാളികളുടെ ഗൃഹാതുരത ഉണർന്നെണീൽക്കുക സ്വാഭാവികം മാത്രം. അവർ നല്ല ദോശയും ചമ്മന്തിയും അല്ലെങ്കിൽ പുട്ടും കടലക്കറിയുമൊക്കെയല്ലേ കഴിക്കാൻ മുതിരുകയുള്ളൂ. പക്ഷേ പ്രവാസലോകത്തെ യുവതലമുറയ്ക്ക് അറബിക് ഫുഡിനോടും കോണ്ടിനെന്റൽ ഫുഡിനോടുമൊക്കെ വലിയ പ്രിയമാണെന്ന് മനസ്സിലായി. വാനരന്മാരുടെ കൗണ്ടറിൽ നിന്നും ഒരു സൂഷി കഴിക്കാൻ കഴിഞ്ഞു. എന്നാൽ ജാപ്പനീസ് വിഭവമായ സൂഷി എനിക്ക് അത്ര പിടിച്ചില്ല.

തിരക്കിനിടയ്ക്കാണ് തോമസിനെയും ജോർജിനെയും കണ്ടത്. സാധാരണയുള്ള പരിപാടികളിലൊന്നും അവർ വരാറില്ല. പക്ഷേ, അവരുടെ ഭാര്യമാർ എല്ലാ ചടങ്ങുകൾക്കും ഉണ്ടാവുകയും ചെയ്യും. എന്നെപ്പോലെതന്നെ ഡ്രൈവർമാരായ അവർ അല്പം കൂടി ചെറുപ്പമാണെന്ന് പറയാം. ഒരിക്കൽ ഞാൻ അവരോട് തുറന്നു ചോദിച്ചു.

“നിങ്ങളെന്താ നമ്മുടെ പൊതുഫംഗ്ഷനൊന്നും വരാത്തേ?”

ഒരു നിമിഷം പോലും ആലോചിക്കാതെ തോമസ് പറഞ്ഞു:

“ചേട്ടായി ഞങ്ങൾ മനഃപൂർവ്വമാണ് ഒഴിവാകുന്നത്. ഡ്രൈവർമാരായ നമുക്ക് എന്തൊക്കെ സോഷ്യലിസം പറഞ്ഞാലും എല്ലായ്പ്പോഴും അവഗണനയാണ്. എല്ലാ ഫംഗ്ഷനുകളിലും വലിയ ബിസിനസ്സുകാരും കമ്പനി എക്സിക്യൂട്ടീവുകളുമായിരിക്കും ഡോമിനേറ്റ് ചെയ്യുക. അവർക്കൊക്കെ നമ്മെപ്പോലെയുള്ള സാദാ ഡ്രൈവർമാരോട് പുച്ഛമാണ്.”

അവരുടെ അഭിപ്രായത്തോട് യോജിക്കാൻ കഴിയാത്തതുകൊണ്ടാണ് ഞാൻ പറഞ്ഞത്.

“ഏയ് അങ്ങനെയൊന്നുമല്ല തോമസ്സേ, നമ്മൾ അങ്ങനെയൊന്നും ചിന്തിക്കരുത്.”

പക്ഷേ, ഞാൻ പറഞ്ഞത് അനവസരത്തിലായിപോയെന്ന് എനിക്ക് മനസ്സിലായത് ജോർജ്ജുകൂടി തോമസിനെ അനുകൂലിച്ചപ്പോഴാണ്.

“ഇല്ല ജോബിയേട്ടാ, തോമാച്ചായൻ പറഞ്ഞത് നേരാണ്. നിങ്ങൾക്ക് ഫാദറുടെ കൂടെയുള്ള അടുപ്പം കൊണ്ടാണ് അവഗണന മനസ്സിലാവാത്തത്. അല്ലെങ്കിലും നിങ്ങൾ ടൂറിസ്റ്റ് ടാക്സി ഡ്രൈവറും ഞങ്ങൾ ലോക്കൽ ടാക്സി ഡ്രൈവർമാരുമല്ലേ!”

അവർ പറഞ്ഞതിലെ നേര് ഇപ്പോൾ മനസ്സിലാവുന്നു. പ്രവാസലോകത്താണെങ്കിലും ഉന്നത ശ്രേണിയിൽ നിൽക്കുന്നവർക്ക് തന്നെയാണ് എല്ലാ സാമൂഹിക പരിപാടികളിലും മുൻഗണന ലഭിക്കുന്നത്. ഇതിന് മതമോ ജാതിയോ രാഷ്ട്രീയ സംഘടനാ വ്യത്യാസമോ ഇല്ല. കേരളത്തിൽ നിന്നും വരുന്ന പ്രവാസികളിൽ ബഹുഭൂരിഭാഗവും തൊഴിലാളികളാണ്. പക്ഷേ ആ തൊഴിലാളികളെയൊന്നും നമുക്ക് ഒരു പൊതുചടങ്ങിലും കാണാൻ കഴിയില്ല. അവരെ ആരും ക്ഷണിക്കാറുമില്ല.

ക്ഷണിച്ചാലും അവഗണനയേറ്റ് പങ്കെടുക്കാൻ അവർക്ക് താത്പര്യവുമുണ്ടാവില്ല.

ഗൾഫിൽ പ്രവാസ ജീവിതം നയിക്കുന്ന തൊഴിലാളികളുടെ എട്ട് മണിക്കൂർ ജോലിഭാരത്തിനിടയിൽ വീണുകിട്ടുന്ന വാരാന്ത്യങ്ങൾ പൂർണമായും വിശ്രമിക്കാനായി മാത്രമേ അവർ വിനിയോഗിക്കാറുള്ളൂ. ഇത്തരം സാമൂഹിക ആഘോഷങ്ങൾ മിക്കവാറും വാരാന്ത്യങ്ങളിലാവും സംഘടിപ്പിക്കുകയും.

ഞാൻ വാനരസംഘത്തോടൊപ്പം നിൽക്കുന്നതിനിടയിലാണ് ഫാദർ വന്നത്. ഇപ്രാവശ്യം വാനരന്മാർക്ക് ഫാദറിൽ നിന്നും രക്ഷ നേടാൻ കഴിഞ്ഞില്ല.

"എടാ നിങ്ങളെന്താ കുർബാനയ്ക്ക് കൂടാതെ കറങ്ങി നടക്കുന്നത്."

ഫാദർ കിട്ടിയ അവസരം മുതലാക്കാൻ ശ്രമിച്ചു. ഉടനെ ജിമ്മി പറയുന്നതു കേട്ടു.

"ഫാദർ ഞങ്ങൾ സ്ഥിരമായി ഇംഗ്ലീഷ് കുർബാനയ്ക്ക് പങ്കെടുക്കാറുണ്ട്."

ആ മറുപടി കേട്ട് നീട്ടി മൂളിക്കൊണ്ട് ഫാദർ എന്റെ മുഖത്തു നോക്കി. ഞാൻ അവർ പറയുന്നത് ശരിയാണെന്ന രീതിയിൽ തല കുലുക്കി. അത് ഇഷ്ടപ്പെടാത്ത രീതിയിൽ ഫാദർ അടുത്ത കൗണ്ടറിലേക്ക് പോയി. ഫാദറിനോടൊത്ത് ഗബ്രിയേൽ അച്ചനുമുണ്ടായിരുന്നു. യൂറോപ്യനായ ഗബ്രിയേൽ അച്ചനാണ് ഇംഗ്ലീഷ് കുർബാന നൽകുന്നത്. പക്ഷേ വാനരന്മാർ മലയാളത്തിൽ പറഞ്ഞത് ഗബ്രിയേൽ അച്ചന് മനസ്സിലായതുമില്ല. ഏതായാലും വാനരന്മാർ രണ്ട് ഫാദർമാരെയും കൊണ്ട് സൂഷി വാങ്ങിപ്പിച്ചു. എണ്ണി തിട്ടപ്പെടുത്തി പണവും വാങ്ങി! എന്റെ മുഖത്തു നോക്കി സല്ലു പറഞ്ഞു: "ഫാദറിന് ഒരു പണി കൊടുക്കണമെന്ന് കുറെ നാളായി വിചാരിക്കുകയായിരുന്നു. എപ്പോഴും നമ്മൾ ചെറുപ്പക്കാർ വഴിപിഴച്ചുപോകുന്നുവെന്നാണ് ഫാദറിന്റെ പരാമർശം. ഈ ഫാദറാണ് നമ്മുടെ പാരന്റ്സിനെ പാരവയ്ക്കുന്നത്. ഇന്നേതായാലും ഫാദറിന്റെ കൈയിൽ നിന്നും പണം വാങ്ങിയപ്പോൾ സമാധാനമായി."

ചിരിച്ചുകൊണ്ട് ജിമ്മി പറഞ്ഞു:

"പക്ഷേ ആ ഗബ്രിയേലച്ചന്റെ കൈയിൽ നിന്നും പണം വാങ്ങിയത് ഒട്ടും ശരിയായില്ല."

ഉടനെ നിവിൻ പറയുന്നതു കേട്ടു.

"അതെങ്ങനെയാ, രണ്ട് പേർ വരുമ്പോൾ ഒരാളുടെ കൈയിൽ നിന്നു മാത്രം പണം വാങ്ങുന്നത്?"

വാനരന്മാർ ചിരിച്ചുല്ലസിച്ചപ്പോൾ അവിടെ കോളേജ് വിദ്യാർത്ഥിനികളുടെ തിരക്ക് വർദ്ധിച്ചു. ഞാൻ നമ്മുടെ പുരുഷകേസരികളുടെ കിച്ചനിലേക്ക് പോയി.

മീറാമാഡം അത്യാവശ്യമായി അബുദാബി എയർപോർട്ടിൽ എത്തണമെന്ന് പറഞ്ഞപ്പോൾ രണ്ടാമതൊന്ന് ആലോചിച്ചില്ല. എയർപോർട്ടിൽ വൈകിട്ട് ആറ് മണിക്കാണ് എത്താൻ ആവശ്യപ്പെട്ടത്. ഫാദറുടെ ചില ഗസ്റ്റുകളെ ആൽ ഐനിലെ ജബൽ ഹഫീദ് കുന്നുകൾ കാണിക്കാമെന്ന് ഏറ്റിരുന്നതാണ്. അത്യാവശ്യം പറഞ്ഞപ്പോൾ ഫാദറിന് കാര്യം മനസ്സിലായി. പകരം തോമസ്സിനെ ഏർപ്പാടാക്കി കൊടുത്തു.

ആൽ ഐനിൽ നിന്നും പുറപ്പെട്ടപ്പോൾ തന്നെ ശക്തമായ പൊടിക്കാറ്റ് തുടങ്ങിയിരുന്നു. മണൽക്കാടുകളിൽ നിന്നും ശക്തമായ കാറ്റിനോടൊപ്പം മണൽക്കൂനകൾ ഒഴുകിവരുന്നതായി തോന്നി. പെട്ടെന്ന് അന്തരീക്ഷം മേഘാവൃതമായി. കഴിഞ്ഞ ഏതാനും ആഴ്ചകൾക്കിടയ്ക്ക് പല പ്രാവശ്യം മഴ പെയ്തിരുന്നു. ഗൾഫ് നാടുകളിൽ അത്ര സാധാരണമല്ലാത്ത മഴ അറേബ്യൻ യുവജനതയ്ക്ക് ഒരു ഹരം തന്നയാണ്. ചാറ്റൽ മഴ നനയുന്നതിനും മണൽക്കൂനകളിലൂടെ ചീറിപ്പായുന്ന തുറന്ന വാഹനങ്ങളിൽ സഫാരി നടത്തുവാനും അവർ കാണിക്കുന്ന ആർത്തിയും ആഹ്ലാദവും പറഞ്ഞറിയിക്കാൻ കഴിയില്ല. ഗൾഫ് നാടുകളിൽ റോഡപകടങ്ങൾ കൂടുന്ന സമയവും ഇത്തരം മഴക്കാലത്താണ്. പൊതുവെ മഴ സമയത്ത് ഞാൻ വണ്ടി ഒതുക്കിയിടാറാണ് പതിവ്. ഇല്ലെങ്കിൽ അപകടം ഉറപ്പാണ്.

എയർപോർട്ടിന് പുറത്തെത്തിയപ്പോൾ തന്നെ അന്തരീക്ഷം മൂടിക്കെട്ടിയിരുന്നു. കാലാവസ്ഥ മാറുന്നതിനു മുന്നോടിയായുള്ള മഴക്കാറ്റാണെന്ന് മനസ്സിലായി. ശൈത്യകാലത്തു നിന്നും കൊടും ഉഷ്ണകാലത്തിലേക്കുള്ള മാറ്റത്തിന്റെ ചെറിയൊരു പ്രതിഫലനം മാത്രമാണിത്. മാഡം പറഞ്ഞതിനും വളരെ നേരത്തെ തന്നെ ഞാൻ എത്തിയിരുന്നതുകൊണ്ട് വണ്ടി പാർക്കിംഗിൽ ഇടാതെ പുറത്തുള്ള കഫേറ്റേറിയയ്ക്കു സമീപം നിർത്തി. കടുപ്പത്തിനൊരു ചായ കുടിക്കാനായി കഫേറ്റേറിയയിൽ കയറിയപ്പോഴേക്കും മഴ തുടങ്ങിയിരുന്നു. തുള്ളിക്കൊരുകുടം എന്ന നിലയിൽ തുടങ്ങിയ മഴ പെട്ടെന്ന് തന്നെ ശക്തി പ്രാപിച്ചു. അത് ശക്തമായ മഴയായി മാറി. ഗൾഫ് നാടുകളിൽ മഴ പെയ്താൽ അധികനേരം നീണ്ടുനിൽക്കില്ലെന്ന് അറിയാവുന്നതുകൊണ്ട് എനിക്ക് പ്രത്യേകിച്ച് ഒരു വ്യാകുലതയുമുണ്ടായില്ല. കഫേറ്റേറിയയിൽ തിരക്ക് തീരെ കുറവായിരുന്നു. ഗ്ലാസ്സ് ജനലിലൂടെ പുറത്തെ ദൃശ്യങ്ങൾ കാണാമായിരുന്നു. കാറ്റിന്റെ ലാഞ്ചനയ്ക്കൊത്ത് ജലകണങ്ങൾ ഓരോ പാളിയായി നിരങ്ങി നീങ്ങുന്നത് കാണാം. ഇടയ്ക്കിടെ ചില വാഹനങ്ങൾ വളരെ സാവധാനം നീങ്ങുന്നുണ്ട്. കഫേറ്റേറിയയിലെ മലയാളി സപ്ലൈയറുമായി അരമണിക്കൂറോളം നേരം മഴയെക്കുറിച്ച് സംസാരിച്ചിരുന്നു.

"കാലാവസ്ഥാവ്യതിയാനമെന്ന് പറയുന്നത് എത്ര ശരിയാണ്. നാട്ടിൽ മഴയില്ലാതെ വരണ്ടുണങ്ങുന്നു. ഇവിടെ മരുഭൂമിയിൽ ശക്തമായ മഴ!"

അദ്ദേഹം പറയുന്നത് വളരെ ശരിയാണെന്ന് തോന്നി. പുറത്തെ മഴ അരമണിക്കൂർ കഴിഞ്ഞിട്ടും ശമിച്ചില്ല. ശക്തമായ മഴ കാരണം പുറത്തിറങ്ങാൻ കഴിയുന്നില്ല. പക്ഷേ വിഷമിക്കേണ്ട കാര്യമില്ല. മാഡത്തിന്റെ ഫോൺകോൾ വന്നതിനുശേഷം എയർപോർട്ടിനകത്തു കയറിയാൽ മതി.

കഫേറ്റേറിയയിലെ മലയാളി പയ്യൻ പറഞ്ഞു:

"ഹായ് ഈ മഴ ഒരു പണിയാണെന്നാണ് തോന്നുന്നത്. തീർച്ചയായും വെള്ളപ്രളയം ഉറപ്പാണ്. നിങ്ങൾ വന്നത് വെറുതെയാകുമെന്നാണ് തോന്നുന്നത്. ഇത്ര ശക്തമായ മഴയാണെങ്കിൽ റൺവേ വെള്ളത്തിൽ മുങ്ങുമെന്ന കാര്യത്തിൽ തർക്കമില്ല."

ഇതുകേട്ടപ്പോൾ ഞാൻ വിഷമവൃത്തത്തിലായി. മാഡത്തിന്റെ ഫ്ളൈറ്റ് എപ്പോഴാകും ലാന്റ് ചെയ്യുക? ഇനിയൊരു പക്ഷേ അത് ക്യാൻസലാവുമോ? ഞാൻ ഓരോ ചിന്തകളുമായി പുറത്തെ മഴയുടെ ചന്തം നോക്കിയിരുന്നു. ഇപ്പോഴും മഴയുടെ ശക്തിക്ക് ഒരു കുറവും ഇല്ല.

ഏകദേശം ഒരു മണിക്കൂർ കഴിഞ്ഞപ്പോൾ മഴയുടെ ശക്തി കുറഞ്ഞ് അത് ചാറ്റൽ മഴയായി മാറി. മാഡത്തിന്റെ ഫോൺകോൾ വരാത്തതുകൊണ്ടും പറഞ്ഞ സമയം കഴിഞ്ഞതുകൊണ്ടും ഞാൻ എയർപോർട്ടിലേക്ക് മെല്ലെ പോകാൻ തീരുമാനിച്ചു. എന്റെ നെഞ്ചിടിപ്പ് വർദ്ധിച്ചു. വണ്ടി സ്റ്റാർട്ട് ചെയ്ത് എയർപോർട്ടിലേക്ക് നിരങ്ങി നീങ്ങി. മഴയിൽ നനഞ്ഞ റോഡ് തെളിമയാർന്ന കണ്ണാടിപോലെ തോന്നിച്ചു. ഇൻഡിക്കേറ്റർ ലൈറ്റിട്ട് നീങ്ങുന്ന വണ്ടികൾക്കു പിന്നിൽ ഞാനും നിരങ്ങി നീങ്ങി. എയർപോർട്ടിനു പുറത്തെ പാർക്കിംഗിൽ കിടക്കുന്ന വണ്ടികൾ കണ്ടപ്പോൾ ഞാൻ അദ്ഭുതസ്തബ്ധനായി. അവിടമെല്ലാം വെള്ളം നിറഞ്ഞിരിക്കുന്നു. മിക്കവാറും എല്ലാ വണ്ടികളും വെള്ളത്തിൽ മുങ്ങിയിരിക്കുകയാണ്. ഇനി ഈ വെള്ളം ഇറങ്ങിയാലല്ലാതെ അവ എടുക്കാൻ കഴിയില്ല. ഒരുപക്ഷേ മിക്കവയിലും എഞ്ചിനിൽ വെള്ളം കയറാനുള്ള സാധ്യതയുമുണ്ട്. വണ്ടി അവിടെ പാർക്ക് ചെയ്യാതിരിക്കാൻ എന്നെ തോന്നിപ്പിച്ചതിന് കർത്താവിന് നന്ദി പറഞ്ഞു. ഏകദേശം ഒരു മണിക്കൂർ മുമ്പ് ഞാനും വണ്ടിയുമായി അവിടെ വന്നിരുന്നതാണ്! ഫ്ളൈറ്റിന് ഇനിയും സമയമുണ്ടെന്നു കണ്ടിട്ടാണ് ചായ കുടിക്കാമെന്ന് കരുതിയത്. അത് എത്ര നന്നായി. അല്ലെങ്കിൽ, ഈ വെള്ളക്കെട്ടിൽ പെട്ട് എന്റെ വണ്ടിയും വഴിയിലായേനെ. നിരങ്ങി നീങ്ങിയിരുന്ന വണ്ടികളുടെ നീക്കം പെട്ടെന്ന് നിലച്ചു. അത് ഞാൻ പ്രതീക്ഷിച്ചിരുന്നതുതന്നെയാണ്. ചെറുതോ വലുതോ ആയ ആക്സിഡന്റ് ഉണ്ടായിരുന്നിരിക്കും. ഞാൻ വീണ്ടും വ്യാകുലതയിലായി. ഒരുപക്ഷേ ഇപ്പോഴെങ്ങാനും മാഡം വിളിച്ചാൽ ഞാൻ എന്താണ് പറയുക?

വണ്ടി നിർത്തി ഞാൻ പുറത്തിറങ്ങി നോക്കി. ഏകദേശം ഒരു കിലോമീറ്റർ ദൂരത്തിൽ മുന്നിലും പിന്നിലും വണ്ടികളുടെ നീണ്ട നിര കാണാം. ചില പൊലീസ് വാഹനങ്ങളും ആംബുലൻസുകളും ഫയർഫോഴ്സിന്റെ

വണ്ടികളുമെല്ലാം ചീറിപ്പാഞ്ഞ് പോകുന്നു. വെള്ളപ്പൊക്കം വൻദുരന്തമുണ്ടാക്കിക്കാണുമെന്ന് തോന്നി. ഇന്നത്തെ ദിവസത്തെ ശപിച്ചുകൊണ്ട് കാറിൽ കയറിയിരുന്നു. എഫ്.എം.റേഡിയോയിലൂടെ വാർത്തകൾ കേൾക്കാം. ഉടനെ തന്നെ അബുദാബി എയർപോർട്ടിനു പുറത്തെ ട്രാഫിക് ജാമിനെ കുറിച്ച് വിളിച്ചുപറഞ്ഞു. നിമിഷങ്ങൾക്കം അവരുടെ വാർത്തകളിൽ അബുദാബിയിലെ വെള്ളപ്പൊക്കവും ഞാനുമായുള്ള ഫോൺ സംഭാഷണവും സംപ്രേഷണം ചെയ്തു. ഒടുവിലാണ് അവർ വിമാന സമയങ്ങളുടെ മാറ്റം റിപ്പോർട്ട് ചെയ്തത്. അബുദാബി എയർപോർട്ടിലെത്തേണ്ട ഫ്ളൈറ്റുകൾ ദുബായിലേക്ക് തിരിച്ചുവിട്ടതായി റിപ്പോർട്ടു വന്നു. ആ വാർത്ത എനിക്ക് തെല്ലൊരു ആശ്വാസമായി. വണ്ടികളുടെ ബ്ലോക്കഴിഞ്ഞപ്പോൾ വീണ്ടും അരമണിക്കൂർ കൂടി കഴിഞ്ഞു. അപ്പോൾ മീറാമാഡത്തിന്റെ ഫോൺകോൾ വന്നു.

“ജോബി, സോറി. നമ്മുടെ ഫ്ളൈറ്റ് മഴകാരണം ദുബായിൽ ലാന്റ് ചെയ്തു. നീ ഇനി ഇങ്ങോട്ടു വരാൻ ശ്രമിക്കണ്ട. ആകെ ബ്ലോക്കായി കാണും. അല്ലേ? ഞാനെന്റെ ഫ്രണ്ടിന്റെ കൂടെ ആൽ ഐനിൽ എത്തിക്കോളാം. നീ തിരിച്ചു പൊയ്ക്കോ.”

തിരിച്ച് മടങ്ങുമ്പോഴും റോഡിൽ നല്ല തിരക്കും ബ്ലോക്കുകളും കാണാമായിരുന്നു. പലയിടത്തും റോഡപകടങ്ങൾ കാണാം. ഞാൻ തെല്ലൊരു ഭയത്തോടെയാണ് വണ്ടി ഓടിച്ചത്. രാത്രി പതിനൊന്നു മണിയോടടുത്ത് റൂമിൽ എത്തി. നല്ല ക്ഷീണം ഉണ്ടായിരുന്നതുകൊണ്ട് വന്നയുടനെ ബഡ്ഡിലേക്ക് മറിഞ്ഞു.

രാവിലെ ഉണർന്നെണീറ്റയുടൻ വീട്ടിലേക്ക് വിളിച്ച് സബിതയുമായും വിജിയുമായും സംസാരിച്ചു. പെട്ടെന്നായിരുന്നു തോമസിന്റെ ഭാര്യ അമ്മിണിക്കുട്ടിയുടെ ഫോൺകോൾ വന്നത്. തോമസ് കഴിഞ്ഞയാഴ്ചയാണ് നാട്ടിൽ പോയത്. അവന്റെ പ്രധാന ഓട്ടങ്ങളെല്ലാം എന്നെ ഏല്പിച്ചിട്ടാണ് പോയത്. ഒരുപക്ഷേ അങ്ങനെ ഏതെങ്കിലും ഓട്ടത്തെക്കുറിച്ച് പറയാനായിരിക്കുമെന്നാണ് ഞാൻ കരുതിയത്.

“അച്ചായാ തിരക്കില്ലല്ലോ. ഞാനൊരു അത്യാവശ്യം പറയാനാണ് വിളിച്ചത്. മോൻ സല്ലു വണ്ടിയുമായി ഇന്നലെ വൈകിട്ട് പോയതാണ്. ഇതുവരെയും മടങ്ങിവന്നിട്ടില്ല. ഫോൺ വിളിച്ചിട്ട് അവൻ എടുക്കുന്നില്ല. തൊമ്മിച്ചനെ വിളിച്ച് കാര്യം പറഞ്ഞു. അപ്പോഴാണ് അച്ചായനോട് പറയാൻ പറഞ്ഞത്. സോറി.”

ഒരു നിമിഷം അന്ധാളിച്ചുപോയെങ്കിലും ശബ്ദം താഴ്ത്തി ഞാൻ പറഞ്ഞു.

“നിങ്ങൾ വിഷമിക്കാതെ ഞാൻ അവനെ വിളിച്ചിട്ട് തിരിച്ച് അങ്ങോട്ട് വിളിക്കാം.”

ഞാൻ ഉടനെ തന്നെ ജിമ്മിയെ ഫോൺ ചെയ്തു. അവനും

സല്ലുവുമൊക്കെ ആത്മമിത്രങ്ങളാണ്. ജിമ്മി പറഞ്ഞപ്പോഴാണ് കാര്യങ്ങളുടെ തമാശ എനിക്ക് മനസ്സിലായത്.

സല്ലു വാങ്ങിയ പട്ടിക്കുട്ടിയെ അമ്മിണിക്കുട്ടി തല്ലിയത്രേ! അതും റൂമിൽ കാഷ്ടിച്ചതിന്. കാര്യത്തിൽ ഗൗരവമായി ഒന്നുമില്ലെന്ന് മനസ്സിലാക്കിയ ഞാൻ സല്ലുവിനെ വിളിച്ച് ഉപദേശിച്ചു. അവൻ പറഞ്ഞു:

"അങ്കിൾ പറയുന്നതൊക്കെ ശരിയാണ്. പപ്പയേയും മമ്മിയേയുമൊന്നും വിഷമിപ്പിച്ചുകൂടാ. പക്ഷേ ഈ പാവം പട്ടിക്കുട്ടിയെ തല്ലിയതെനിക്ക് സഹിച്ചില്ല. ഈ പട്ടിക്കുട്ടിയെ വാങ്ങിയ അന്നുമുതൽ ഇതിനെ കൊണ്ട് കളയാനാണ് മമ്മി പറയുന്നത്. ഈ പട്ടിക്കുട്ടിയുടെ മെഡിക്കലും പേപ്പറുമെല്ലാം ശരിയാക്കാൻ ഞാനെത്ര ബുദ്ധിമുട്ടിയെന്ന് അങ്കിളിനറിയുമോ?"

എല്ലാം കേട്ടുകഴിഞ്ഞശേഷം ഞാൻ സല്ലുവിനോട് പറഞ്ഞു:

"ഏതായാലും നീ ഉടനെ ഇങ്ങോട്ട് ചർച്ചിലോട്ട് വാ. ഞാനിവിടെ റൂമിൽ തന്നെയുണ്ട്."

ഫാദറിനെ പേടിച്ച് ഒഴിഞ്ഞുമാറാൻ ശ്രമിച്ചെങ്കിലും സല്ലുവിനെ കാര്യങ്ങൾ പറഞ്ഞു മനസ്സിലാക്കി. ഫാദർ സ്ഥലത്തില്ലെന്നു പറഞ്ഞപ്പോഴാണ് വരാമെന്ന് സമ്മതിച്ചത്. ഇന്നത്തെ തലമുറ ചിന്തിക്കുന്ന രീതി ഇപ്പോഴും എനിക്ക് പിടികിട്ടുന്നില്ല. എന്റെ മകൻ വിവിന്റെ പ്രായമാണ് സല്ലുവിനും. അമ്മ വഴക്കുപറഞ്ഞെന്നു കരുതി വീടുവിട്ടുപോകാൻ ഈ പിള്ളേർക്ക് എങ്ങനെ കഴിയുന്നു? സുഹൃത്തായ നിവിന്റെ വീട്ടിൽ സല്ലുവുണ്ടത്രേ.

കാറിൽ നിന്നിറങ്ങിയപ്പോൾ ഒരു വാനരപ്പട തന്നെയുണ്ടായിരുന്നു. സല്ലു, ജിമ്മി, നിവിൻ, മനീഷ, ജോളി അങ്ങനെ രണ്ടു കാറിലാണ് പിള്ളേർ വന്നത്. ഈ ന്യൂജനറേഷനുമായി എനിക്ക് നല്ല ബന്ധമാണുള്ളത്. ഞാൻ പറഞ്ഞാൽ അവർ അനുസരിക്കുമെന്ന് ഉറപ്പുണ്ടായിരുന്നു. മനീഷയാണ് കാര്യങ്ങളെല്ലാം വിശദീകരിച്ചു തന്നത്.

"അങ്കിൾ, ഇവനൊരു മണ്ടത്തരം കാട്ടി. പപ്പയോടും മമ്മിയോടും അനുവാദം ചോദിക്കാതെയാണ് ഇവൻ പട്ടിക്കുട്ടിയെ വാങ്ങിയത്. ഇവിടത്തെ ചൂടുകാറ്റിൽ ഇതിനെ പുറത്തിട്ട് വളർത്താൻ പറ്റില്ലല്ലോ. അവന്റെ മമ്മിക്ക് ഇതിനെക്കൂടി നോക്കാൻ വയ്യത്രേ. അത്രയേയുള്ളൂ. പക്ഷേ ഇവൻ മമ്മിയോട് ശണ്ഠകൂടിയാണ് ഈ ജിമ്മിയുടെ വീട്ടിൽ വന്നത്. പിന്നെ കാര്യങ്ങളറിഞ്ഞപ്പോൾ ഞങ്ങളെല്ലാം ഒത്തുകൂടി. ഒടുവിൽ നിവിന്റെ വീട്ടിലായിരുന്നു ഞങ്ങളെല്ലാം. അവിടെ ഒരു പാർട്ടിയുണ്ടെന്നാണ് വീടുകളിൽ പറഞ്ഞിരിക്കുന്നത്.'

ഇത് കേട്ടുകഴിഞ്ഞപ്പോൾ യുവതലമുറയുടെ ഐക്യം എനിക്ക് ശരിക്കും ബോധിച്ചു. ഒരു ചെറിയ പ്രശ്നത്തിനു പോലും ഒപ്പം നിൽക്കാൻ ഈ കൂട്ടുകാർക്ക് ഒരു മടിയുമില്ല. പ്രവാസജീവിതത്തിലെ ഇത്തരം നല്ല നിമിഷങ്ങളാണ് ഇവിടെ ജീവിതം സുന്ദരമാക്കുന്നതെന്ന് എനിക്ക് തോന്നി.

അമ്മിണിക്കുട്ടിയുമായും സംസാരിച്ചു. സല്ലു എന്റെ കൂടെയുണ്ടെന്ന് പറഞ്ഞപ്പോൾ അവർക്ക് സന്തോഷമായി. എന്നാൽ വീട്ടിൽ പോകാൻ പറഞ്ഞിട്ട് സല്ലു കൂട്ടാക്കുന്നില്ല. ഇന്നലെ വരെ സ്നേഹിച്ച് വളർത്തി വലുതാക്കിയ മകൻ ഒരു ചെറിയ പ്രശ്നത്തിന്റെ പേരിൽ സ്വന്തം അമ്മയെ തള്ളിപ്പറയുന്നതിൽ അതിശയം തോന്നി. സുഹൃത്തുക്കളെല്ലാം പറഞ്ഞിട്ടും അവൻ തന്റെ വാദങ്ങൾ പറഞ്ഞുകൊണ്ടിരുന്നു. ആ പട്ടിക്കുട്ടിയെ കണ്ടപ്പോൾ അതിനോട് വാത്സല്യമാണ് തോന്നിയത്. ഏകദേശം ഒരു ലക്ഷം ഇന്ത്യൻ രൂപയാണ് ഇതിന്റെ വില! ഞാൻ കൂടെ വീട്ടിലേക്ക് വരാമെന്ന് പറഞ്ഞപ്പോൾ ഒടുവിൽ സല്ലു സമ്മതിച്ചു.

സല്ലുവിന്റെ കാറിൽ തന്നെ അവന്റെ വീട്ടിലെത്തി. പിന്നാലെ മറ്റൊരു കാറിൽ വാനരപ്പടയുമുണ്ടായിരുന്നു. മനീഷ തന്നെയാണ് ആ വണ്ടി ഓടിച്ചിരുന്നത്. അമ്മിണിക്കുട്ടിയെ കണ്ട സല്ലു പിന്നിൽ ഒളിച്ചു നിന്നു. ആ അമ്മയുടെ കണ്ണുകളിൽ നിന്നും കണ്ണുനീർ അണപൊട്ടി ഒഴുകുന്നുണ്ടായിരുന്നു. എനിക്ക് അടക്കാനാവാത്ത കലിയാണ് തോന്നിയത്. ദൃഢതയാർന്ന സ്വരത്തിൽ സല്ലുവിനോട് പറഞ്ഞു:

“ചെല്ല്. ചെന്ന് മമ്മിയോട് സോറി പറ.”

അപ്പോഴേക്കും സല്ലു പൊട്ടിക്കരഞ്ഞു തുടങ്ങിയിരുന്നു. ഇത്രയേയുള്ളൂ അമ്മയും മകനും തമ്മിലുള്ള പിണക്കത്തിന്റെ പരിസമാപ്തി. ആ അമ്മ മകനെ കെട്ടിപ്പിടിച്ച് എന്തൊക്കെയോ പുലമ്പുന്നുണ്ടായിരുന്നു. ഒരു ഭയപ്പാടോടെ കാറിൽ തന്നെ ഒളിച്ചിരുന്ന വാനരപ്പട ഇത്രയുമായപ്പോൾ പുറത്തിറങ്ങി. ഒടുവിൽ ചായയും പലഹാരവും കഴിച്ചതിനു ശേഷമേ എന്നെ തിരിച്ചുമടങ്ങാൻ വാനരപ്പട അനുവദിച്ചുള്ളൂ. ഹാളിലിരുന്ന് ചായ കുടിക്കുമ്പോൾ കസാലയുടെ അടിയിലിരുന്ന് ഒന്നും രണ്ടും സാധിക്കുന്ന പട്ടിക്കുട്ടിയെ ഞാൻ കണ്ടിരുന്നു. എല്ലാവരും ചിരിക്കുന്നതിനിടയിൽ സല്ലു ഓടിച്ചെന്ന് ആ പട്ടിക്കുട്ടിയെ എടുത്ത് റൂമിന് പുറത്തേക്ക് കൊണ്ടുപോകുന്നതു കണ്ടു.

തിരിച്ചു മടങ്ങുമ്പോൾ അമ്മിണിക്കുട്ടി പറഞ്ഞതിൽ സത്യമുണ്ടെന്ന് തോന്നി.

“എന്തുചെയ്യാം. പിള്ളേർ പറയുന്ന കാര്യങ്ങളിലും നമ്മൾ ചെവി കൊടുക്കേണ്ടിവരും.”

അമ്മിണിക്കുട്ടിയെന്ന അമ്മയിൽ സബിതയേയും സല്ലുവിൽ വിവിനെയും മാത്രമേ എനിക്ക് കാണാൻ കഴിഞ്ഞുള്ളൂ. രാത്രി ഫോൺ വിളിച്ച് തോമസിനോട് കാര്യങ്ങൾ വിശദീകരിച്ചപ്പോഴും ചിന്തകൾ മാറിയിരുന്നില്ല. പകരം മേയ്മാസത്തെ കഠിനമായ ഉഷ്ണക്കാറ്റിൽ ഉലയുകയായിരുന്നു മനസ്സ്.

ജൂൺ

ചൂട് അതിന്റെ പാരമ്യതയിൽ എത്തിയിരുന്നു. ചൂട് കാറ്റ് അസഹനീയമായി തോന്നി. ഇനിയുള്ള മൂന്ന് മാസം ചൂട് അതികഠിനമാകുമെന്ന് ഉറപ്പാണ്. മണൽക്കാറ്റ് ഇടയ്ക്കിടെ വീശിയടിക്കുന്നുണ്ടായിരുന്നു. രാവിലെ എഴുന്നേറ്റ് റെഡിയാകുന്നതിനിടയ്ക്കാണ് ഫാദർ കയറി വന്നത്.

"ജോബി, എന്താടാ, ഇത്ര രാവിലെ?"

എന്റെ ഓരോ ചലനത്തെയും പുത്രവാത്സല്യത്തോടെ കാണുന്ന ഫാദറിനെ ഒരു ദിവസം കണ്ടില്ലെങ്കിൽ എനിക്കും ഒരു വിമ്മിഷ്ടമാണ്. ചർച്ചിന്റെ ഭാഗമായുള്ള ഔട്ട് ഹൗസിൽ തുച്ഛമായ വാടകയ്ക്ക് താമസിക്കുന്നതു കൊണ്ടുള്ള കേവലം സൗഹൃദമായിരുന്നില്ല അത്. എന്നോടൊത്തിരുന്ന് ഒരു ചായയെങ്കിലും കുടിക്കണമെന്നത് ഫാദറിന്റെ ദിനചര്യയായിരുന്നു.

"ഫാദർ, രാവിലെ ദുബായ് എയർപോർട്ടിൽ ഒന്ന് പോകണമായിരുന്നു. ഫാദറിന് എന്തെങ്കിലും ആവശ്യം?"

ഫാദർ റൂമിനകത്ത് കയറി കസാലയിൽ ഇരുന്നു.

"നീ എനിക്കുകൂടി ഒരു ചായ എടുത്തേ. ഇന്നലെയും ഏറെ വൈകിയാണ് നീ വന്നതല്ലേ? കണ്ടില്ല. രാവിലെ ഞാനുണർന്നപ്പോൾ നിന്റെ റൂമിൽ ലൈറ്റ് കിടക്കുന്നതു കണ്ടു. അതാണ് വിളിച്ചത്."

ഫാദറിന് നല്ലൊരു കോഫി തന്നെ തയ്യാറാക്കി കൊടുത്തു. ചായയെക്കാൾ കോഫിയാണ് 'മാസ്റ്റർപീസെന്ന്' ഫാദർ എപ്പോഴും പറയാറുണ്ട്. കോഫി കുടിക്കുന്നതിനിടയിൽ ഞങ്ങൾ നാട്ടുവർത്തമാനങ്ങളിൽ മുഴുകി.

"എടാ ജോബി, നീ നാട്ടിലേക്ക് വിളിക്കാറുണ്ടോ?"

ആ ചോദ്യത്തിലെ പന്തീരുകേട് എനിക്ക് മനസ്സിലായി. നാട്ടിൽ നിന്നും അപ്പൻ വിളിച്ച് ഫാദറിനോട് പരിഭവം പറഞ്ഞുകാണുമെന്ന് ഉറപ്പാണ്.

"ഞാൻ ഈ ഓട്ടം കഴിഞ്ഞുവന്ന് വിളിക്കാം ഫാദർ. തിരക്ക് കാരണം ഇന്നലെയും വിളിക്കാൻ കഴിഞ്ഞില്ല."

കോഫി കുടിച്ച് കപ്പ് മേശമേൽ വച്ച് എഴുന്നേൽക്കുന്നതിനിടയിൽ ഫാദർ പറഞ്ഞു:

“ശരി ജോബി. എന്തായാലും ഇന്നു തന്നെ വിളിക്കണം. കേട്ടോ. തിരക്കൊക്കെ ജീവിതത്തിന്റെ ഭാഗമല്ലേ? അതൊക്കെ കഴിഞ്ഞിട്ട് നമുക്ക് ഉറ്റവരെയും ഉടയവരെയും കാണുകയും കേൾക്കുകയുമൊക്കെ ചെയ്യാമെന്ന് കരുതുന്നത് വിഡ്ഢിത്തരമല്ലേ? പിന്നെ വിളിച്ചാൽ മാത്രം പോരാ, ഇടയ്ക്കൊക്കെ നാട്ടിലും ഒന്ന് പോണം. പൈസമാത്രം സമ്പാദിച്ചാൽ പോരാ. ജീവിക്കുകയുമൊക്കെ വേണ്ടേ. എന്താ അടുത്ത മാസം നാട്ടിലൊക്കെ ഒന്ന് പോയിട്ട് വന്നൂടേ.”

ഫാദർ പുറത്തേക്കിറങ്ങുന്നതിനിടയിൽ പതിവ് ഉപദേശങ്ങൾ നെടുനീളൻ പ്രഭാഷണമായി തന്നെ അവതരിപ്പിച്ചു. എന്നിൽ നിന്നും പ്രതികരണം ഉണ്ടാകുന്നതുവരെ അത് തുടരുമെന്ന് എനിക്കറിയാവുന്നതുകൊണ്ട് പറഞ്ഞു:

“ഫാദർ, ഞാൻ അടുത്ത മാസം തന്നെ നാട്ടിൽ പോകാമെന്ന് വിചാരിക്കുന്നു.”

ഉടനെ ഫാദർ പറഞ്ഞു:

“വിചാരിച്ചാൽ മാത്രം പോരാ. ഒന്ന് നാട്ടിലൊക്കെ പോയിട്ട് വാ.”

ഇപ്പോൾ സമയം അഞ്ച് മണി. ഫാദർ വന്നതുകൊണ്ട് അരമണിക്കൂർ നഷ്ടമായി. പക്ഷേ മൂടൽമഞ്ഞില്ലാത്തതുകൊണ്ട് കുഴപ്പമില്ല. നാം ഉദ്ദേശിക്കുന്ന സമയത്ത് വണ്ടി ഓടിച്ച് എത്താൻ കഴിയും. എന്നാലും ഇപ്പോൾ ട്രാഫിക് നിയന്ത്രണങ്ങൾ കൂടുതൽ സങ്കീർണമാണ്. പെട്രോളിന്റെ വിലയിടിവ് മൂലം ഗൾഫ് രാഷ്ട്രങ്ങൾ ഇതര വരുമാനമാർഗങ്ങൾ വർദ്ധിപ്പിക്കാനുള്ള ശ്രമത്തിലാണ്. അതിന്റെ ഭാഗമായി ട്രാഫിക് നിയന്ത്രണങ്ങൾ കർശനമാക്കുകയും പല റോഡുകളിലും വേഗത കുറച്ചുകൊണ്ട് നിയന്ത്രണങ്ങൾ ഏർപ്പെടുത്തുകയും ചെയ്യുന്നു. നൂറ്റി ഇരുപത് കിലോമീറ്റർ വേഗത പെട്ടെന്ന് നൂറായി കുറച്ചു. ഒപ്പം ക്യാമറകളുടെ എണ്ണവും വർദ്ധിപ്പിച്ചിരിക്കുന്നു. കഴിഞ്ഞയാഴ്ചയാണ് അത്തരമൊരു കെണിയിൽ പെട്ടത്. അറുന്നൂറ് ദിർഹമാണ് ഫൈൻ! പണ്ട് അതിന്റെ പകുതിയടച്ചാൽ മതിയായിരുന്നു.

വണ്ടി ഡ്രൈവ് ചെയ്യുമ്പോൾ മനസ്സിൽ രണ്ട് ചിന്തകളായിരുന്നു. ആദ്യത്തേത് ഫാദറുടെ ഉപദേശത്തിന്റെ യാഥാർഥ്യവശം. നാട്ടിൽ നിന്നും ഭാര്യയും മക്കളും വിളിക്കുമ്പോഴും ഞാൻ പറഞ്ഞിരുന്നത് ജൂണിലോ ജൂലായിലോ നാട്ടിൽ വരാമെന്നാണ്. അപ്പൻ വിളിച്ചപ്പോഴും എന്നെ കാണണമെന്ന് പറഞ്ഞപ്പോഴും ഞാൻ അടുത്തമാസം വരാമെന്നുതന്നെയാണ് പറഞ്ഞതും. ഒരുപക്ഷേ എന്റെ മറുപടിയിൽ സംശയമുള്ളതുകൊണ്ടാവാം അപ്പൻ ഫാദറിനെ വിളിച്ച് പരിഭവം പറഞ്ഞിട്ടുണ്ടാവുക.

രണ്ടാമത്തെ ചിന്ത അംബികാമാഡത്തിന്റെ പെട്ടെന്നുള്ള വരവിനെക്കുറിച്ചായിരുന്നു. കഴിഞ്ഞ മാസം വിളിച്ചപ്പോഴും രണ്ടുമാസം കഴിഞ്ഞു മാത്രമെ വരികയുള്ളൂവെന്നാണ് പറഞ്ഞിരുന്നത്. പെട്ടെന്ന് തീരുമാനം മാറ്റാനുള്ള കാരണം എന്താണാവോ? ഹൗസ്മെയ്ഡിന്റെ കാര്യം ഞാൻ സബിതയെയാണ് ഏർപ്പാട് ചെയ്തിരിക്കുന്നത്. ഇനിയിപ്പോൾ അക്കാര്യം

കൂടി ശ്രദ്ധിക്കേണ്ടിയിരിക്കുന്നു. എത്രയും പെട്ടെന്ന് ഹൗസ്മെയ്ഡിനെ തരപ്പെടുത്തുകയെന്നത് അത്ര നിസ്സാരകാര്യമല്ല.

ഞാനറിയാതെയാണ് കാർ പെട്രോൾസ്റ്റേഷനു സമീപത്തെ കഫേറ്റേറിയയിൽ എത്തിയത്. ഒരു കറാക്ക് ചായ കുടിച്ചുകഴിഞ്ഞപ്പോൾ കാറിന്റെ വേഗതയിൽ എനിക്ക് വ്യക്തതയുണ്ടായി. എന്റെ ചിന്തകൾ നിദ്രയിലാവുകയും ഞാൻ എഫ്.എം.റേഡിയോയിലെ പ്രഭാത ഗാനങ്ങളിൽ മുഴങ്ങി.

അംബികാമാഡം പതിവുപോലെ സന്തോഷവതിയായിരുന്നു. റോസ് നിറത്തിലുള്ള ടീ ഷർട്ടും നീല ജീൻസും കോട്ടുമാണ് അവർ ധരിച്ചിട്ടുള്ളത്. എന്നെ ആലിംഗനം ചെയ്തുകൊണ്ട് അവർ പറഞ്ഞു.

"ജോബി നീ വണ്ണം വച്ചിരിക്കുന്നു. കേട്ടോ... സുഖം തന്നെയല്ലേ."

മാഡത്തിന്റെ വണ്ണം കുറഞ്ഞുവെന്ന് പറഞ്ഞപ്പോൾ അവർ കൂടുതൽ ഉത്സാഹവതിയായതായി തോന്നി. ഇപ്പോൾ അവരെ കണ്ടാൽ ഇരുപതുകളുടെ തുടക്കമെന്നു മാത്രമേ ആരും പറയുകയുള്ളൂ.

"മാഡം ഇത്തവണ എത്ര നാൾ ഇവിടെ ഉണ്ടാവും?"

ഒരു ചിരിയോടെയാണ് അവർ മറുപടി പറഞ്ഞത്:

"അതിപ്പോൾ പറയാൻ പറ്റില്ല. കൂടിപ്പോയാൽ ഒരു മാസം കാണും."

മാഡത്തിന്റെ തിരക്കറിയാതെയുള്ള എന്റെ ചോദ്യം അനവസരത്തിലായിപ്പോയെന്ന് തോന്നി. അവർ പതിവുപോലെ ഫോൺകോളുകളിൽ മുഴുകി. മലയാളത്തിലും ഇംഗ്ലീഷിലും അറബിയിലുമൊക്കെ പലരുമായും സംസാരിക്കുന്നുണ്ട്. ഇതിനിടയ്ക്ക് എപ്പോഴോ എന്നോട് പറഞ്ഞു:

"ഹേയ് ജോബി, നിന്റെ എഫ്.എം റേഡിയോ നിർത്തിയിട്ട് നമ്മുടെ എൺപതുകളിലെ പാട്ട് ഇട്."

എന്റെയും ഇഷ്ടഗാനങ്ങൾ തന്നെയാണ് അവ. ഒ.എൻ.വിയുടെ ഗാനങ്ങൾ ഉച്ചത്തിലായപ്പോൾ മാഡം ഫോൺകോൾ നിർത്തി. പ്രണയഗാനത്തിൽ ലയിച്ചിരിക്കുന്ന അവരുടെ മനസ്സ് എൺപതുകളിലെ യൗവനത്തുടിപ്പിലാണെന്ന് ഞാൻ ഊഹിച്ചു. ക്രമേണ മയക്കത്തിലായെങ്കിലും ഇടയ്ക്ക് ഞെട്ടിയുണർന്ന് പറഞ്ഞു:

"ജോബി, നിന്റെ കഫേറ്റേറിയയെത്തുമ്പോൾ നിർത്തണേ, എനിക്കുകൂടി നല്ലൊരു ചായ വാങ്ങി താ. നമ്മുടെ മലയാളികൾ ഉണ്ടാക്കുന്ന ചായ കുടിച്ചാലേ ഉന്മേഷം ഉണ്ടാവുകയുള്ളൂ."

ആൽ ഐൻ റോഡിൽ ചില നല്ല കഫേറ്റേറിയകൾ ഉണ്ട്. എല്ലാം തന്നെ മലയാളികളുടെ നിയന്ത്രണത്തിലുമാണ്. ചായ ഉണ്ടാക്കുന്നതും ക്യാഷിൽ ഇരിക്കുന്നതും സപ്ലൈ നടത്തുന്നതുമെല്ലാം മലയാളികൾ. മാഡത്തിന്റെ സ്റ്റാറ്റസ് വച്ച് മെച്ചപ്പെട്ട ചായ കിട്ടുന്ന ഒരു റെസ്റ്റോറന്റുമുണ്ട്. അത് പെട്രോൾ സ്റ്റേഷനോട് ചേർന്നാണ്. വണ്ടി ഞാൻ കഫേറ്റേറിയയ്ക്ക് മുന്നിൽ പാർക്ക് ചെയ്തപ്പോൾ തന്നെ മാഡം ഞെട്ടിയുണർന്നു. ഞാൻ വണ്ടിയിൽ നിന്നിറങ്ങാൻ നേരം പറഞ്ഞു:

"ജോബി ഇരിക്ക്. സപ്ലയർ പയ്യന്മാർ വരുമല്ലോ."

മാഡം പറയുന്നത് ശരിയാണ്. ഗൾഫ് നാടുകളിൽ കഫേറ്റേറിയയ്ക്ക് മുന്നിൽ പാർക്ക് ചെയ്യുന്ന കാറിനടുത്തേക്ക് വന്നാണ് സപ്ലയേഴ്സ് ഓർഡർ എടുക്കുന്നത്. ഓർഡർ അനുസരിച്ചുള്ള വിഭവങ്ങൾ കാറിനുള്ളിൽ തന്നെ വിതരണം ചെയ്യുകയും ചെയ്യും. പക്ഷേ, നമുക്കിഷ്ടപ്പെട്ട രീതിയിൽ ചായ വേണമെങ്കിൽ കഫേറ്റേറിയയ്ക്ക് ഉള്ളിൽ ചെന്ന് ചായയുണ്ടാക്കുന്ന മലയാളിയോട് നേരിട്ട് പറയണം. ആ മലയാളി സ്നേഹം ചായയിലുമുണ്ടാകും! എന്നെ കണ്ടയുടനെ ചായ ഉണ്ടാക്കുന്ന പയ്യൻ ചോദിച്ചു.

"ചേട്ടായീ നിങ്ങൾക്ക് സ്ട്രോംഗ് ചായയല്ലേ? അതെനിക്കറിയാം. മറ്റേ ചായ എങ്ങനെയാ?"

ഞാൻ സ്ഥിരമായി വരാറുള്ള കഫേറ്റേറിയ ആയതുകൊണ്ട് എല്ലാ സ്റ്റാഫുകളും പരിചയക്കാരാണ്. കഴിഞ്ഞ എത്രയോ വർഷങ്ങളായി ഇവിടെ വരുന്നു. മാഡത്തിന് മീഡിയം ചായയാണെന്നും അറിയാം.

"മോനേ ഒരു മീഡിയം ആയിക്കോട്ടെ..."

ചായയുമായി ഞാൻ വന്നപ്പോൾ മാഡം ഫോൺ കോളിലായിരുന്നു. ചായ വാങ്ങി ഊതിക്കുടിച്ചുകൊണ്ട് മാഡം പറഞ്ഞു:

"ഹായ് ഈ കേരള ചായ കുടിച്ചപ്പോഴാണ് ആശ്വാസമായത്. ജോബി, എനിക്ക് ഒരു ചായ കൂടി വാങ്ങിച്ചോ."

മറ്റൊരു ചായയുമായി മടങ്ങിവന്നപ്പോഴും മാഡം ഫോൺകോളിലായിരുന്നു. എന്നെ കണ്ടതും ആ ഫോൺ കോൾ കട്ട് ചെയ്തു. സാധാരണയുള്ള പതിവല്ല അത്. ബിസിനസ്സ് രഹസ്യങ്ങൾ സംസാരിക്കുന്നതായിരിക്കുമെന്ന് തോന്നി. ചായ കുടിച്ചു കഴിഞ്ഞ് കൂടുതൽ ഉത്സാഹത്തോടെ മാഡം പറഞ്ഞു:

"ജോബി, ഞാൻ പറഞ്ഞ സർവന്റിന്റെ കാര്യം എന്തായി? കഴിയുമെങ്കിൽ ഞാൻ മടങ്ങുന്നതിനുമുമ്പ് കിട്ടിയാൽ കൊള്ളാമായിരുന്നു."

നാട്ടിൽ ഭാര്യയെ ഏർപ്പെടുത്തിയിട്ടുണ്ടെന്നും ഉടനെ തന്നെ ശരിയാവുമെന്നും ഞാൻ പറഞ്ഞു. പക്ഷേ, എന്റെ മനസ്സിൽ വല്ലാത്ത ഒരു വിങ്ങൽ അനുഭവപ്പെട്ടു. കഴിഞ്ഞയാഴ്ചയും സബിത പറഞ്ഞതാണ്.

"പണ്ടത്തെപ്പോലെ അത്ര എളുപ്പമല്ല ഗൾഫ് നാടുകളിൽ വീട്ടുപണിക്ക് സ്ത്രീകളെ കിട്ടാൻ. ഗൾഫ് നാടുകളിലെ നരകയാതനകളും മറ്റും നാട്ടിൽ പാട്ടാണ്. പോരെങ്കിൽ ഇന്ന് നാട്ടിൽ തന്നെ നല്ല ശമ്പളവുമുണ്ട്. അതുകൊണ്ട് സ്ത്രീകളാരും തന്നെ മരുഭൂമിയിലെ വീട്ടുപണിക്ക് വരില്ല."

സബിത പറയുന്നതിലെ യാഥാർത്ഥ്യം എനിക്ക് മനസ്സിലാവും. പിന്നെയുള്ളത് മാഡം ഓഫർ ചെയ്യുന്ന മെച്ചപ്പെട്ട ശമ്പളമാണ്. ഒരു മലയാളിയുടെ കൂടെയായതുകൊണ്ട് ജോലിക്കാരിയെ കിട്ടാൻ ബുദ്ധിമുട്ടുണ്ടാവില്ല എന്നാണ് എന്റെ വിശ്വാസം. ഏതായാലും ഫാദർ പറഞ്ഞതുപോലെ

അടുത്ത മാസം നാട്ടിൽ പോകാൻ തന്നെയാണ് എന്റെ തീരുമാനവും. അപ്പോൾ സുഹൃത്തുക്കളോട് പറഞ്ഞ് ജോലിക്കാരിയെ തരപ്പെടുത്താം.

മാഡം തന്റെ ഇപ്പോഴത്തെ വരവിന്റെ ചെറിയ ഒരു വിവരണം എനിക്ക് നൽകി. ദുബായിലെ ഫ്ളാറ്റിൽ നിന്നും വാടകക്കാരെ ഒഴിപ്പിച്ച് അവിടെ സർവന്റിനെ ആക്കാനാണ് അവരുടെ പ്ലാൻ.

ആൽ ഐനിലെ ഹോട്ടലിൽ എത്തുന്നതുവരെയും അവർ പതിവു പോലെ സന്തോഷവതിയായിരുന്നു. ഉച്ചയ്ക്കുശേഷം ഡോക്ടർ സുമനാക്ഷന്റെ വീട്ടിലായിരിക്കും ഉച്ചഭക്ഷണമെന്നും അറിയാം.

"അപ്പോൾ ജോബി ഉച്ചയ്ക്ക് ഒരു മണിയോടെ വാ. നമുക്ക് ഡോക്ടറുടെ വീട്ടിൽ പോണം. അവിടയാണ് ലഞ്ച്."

ഞാൻ റൂമിലെത്തിയപ്പോൾ സമയം പത്ത് മണി. ചെന്നപാടെ ഞാൻ കിടക്കയിലേക്ക് മറിഞ്ഞു.

ഉച്ചയായെന്ന് അറിയുന്നതുതന്നെ അംബികാമാഡത്തിന്റെ ഫോൺ കോൾ വന്നപ്പോഴാണ്. പെട്ടെന്ന് തന്നെ റെഡിയായി ഹോട്ടലിൽ എത്തി. മാഡം തനി മലയാളി വേഷത്തിൽ അതാ നിൽക്കുന്നു. ക്രീം നിറത്തിലുള്ള സാരിയും ബ്ലൗസുമാണ് വേഷം. റോസ് നിറത്തിലുള്ള ലിപ്സ്റ്റിക് അവരുടെ മുഖസൗന്ദര്യത്തെ പലമടങ്ങ് വർദ്ധിപ്പിച്ചതായി എനിക്ക് തോന്നി.

"ഗുഡ് ആഫ്റ്റർ നൂൺ മാഡം. തനി മലയാളിയായല്ലോ."

എന്റെ കോംപ്ലിമെന്റ്സ് ഇഷ്ടപ്പെട്ട മാഡം താങ്ക്സ് പറഞ്ഞുകൊണ്ട് ഒരു ക്യാരിബാഗ് എന്റെ നേരെ നീട്ടി.

"ജോബി, ഇതാ നിനക്കൊരു സ്മാൾ ഗിഫ്റ്റ്. ഒരു സ്മാർട്ട് ഫോണാണ്."

ഞാൻ മാഡത്തിന് താങ്ക്സ് പറഞ്ഞുകൊണ്ട് അവരുടെ കൈവശമുണ്ടായിരുന്ന ക്യാരിബാഗുകൾ കാറിന്റെ പിൻസീറ്റിൽ വച്ചു. സുമനാക്ഷൻ ഡോക്ടറുടെ വീട്ടിലേക്കുള്ള ഗിഫ്റ്റുകളാണെന്ന് ഊഹിച്ചു. പതിവിനു വിപരീതമായി മാഡം മുൻസീറ്റിൽ തന്നെ സ്ഥാനം പിടിച്ചു. കാറിൽ കയറിയ ഉടനെ മാഡം പറഞ്ഞു:

"ജോബി, നല്ല മലയാളം പാട്ട് ഇട്. നിനക്കിതുവരെയും എന്റെ ടേസ്റ്റ് മനസ്സിലായില്ലേ?"

ഞാൻ സോറി പറഞ്ഞുകൊണ്ട് എഫ്.എം.റേഡിയോ മാറ്റി. എൺപതുകളിലെ മലയാളം പാട്ടുകളിലേക്ക് നീങ്ങി. രണ്ട് പാട്ടുകൾ കഴിഞ്ഞപ്പോൾ തന്നെ ഞങ്ങൾ ഡോക്ടറുടെ ഫ്ളാറ്റിനു മുന്നിലെത്തി. ഇതിനിടയിൽ മാഡം ഡോക്ടറെ വിളിച്ച് സംസാരിക്കുന്നുണ്ടായിരുന്നു. ഞങ്ങൾ ഫ്ളാറ്റിലെത്തിയപ്പോൾ ഡോക്ടറും എത്തിയിരുന്നു. ക്യാരിബാഗുകൾ എടുക്കാൻ ഞാനും മാഡത്തെ സഹായിച്ചു. എന്നെ കണ്ടയുടനെ ഡോക്ടർ പറഞ്ഞു:

"ഹേയ് ജോബി, നിന്നെ ഈയടുത്തൊന്നും കാണാനില്ലല്ലോ. നീയെന്താ ഞങ്ങളെയൊക്കെ മറന്നോ?"

ഞാൻ മറുപടി പറയുന്നതിനുമുമ്പ് അംബികാമാഡം പറഞ്ഞു:

"അതെന്താ ചേട്ടാ, ജോബി രോഗിയായി ആശുപത്രിയിൽ വരാത്ത താണോ ഈ പരിഭവം!"

എല്ലാവരും ചിരിച്ചു. ഡോക്ടറുടെ ഭാര്യയും മകളും എന്നോട് വന്ന് കുശലാന്വേഷണം നടത്തി.

സാധാരണ ചെയ്യാറുള്ളതുപോലെ ഒരു ഫോൺ ചെയ്യാനുണ്ട് എന്ന് പറഞ്ഞ് ഞാൻ പുറത്തേക്ക് ഇറങ്ങാൻ ശ്രമിക്കുന്നതിനിടയിൽ ഡോക്ടറുടെ ഭാര്യ പറഞ്ഞു:

"ഏതായാലും ഇത്രയും താമസിച്ചില്ലേ, ഇനി ലഞ്ച് കഴിഞ്ഞ് ഫോൺ ചെയ്യാം."

അമ്മയും മകളും ഡൈനിംഗ് ടേബിൾ തയ്യാറാക്കുന്നതിനിടയിൽ ഗസ്റ്റ് റൂമിലേക്ക് ചെന്നു. അംബികാമാഡവും ഡോക്ടറും അവിടിരുന്ന് സംസാരിക്കുന്നത് കാണാം. എന്നെ കണ്ടയുടനെ ഡോക്ടർ ഇരിക്കാൻ പറഞ്ഞു. അവരുടെ സ്വകാര്യ സംഭാഷണത്തിനിടയിൽ ഡ്രൈവറായ ഞാൻ കടന്നുവരുന്നത് ശരിയല്ലെന്ന് കണ്ട് ഡൈനിംഗ് ടേബിൾ സെറ്റ് ചെയ്യാൻ ഡോക്ടറുടെ ഭാര്യയെയും മകളെയും സഹായിച്ചു. സ്കൂളിൽ പഠിക്കുന്ന കാലത്ത് സന്ധ്യയെ ട്യൂഷൻ സെന്ററിലും സ്കൂളിലും കൂട്ടു കാരുടെ വീടുകളിലും കൊണ്ടുവിട്ട കാര്യങ്ങൾ തമാശയായി അവൾ പറയുന്നുണ്ട്. അക്കാലമെല്ലാം ഒരു സ്വപ്നം പോലെ മുന്നിൽ തെളിഞ്ഞു വന്നു.

തീൻമേശ റെഡിയായപ്പോൾ ഡോക്ടറും മാഡവും എത്തിക്കഴിഞ്ഞി രുന്നു. ഇത്തവണയും ശ്യാമളചേച്ചി തനിനാടൻ സദ്യയാണ് ഒരുക്കിയിരി ക്കുന്നത്. വാഴയിലയിൽ തന്നെയാണ് സദ്യ വിളമ്പിയതും. അവിയലും ഉപ്പേരിയും സാമ്പാറും ഒടുവിൽ നല്ല പാലട പ്രഥമനുമുണ്ടായിരുന്നു. ഊണ് കഴിഞ്ഞയുടനെ ഞാൻ കാറിൽ വന്നിരുന്നു. നാട്ടിൽ സബിതയെ വിളിച്ച് അംബികാമാഡത്തിന്റെ സർവ്വന്റിന്റെ കാര്യം സംസാരിച്ചു. പക്ഷേ സബിതയ്ക്ക് വിവിന്റെ സ്വഭാവദൂഷ്യത്തെക്കുറിച്ചായിരുന്നു പറയാനു ണ്ടായിരുന്നത്.

"അച്ചായാ നിങ്ങൾ പണം ഉണ്ടാക്കി വരുമ്പോൾ ചെക്കൻ തല തിരിഞ്ഞു പോകുമെന്നാണ് എനിക്ക് തോന്നുന്നത്."

ഒരു നിമിഷം അന്ധാളിച്ചുപോയ ഞാൻ ചോദിച്ചു:

"എന്താടീ... എന്തുപറ്റി വിവിന്?"

എന്റെ ചോദ്യത്തിലെ പന്തികേട് മനസ്സിലാക്കിയ സബിത പറഞ്ഞു:

"ഒന്നും പറ്റീലാ. പറ്റാതിരിക്കാനാ ഞാനീ പറേണത്!"

കലികയറിയ ഞാൻ ഒന്നു തെളിച്ചു പറയാൻ പറഞ്ഞപ്പോൾ അവൾ തുടർന്നു.

“ചേട്ടായി ചോദിക്കുകയൊന്നും വേണ്ട. അവന്റെ മൊബൈൽ ഫോണിൽ ഒരു പെണ്ണിന്റെ ഫോട്ടോ കണ്ടു. എന്തോ ലൗ അഫയർ ആണെന്ന് തോന്നുന്നു.”

പെട്ടെന്ന് ഞാൻ ചോദിച്ചു:

“നീ എന്തെങ്കിലും ചോദിച്ചോ?”

ശബ്ദം ഇടറിയ സബിത പറഞ്ഞു:

“അതേ, ഇന്നലെ ഞാൻ ചോദിച്ചു. അവൻ ദേഷ്യപ്പെട്ടു. ഞാനും വിട്ടുകൊടുത്തില്ല. മൊബൈൽ എറിഞ്ഞ് ഞാൻ പൊട്ടിച്ചു. ഒടുവിൽ ആഹാരം പോലും കഴിക്കാതെയാണ് അവൻ കിടന്നത്. രാവിലെയും ഒന്നും കഴിക്കാതെയാണ് കോളേജിൽ പോയത്.”

മനസ്സിൽ വല്ലാത്ത വിങ്ങൽ. എന്റെ ഭാഗത്തു നിന്നുണ്ടായ മൗനം സബിതയെ ചൊടിപ്പിച്ചു.

“എന്താ നിങ്ങൾ മിണ്ടാതിരിക്കണത്?”

ഞാൻ ഒടുവിൽ പറഞ്ഞൊപ്പിച്ചു.

“മോളേ സബീ, ഇനി നീ ഇക്കാര്യം അവനോട് ചോദിക്കരുത്. നിനക്കറിയാമല്ലോ ഇപ്പോഴത്തെ പിള്ളാരുടെ സ്വഭാവം. അവൻ എന്തെങ്കിലും കടുംകൈ ചെയ്തുകഴിഞ്ഞാൽ പിന്നെ നാം ജീവിച്ചിട്ട് കാര്യമില്ല. ഏതായാലും അടുത്ത മാസം ഞാൻ നാട്ടിൽ വരുന്നുണ്ട്. ഞാൻ നേരിട്ട് അവനോട് ചോദിക്കട്ടെ.”

ഞാൻ വരുന്നുവെന്ന് കേട്ടപ്പോൾ സബിതയുട ദേഷ്യവും സങ്കടവും അലിഞ്ഞുപോയതായി എനിക്കു തോന്നി.

“അച്ചായൻ എന്നാ വരുന്നത്? നല്ലതു തന്നെ. നമുക്ക് ഉള്ള സമ്പാദ്യമൊക്കെ മതി. ഇടയ്ക്കൊക്കെ ഇങ്ങനെ വരണം. ഇല്ലെങ്കിൽ പിള്ളേർ തലതിരിഞ്ഞുപോകും. പണ്ടത്തെ കാലമൊന്നുമല്ല.”

സബിതയോട് സമാധാനമായി ഇരിക്കാൻ പറഞ്ഞു. ഇക്കാര്യത്തിൽ വിവിനോട് ഒന്നും സംസാരിക്കരുതെന്ന് പ്രത്യേകം പറഞ്ഞു. എന്റെ ഫോൺ സംഭാഷണത്തിനിടയിലാണ് അംബികാമാഡവും ഡോക്ടറും ഫ്ളാറ്റിൽ നിന്നും ഇറങ്ങിവന്നത്.

മാഡം പറഞ്ഞു:

“ജോബി, നിന്റെ ഫോൺകോൾ കഴിഞ്ഞ് വണ്ടിയെടുത്താൽ മതി. ഞങ്ങൾ ബുദ്ധിമുട്ടിച്ചോ.”

ഇല്ലെന്നു പറഞ്ഞ് ഞാൻ കാറിന്റെ ഡോർ തുറന്നുകൊടുത്തു. ഡോക്ടർ സുമനാക്ഷനും മാഡവും കാറിന്റെ പിൻസീറ്റിലാണ് ഇരുന്നത്. മാഡം പറഞ്ഞു:

“ചേട്ടന്റെ കാറ് സർവ്വീസിനു കൊടുത്തിരിക്കുകയാണ്. നമുക്ക് ചേട്ടനെ ഹോസ്പിറ്റലിൽ ഇറക്കിയിട്ട് പോവാം.”

കാർ ഹോസ്പിറ്റലിന്റെ പാർക്കിംഗിൽ ഇടാൻ മാഡം ആവശ്യപ്പെട്ടു. ഡോക്ടറും മാഡവും ഹോസ്പിറ്റലിൽ ഇറങ്ങി. പെട്ടെന്ന് പോകാമെന്നാണ്

കരുതിയത്. പാർക്കിംഗിൽ ഇരുന്ന് സബിതയുമായി വീണ്ടും സംസാരിച്ചു. അവളുടെ ടെൻഷൻ എനിക്ക് മനസ്സിലാവും. പെട്ടെന്ന് നാട്ടിൽ പോകാൻ മനസ്സ് വെമ്പി. ഇതിനിടയിൽ സർവ്വന്റിന്റെ കാര്യം പെട്ടെന്ന് തന്നെ ശരിയാക്കാൻ ഭാര്യയോട് പറഞ്ഞു. ഏകദേശം ശരിയായതായാണ് അവൾ പറഞ്ഞത്.

പാർക്കിംഗിലിരുന്ന് ബോറഡിച്ചതു കൊണ്ടാണ് ചായ കഴിക്കാമെന്ന് കരുതിയത്. ഹോസ്പിറ്റലിലെ ക്യാന്റീനിൽ നല്ല സമോസയും ചായയും കിട്ടും. പക്ഷേ വയറു നിറച്ച് തനി നാടൻ ഭക്ഷണം കഴിച്ചതുകൊണ്ട് ഉടനെ ഒരു സമോസ കൂടി കഴിക്കാൻ പറ്റില്ല. ഞാൻ ക്യാന്റീനിൽ എത്തിയപ്പോൾ അവിടെ മാഡത്തെയും ഡോക്ടറെയും കണ്ടു. അവരെ ബുദ്ധിമുട്ടിക്കേണ്ട എന്നു കരുതി ഞാൻ പുറത്തുകൂടി ക്യാന്റീനിലെ കിച്ചണിൽ ചെന്നു. അവിടെയും പാചകക്കാരും സപ്ലയർമാരും മലയാളി കൾ തന്നെയാണ്. നല്ല ഒരു ചൂടു ചായ കുടിച്ച് തിരിച്ചുവന്നപ്പോൾ മാഡം എന്നെ തിരക്കി കാറിനടുത്ത് നില്പുണ്ട്.

ഇപ്പോൾ മാഡത്തിന്റെ മുഖത്ത് നേരത്തെ കണ്ടിരുന്ന സന്തോഷമില്ല. എന്നെ കണ്ടയുടനെ മാഡം പറഞ്ഞു:

"വാ ജോബി, പോയിട്ട് നേരത്തെ കിടന്നുറങ്ങണം. ഇന്നലെ രാത്രി ഒരു പോള കണ്ണടയ്ക്കാൻ കഴിഞ്ഞില്ല."

മാഡത്തിനെ ഹോട്ടലിൽ എത്തിക്കുന്നതുവരെയും അവർ ഒന്നും പറഞ്ഞില്ല. മാഡം എന്തോ ചിന്തയിലാണെന്ന് തോന്നി. ഹോട്ടലി ലെത്തിയപ്പോൾ മാഡം ആയിരം ദിർഹമെടുത്ത് തന്നു. ഇത്രയുമാ യില്ലെന്ന് പറഞ്ഞപ്പോൾ സാരമില്ലെന്ന് അവർ പറഞ്ഞു. അവരുടെ മുഖത്ത് ഒരു നിരാശ പടരുന്നത് ശ്രദ്ധിച്ചു. രണ്ട് ദിവസം കഴിഞ്ഞ് വരണ മെന്ന് പറഞ്ഞപ്പോൾ നാളത്തെ ബിസിനസ്സ് മീറ്റിംഗുകൾ ആൽ ഐനിൽ തന്നയായിരിക്കുമെന്ന് ഉറപ്പിച്ചു.

കുർബാന കഴിഞ്ഞ് പുറത്തേക്കിറങ്ങുന്നതിനിടയിൽ തോമസിനെ കണ്ടു.

"തോമസേ, കുറെ നാളായല്ലോ നിന്നെ കണ്ടിട്ട്. നാട്ടിൽ നിന്ന് എന്ന് വന്നു?"

തോമസ് എന്റെ റൂമിലേക്ക് വന്നു.

"ഞാൻ നാട്ടിൽ നിന്ന് കഴിഞ്ഞയാഴ്ചയാണ് വന്നത്."

കുശലാന്വേഷണങ്ങൾ നടത്തുന്നതിനിടയിൽ തോമസിന് ജോർജ്ജിന്റെ ഫോൺകോൾ വന്നു. പിന്നീട് ജോർജ്ജിന്റെ വക പരിഭവ മായി.

"ഹേ ജോബിയേട്ടാ, നിങ്ങൾ സാദാ ടാക്സി ഡ്രൈവർമാരെയൊക്കെ അവഗണിച്ചു. അല്ലേ?"

ജോർജ്ജിന്റേയും തോമസിന്റേയും പരിഭവം ഇല്ലാതാക്കാൻ ഞാൻ തന്നെയാണ് അങ്ങനെ പറഞ്ഞത്. ഞാനും ഏറെ നാളുകൾക്കു

ശേഷമാണ് ഡാൻസ് ബാറിൽ പോകുന്നത്. കുടുംബവും കുട്ടികളുമൊക്കെയായാൽ അത്തരം കാര്യങ്ങളിൽ വലിയ താത്പര്യമുണ്ടാവില്ലല്ലോ. എന്റെ ഗതി തന്നെയാണ് തോമസിന്റെയും ജോർജ്ജിന്റെയും കാര്യത്തിൽ.

ഡാൻസ് ബാറിലെത്തിയപ്പോൾ വലിയ തിരക്കില്ല. ആദ്യമായാണ് സായിപ്പന്മാരുടെ ഡാൻസ് ബാറിൽ എത്തുന്നത്. സുന്ദരീ-സുന്ദരന്മാരായ നിരവധി വെള്ളക്കാർ. ഇവിടെ അമേരിക്കയും ക്യാനഡയും ഇംഗ്ലണ്ടും ജർമ്മനിയും ആസ്ട്രേലിയയുമെല്ലാം സമ്മേളിക്കുന്നതായി തോന്നി. സുന്ദരികളായ മദാമ്മമാർ മദാലസകളെപോലെ ഒഴുകി നീങ്ങുന്നതു കാണാം.

രണ്ട് പെഗ്ഗ് അകത്തുചെന്നപ്പോൾ തോമസ് പറഞ്ഞു:

"നമ്മൾ ഇവിടെ വരണ്ടായിരുന്നു. ഇന്ത്യാക്കരുടെ ബാറിൽ പോയാൽ മതിയായിരുന്നു. അവിടെയുള്ള ഇന്ത്യൻ തരുണീമണികളാണ് കണ്ണിൽ ആസ്വാദകരമായി എനിക്ക് തോന്നുന്നത്."

തോമസിന്റെ അഭിപ്രായത്തിനെ ഖണ്ഡിച്ചുകൊണ്ട് ജോർജ്ജ് പറഞ്ഞു:

"അല്ലെടാ, നമ്മൾ സ്ഥിരം കാണുന്നത് ഇന്ത്യാക്കാരികളെയല്ലേ. ഇങ്ങനെയൊക്കെയല്ലേ മദാമ്മമാരെ അടുത്തുകാണാൻ പറ്റുകയുള്ളൂ."

മൂന്ന് ലാർജ് അകത്താക്കിയപ്പോൾ എന്റെ കണ്ണുകളിൽ നിഴൽ പരന്നതുപോലെ തോന്നി. തോമസും ജോർജ്ജും രണ്ട് പെഗ്ഗിൽ അവസാനിപ്പിച്ചുവെന്ന് തോന്നി. ഡാൻസ് ബാറിൽ വെസ്റ്റേൺ മ്യൂസിക്കിന്റെ അകമ്പടിയോടെ നൃത്തം തുടങ്ങിയിരുന്നു. ഒരു മദാമ്മ ഞങ്ങളുടെ ടേബിളിനടുത്തുവന്ന് നൃത്തം ചെയ്യാൻ തുടങ്ങി. തോമസ് അവർക്ക് ഒരു ബിയർ നൽകി. എന്റെ കണ്ണുകളിൽ ഇരുട്ട് പടരുന്നുണ്ടായിരുന്നു. അടുത്തിരുന്ന ജോർജിനോട് ഞാൻ പറഞ്ഞു:

"ജോർജ്ജേ, ഈ തോമസ് എന്തൊക്കെയാ കാട്ടികൂട്ടുന്നത്. പിന്നെ, ഇനി നീ വേണം വണ്ടി ഓടിക്കാൻ. എന്നെക്കൊണ്ട് പറ്റില്ല."

ജോർജ്ജ് പതിഞ്ഞ സ്വരത്തിൽ പറഞ്ഞു:

"ചേട്ടായീ, നിങ്ങളിനി അടിക്കണ്ടാ. നിർത്ത്. ഇപ്പോൾ തന്നെ നാല് പെഗ്ഗായി."

കസാലയിൽ നിവർന്നിരിക്കാൻ കഴിയാതായ ഞാൻ പിന്നിലേക്ക് ചാരിയിരുന്നു. ഇതിനിടയിൽ തോമസ് ആ മദാമ്മയോടൊത്ത് നൃത്തം ചെയ്യുന്നത് ഒരു സ്വപ്നത്തിലെന്നപോലെ കാണാം. നൃത്തത്തിന്റെയും മ്യൂസിക്കിന്റെയും ഈണത്തിനൊപ്പം ലൈറ്റുകൾ മിന്നിയണയുന്നുണ്ടായിരുന്നു. പെട്ടെന്ന് ജോർജ് എന്റെ ചുമലിൽ കൈവച്ചുകൊണ്ട് പറഞ്ഞു:

"ചേട്ടായി നോക്ക് ആ കാഴ്ച. നിങ്ങളുടെ കസ്റ്റമേഴ്സ്."

തപ്പിത്തടഞ്ഞ് ഞാൻ നോക്കുമ്പോൾ കണ്ട കാഴ്ച വിശ്വസിക്കാൻ കഴിഞ്ഞില്ല.

ആ ഹാളിന്റെ ഇടതുവശത്തായി അംബികാമാഡം നടന്നു നീങ്ങുന്നതു കാണാം. തികഞ്ഞ പാശ്ചാത്യ വേഷത്തിലാണ് അവർ. ഇറക്കം കുറഞ്ഞ ഡ്രസ്സാണ് ധരിച്ചിരിക്കുന്നത്. എന്നെ ഞെട്ടിച്ചത് കൂടെയുണ്ടായിരുന്ന ആ വ്യക്തിയാണ്. അത് ഡോക്ടർ സുമനാക്ഷൻ ആയിരുന്നു!

ഡാൻസ് ഹാളിലെ മങ്ങിയ വെളിച്ചത്തിൽ ഒരു വേള മാത്രമേ ആ കാഴ്ച കാണാൻ എനിക്ക് കഴിഞ്ഞുള്ളൂ. ഞാൻ ജോർജ്ജിനോട് പറഞ്ഞു:

“എടാ ഞാൻ പാർക്കിംഗിൽ നിൽക്കാം. നീ ആ തൊമ്മച്ചനേയും കൂട്ടി പുറത്തേക്ക് വാ. ഇതാ പൈസ. ബില്ല് കൊടുത്തിട്ട് വാ.”

ഞാൻ കാർ പാർക്കിംഗിൽ എത്തിയത് എങ്ങനെയാണെന്ന് എനിക്കറിയില്ല. ഡ്രൈവർക്കടുത്തുള്ള സീറ്റിൽ കയറിയിരുന്ന് പരിസരം വീക്ഷിക്കുകയായിരുന്നു ഞാൻ. എന്റെ മനസ്സിലൂടെ കടന്നുപോയ ചിന്ത അംബികാമാഡത്തെ കുറിച്ചായിരുന്നില്ല. പകരം ഡോക്ടർ സുമനാക്ഷനെ കുറിച്ചായിരുന്നു. വീട്ടിൽ സുന്ദരിയായ ഭാര്യയും കല്യാണപ്രായമായ മകളും. അദ്ദേഹം മധ്യവയസ്കയായ സ്ത്രീയോടൊത്ത് ഡാൻസ് ബാറിൽ! എത്ര ചിന്തിച്ചിട്ടും ആ ബന്ധത്തിന്റെ അർത്ഥതലം മനസ്സിലായില്ല. അംബികാമാഡത്തിന്റെ ജീവിതരീതികളിൽ എനിക്ക് തെറ്റ് കാണാൻ കഴിയില്ല. പക്ഷേ ഡോക്ടറുടെ സാമൂഹിക പശ്ചാത്തലവും കുടുംബപശ്ചാത്തലവും അദ്ദേഹത്തെ ഈ സാഹചര്യത്തിലെത്തിക്കാൻ തക്കവണ്ണം അധഃപതിപ്പിച്ചെന്ന് എനിക്ക് തോന്നുന്നില്ല.

എന്റെ കഴിഞ്ഞ രണ്ട് ദശാബ്ദക്കാലത്തെ അറിവിൽ ഡോക്ടറെക്കുറിച്ച് ഇത്തരമൊരു കാഴ്ചപ്പാടിൽ ആരും പറഞ്ഞുപോലും കേട്ടിട്ടില്ല. ഇരുപത്തൊന്നാം നൂറ്റാണ്ടിൽ ഇതിൽ തെറ്റ് കാണേണ്ട ആവശ്യമുണ്ടെന്നും തോന്നുന്നില്ല. പ്രായപൂർത്തിയായ രണ്ട് വ്യക്തികൾ ഒരുമിച്ച് ഡാൻസ് ബാറിൽ പോകുന്നതിൽ എന്താണ് തെറ്റ്? എന്റെ ചിന്തകൾ അതിരുകടന്നത് സ്വപ്നത്തിലായിരുന്നോ എന്ന് അറിയില്ല. ഞാൻ കണ്ണു തുറന്നപ്പോൾ എന്റെ റൂമിൽ തന്നെയാണ്. ചാടിയെഴുന്നേറ്റ് നോക്കുമ്പോൾ കതക് ചാരിയിട്ടുണ്ട്. ജോർജ്ജും തോമസ്സും എന്നെ റൂമിലെത്തിച്ചപ്പോൾ ഞാൻ തികഞ്ഞ അബോധാവസ്ഥയിലായിരുന്നിരിക്കണം. വല്ലാത്ത ദാഹം. രണ്ട് ഗ്ലാസ്സ് വെള്ളം അകത്തുചെന്നപ്പോൾ ആശ്വാസം അനുഭവപ്പെട്ടു. ഞാൻ മൊബൈലിൽ നോക്കിയപ്പോൾ നാട്ടിൽ നിന്നും സബിതയുടെയും അതോടൊപ്പം അംബികാമാഡത്തിന്റെയും മിസ്ഡ് കോളുകൾ കാണാം. വാച്ചിൽ നോക്കിയപ്പോൾ സമയം പുലർച്ചെ നാല് മണി. ഞാൻ ഡോർപൂട്ടി വീണ്ടും കിടക്കയിലേക്ക് മറിഞ്ഞു.

ചൂട് അതിന്റെ പാരമ്യതയിലേക്ക് ഉയരുന്നതറിയാതെയാണ് റംസാൻ കാലം കടന്നു വന്നത്. ടാക്സി ഡ്രൈവർമാർക്ക് ബുദ്ധിമുട്ടുള്ള കാലമാണെന്ന് പറയാം. പകൽ സമയങ്ങളിൽ ആഹാരം കിട്ടുക ബുദ്ധിമുട്ടാണ്. എല്ലാ ഹോട്ടലുകളും റെസ്റ്റോറന്റുകളും വൈകിട്ട് മാത്രമേ തുറക്കുകയുള്ളൂ. റംസാൻ വ്രതം ആരംഭിച്ചു. എത്ര ദിവസം പിടിച്ചുനിൽക്കാൻ

കഴിയുമെന്ന് അറിയില്ല. ഒരു ഡ്രൈവറെ സംബന്ധിച്ച് അത് ഒരു കടമ്പ തന്നെയാണ്. പ്രത്യേക ദിനചര്യകളില്ലാത്ത വിഭാഗമാണല്ലോ ഞങ്ങൾ ഡ്രൈവർമാർ. അതിഥികളുടെ ഇഷ്ടാനിഷ്ടങ്ങൾക്കനുസരിച്ച് ഞങ്ങൾ ജീവിതചര്യ മാറ്റിക്കൊണ്ടിരിക്കും. ചിലപ്പോൾ പ്രഭാത ഭക്ഷണം കഴിക്കുന്നത് ഉച്ചയ്ക്കായിരിക്കും. മറ്റു ചിലപ്പോൾ ഉച്ചഭക്ഷണം കഴിക്കുന്നത് വൈകുന്നേരമായിരിക്കും. ഒരുപക്ഷേ പ്രത്യേക ജീവിതചര്യ ഇല്ലാത്തതു കൊണ്ട് ഫാസ്റ്റിംഗ് എളുപ്പമാവും. ഗൾഫ് ജീവിതത്തിനിടയ്ക്കുള്ള എല്ലാ റംസാൻ കാലത്തും ഞാൻ ഫാസ്റ്റിംഗ് ശീലിച്ചിട്ടുണ്ട്. എന്നാൽ അത് മുഴുമിക്കാൻ കഴിയാറില്ല.

അംബികാമാഡത്തിന്റെ കൂടെയുള്ള യാത്രയായതുകൊണ്ട് ഭക്ഷണം കഴിക്കേണ്ടിവരുമെന്നുള്ള കാര്യത്തിൽ സംശയമില്ല. ഏത് തിരക്കിലാണെങ്കിലും അവർ എന്റെ ആഹാരകാര്യം ശ്രദ്ധിക്കാറുണ്ട്. അതുകൊണ്ടു തന്നെ വീണ്ടും ഫാസ്റ്റിംഗ് തടസ്സപ്പെട്ടു. അതിന് അവരെ കുറ്റപ്പെടുത്തിയിട്ട് കാര്യമില്ല. രാവിലെ നാലുമണിക്കാണ് ദുബായിലേക്ക് യാത്ര തുടങ്ങിയത്. ഇതിനിടയിൽ ചായയും കോഫിയുമൊക്കെ കഴിയ്ക്കേണ്ടി വന്നു. തുടർന്ന് ദുബായിലെ പഞ്ചനക്ഷത്ര ഹോട്ടിലിൽ നിന്നും പ്രഭാത ഭക്ഷണവും കഴിഞ്ഞ് മാഡത്തിന്റെ ഫ്ളാറ്റിലെത്തി. ഇപ്പോൾ ഫ്ളാറ്റിലെ താമസക്കാർ ഒഴിഞ്ഞിരിക്കുന്നു. ഇനി അതിന്റെ മെയിന്റനൻസും മറ്റുമാണ് നടത്തേണ്ടത്. മാഡത്തിന്റെ ദുബായിലെ ബിസിനസ്സ് പാർട്ട്ണർമാർ തന്നെയാണ് എല്ലാ സഹായങ്ങളും ചെയ്യുന്നത്.

മാഡം പറഞ്ഞു:

“ജോബി, ദാ എന്റെ ഫ്ളാറ്റ് ഒരു മാസം കൊണ്ട് റെഡിയാവും. ഇനി നിന്റെ ജോലിയാണ്. എത്രയും പെട്ടെന്ന് ഒരു സർവ്വന്റിനെ കണ്ടുപിടിച്ച് തരിക. ഞാൻ ഓഫർ ചെയ്ത സാലറി കൊടുക്കാം.”

ഞാൻ ചിരിച്ചുകൊണ്ട് പറഞ്ഞു:

“മാഡം തീർച്ചയായും ശരിയാക്കാം. അടുത്ത മാസം ഞാൻ നാട്ടിൽ പോകുന്നുണ്ട്. തിരിച്ചു വരുമ്പോൾ സർവ്വന്റിനെ കൊണ്ടുവരാനുള്ള ഏർപ്പാടാക്കും.”

ഇപ്പോൾ മാഡത്തിനെ കാണുമ്പോൾ എനിക്ക് വല്ലാത്ത ജാള്യതയാണ്. അവരെയും ഡോക്ടറെയും ഡാൻസ് ബാറിൽ വച്ച് കണ്ടതിനു ശേഷം മനസ്സിൽ മാഡത്തിനുണ്ടായിരുന്ന ഉന്നതമായ സ്ഥാനം നഷ്ടപ്പെട്ടിരിക്കുന്നു. ഇപ്പോൾ അവരോടുള്ള സമീപനത്തിൽ പോലും മാറ്റം വന്നിരിക്കുന്നു. ബഹുമാനത്തിൽ കുറവുണ്ടായെങ്കിലും സ്നേഹത്തിൽ കുറവുണ്ടായിട്ടില്ല. ഒരുപക്ഷേ പണ്ട് ഉണ്ടായിരുന്ന അകലം കുറഞ്ഞതു കൊണ്ടാവാം. സാമ്പത്തികമായ വൈജാത്യമുണ്ടെങ്കിലും ഇപ്പോൾ അവരോട് സമഭാവനയോടെയാണ് പെരുമാറുന്നത്.

ഫ്ളാറ്റിലെ മെയിന്റനൻസ് ചുമതലയുള്ള മലയാളിയെ മാഡം എനിക്ക് പരിചയപ്പെടുത്തി. മാഡം പോയിക്കഴിഞ്ഞാൽ ആ ചുമതലയും എന്നിലാണ്.

"ഇനിയെല്ലാം ജോബി നോക്കിക്കോളും."

ഫ്ളാറ്റിൽ നിന്നും ഇറങ്ങി വീണ്ടും ചില മീറ്റിംഗുകളിൽ പങ്കെടുക്കാൻ ഞങ്ങൾ പോയി. പതിവുപോലെ വീണുകിട്ടിയ സയമങ്ങളിൽ ഞാൻ വീട്ടിൽ വിളിച്ച് സബിതയുമായും അതുകഴിഞ്ഞ് അപ്പനും അമ്മച്ചി യുമായും സംസാരിച്ചു. ഞാൻ വരുന്നുവെന്നറിഞ്ഞപ്പോൾ അപ്പന്റെയും അമ്മച്ചിയുടെയും സന്തോഷം പറഞ്ഞറിയിക്കാൻ കഴിഞ്ഞില്ല.

സബിത പതിവുപോലെ വിവിനെ കുറിച്ചുള്ള ആവലാതികളിൽ തുടങ്ങി. ഒടുവിൽ ഗൾഫിൽ നിന്നും വരുമ്പോൾ കൊണ്ടുവരേണ്ട നീണ്ട ഒരു ലിസ്റ്റ് വായിച്ചു കേൾപ്പിച്ചു. അവളുടെ കൂടെ ജോലി ചെയ്യുന്ന സുഹൃത്തുക്കൾക്ക് മുതൽ എന്റെ അപ്പന്റെ ഗിഫ്റ്റുകൾ വരെ അതിലു ണ്ടായിരുന്നു. ഒടുവിൽ ഞാൻ ചോദിച്ചു:

"എന്താ സബീ നിനക്കൊന്നും വേണ്ടേ?"

ചിരിച്ചുകൊണ്ട് അവൾ പറഞ്ഞു:

"എനിക്ക് അച്ചായൻ വരുന്നുണ്ടല്ലോ. അത് മതി. പിന്നെ വിവിന് പുതിയ മൊബൈൽ ഫോണൊന്നും കൊണ്ടുവരരുതേ."

ഇല്ലെന്ന് പറഞ്ഞെങ്കിലും ഇപ്പോൾ ഞാൻ ശരിക്കും ധർമ്മസങ്കട ത്തിലായിരിക്കുന്നു. ഇന്നലെയും വിവിനോട് സംസാരിച്ചപ്പോൾ അവൻ പുതിയ സ്മാർട്ട് ഫോൺ വേണമെന്ന് പറഞ്ഞു. ഞാൻ കൊണ്ടു വരാമെന്ന് സമ്മതിച്ചത് അവന്റെ പഴയ ഫോൺ സബിത എറിഞ്ഞ് പൊട്ടിച്ചതുകൊണ്ടുതന്നെയാണ്. എന്നാൽ ഇപ്പോൾ ഞാൻ ധർമ്മസങ്കട ത്തിലായിരിക്കുന്നു. പതിവുപോലെ മോളോട് ചോദിക്കാമെന്ന് കരുതി. ഭാഗ്യത്തിന് വിജി വീട്ടിലുണ്ടായിരുന്നു. മോൾ എനിക്ക് വ്യക്തമായ മറുപടി തന്നു.

"പപ്പാ ഏതായാലും ഒരു മൊബൈൽ ഫോൺ ചേട്ടനു കൊണ്ട് കൊടുക്ക്. മമ്മി പറയുന്നതിലും കാര്യമുണ്ട്."

ഫോൺകോളിലായിരുന്നതുകൊണ്ട് മാഡത്തിന്റെ മിസ്ഡ് കോൾ ശ്രദ്ധിച്ചിരുന്നില്ല. സെക്യൂരിറ്റി വന്ന് ഡോറിൽ തട്ടിയപ്പോഴാണ് മാഡ ത്തിന്റെ കാര്യം ഓർത്തതു തന്നെ. ഇപ്പോൾ മാഡം വലിയ സന്തോഷ ത്തിലായതുപോലെ തോന്നുന്നു.

"ങ്ഹാ, ജോബി നീ ഫോൺകോളിലായിപോയി. വീട്ടിലേക്ക് തന്നെ യല്ലേ? വൈഫിനും മക്കൾക്കും സുഖം തന്നെയല്ലേ?"

ഞാൻ അതേയെന്ന് പറഞ്ഞപ്പോൾ മാഡം ഒരു നെടുവീർപ്പോടെ പറഞ്ഞു:

"ജോബി, നീയാണ് ഭാഗ്യവാൻ. നിനക്ക് കുടുംബമുണ്ട്. കാത്തിരിക്കാൻ ഭാര്യയും മക്കളുമുണ്ട്. പ്രതീക്ഷകളുണ്ട്. നീ എന്റെ കാര്യമെടുക്ക്. എനിക്ക് കാത്തിരിക്കാൻ ആരുമില്ല. അതുകൊണ്ട് വലിയ പ്രതീക്ഷകളുമില്ല. പിന്നെ, ആർക്കോ വേണ്ടി, ഇങ്ങനെ അടിച്ചുപൊളിച്ച് ജീവിക്കുന്നു."

മാഡത്തിന്റെ വാക്കുകളിൽ തികഞ്ഞ നഷ്ടബോധം അനുഭവപ്പെടുന്നുണ്ടായിരുന്നു. അല്പം സ്വാതന്ത്ര്യത്തോടെയാണ് ഞാൻ അങ്ങനെ ചോദിച്ചത്.

“മാഡം മറ്റൊരു വിവാഹത്തെക്കുറിച്ച് ചിന്തിക്കാത്തതെന്തേ?”

അല്പനേരത്തെ മൗനത്തിനുശേഷം അവർ പറഞ്ഞു:

“ഇല്ലെന്നാഗ്രഹമില്ല ജോബി. പക്ഷേ പറ്റിയ ആളിനെ കണ്ടെത്താൻ കഴിഞ്ഞിട്ടില്ല. എന്താ നീ തയ്യാറാണോ?”

മാഡം തമാശയോടെയാണ് അങ്ങനെ പറഞ്ഞതെങ്കിലും എന്റെ ചോദ്യത്തിലെ അനൗചിത്യം ബോധ്യപ്പെട്ടു. ഞാൻ പൊട്ടിച്ചിരിച്ചുകൊണ്ട് പറഞ്ഞു:

“മാഡത്തിന്റെ ഒരു തമാശ!”

മാഡവും ചിരിച്ചുകൊണ്ട് പറഞ്ഞു:

“നീയിത് കോമഡിയാക്കാതെ ജോബി.”

മടക്കയാത്രയിൽ മാഡം അവരുടെ ഭാവി പരിപാടികൾ സൂചിപ്പിച്ചു. നാളെ തന്നെ അവർ ജർമ്മനിയിലേക്ക് മടങ്ങി പോകുന്നുവത്രേ. ഇനി ആഗസ്റ്റിൽ അവർ തിരിച്ചുവരും. അപ്പോഴാണ് സർവ്വന്റിന്റെ ആവശ്യം വരുന്നത്. ദുബായിലെ ഫ്ളാറ്റിൽ താമസിച്ചുകൊണ്ട് ഇവിടെ ബിസിനസ്സ് വിപുലീകരിക്കാനാണ് ശ്രമിക്കുന്നത്. ഇടയ്ക്കിടെ ഹ്രസ്വകാല സന്ദർശനത്തിന് ജർമ്മനിയിൽ പോകുമത്രേ.

അപ്പോൾ ഞാൻ ചോദിച്ചു:

“മാഡം നാട്ടിൽ പോകുന്നില്ലേ?”

ഒരു നെടുനിശ്വാസത്തോടെ അവർ പറഞ്ഞു:

“ഇപ്പോഴില്ല ജോബി. അടുത്ത പ്രാവശ്യം നോക്കാം.”

ആൽ ഐനിൽ എത്തിയപ്പോൾ രാത്രി പത്തു മണി. ഹോട്ടലിൽ എത്തുന്നതിനുമുമ്പ് ഞാൻ പ്രതീക്ഷിച്ചതുപോലെ ഹോസ്പിറ്റലിൽ കയറി ഡോക്ടർ സുമനാക്ഷനെ കണ്ടു. ഏറെ വൈകിയാണ് അവർ തിരികെ വന്നത്.

അടുത്ത ദിവസം രാവിലെ തന്നെ പതിവു രീതിയിൽ മാഡത്തെ എയർപോർട്ടിൽ എത്തിച്ചു. അവർ മടങ്ങുമ്പോൾ ഒരു നഷ്ടബോധം തോന്നി. ഒരു ഡ്രൈവറുടെ പതിവു ചിന്തകൾക്ക് അപ്പുറമായിരുന്നു മനസ്സ്. മാഡം മടങ്ങിയതോടെ വീണ്ടും റംസാൻ ഫാസ്റ്റിംഗ് ആരംഭിച്ചു. ഒപ്പം നാട്ടിലേക്ക് പോകാനുള്ള തയ്യാറെടുപ്പുകളും ഷോപ്പിംഗും തുടങ്ങി. റംസാൻ പ്രമാണിച്ചുള്ള ഓഫറുകൾ എന്റെ ഷോപ്പിംഗിന് വലിയ അനുഗ്രഹമായിരുന്നു.

ജൂലായ്

ഫ്ളൈറ്റിൽ സൈഡ് സീറ്റ് തന്നെയാണ് കിട്ടിയത്. ആകാശചരിവിലേക്ക് വിമാനം കുതിച്ചുയർന്നപ്പോൾ അങ്ങ് താഴെ ദുബായ് പട്ടണം പ്രകാശത്തിൽ കുളിച്ച് നിൽക്കുന്നത് കാണാം. മണൽപരപ്പിലൂടെ കൃത്യമായ അകലത്തിൽ പ്രകാശകിരണങ്ങൾ ചതുരങ്ങൾ വരച്ചുകൊണ്ടിരുന്നു. എത്ര ആസൂത്രണതികവോടെയാണ് ഈ പട്ടണം നിർമ്മിച്ചിരിക്കുന്നത്. നാട്ടിലേക്കുള്ള യാത്ര ഏതൊരു പ്രവാസിക്കും തികഞ്ഞ സന്തോഷത്തിന്റേയും കൂടിച്ചേരലുകളുടേയും അവസരമാണല്ലോ. എല്ലാ വർഷവും കൃത്യമായി നാട്ടിൽ വരികയും ഭാര്യയ്ക്കും മക്കൾക്കും മാതാപിതാക്കൾക്കുമെല്ലാം സമ്മാനങ്ങൾ നൽകുകയും ചെയ്യുന്ന ഒരു ഉത്തമ പ്രവാസിയാണ് ഞാനെന്ന് പറയാം.

ലഘുഭക്ഷണത്തിനുശേഷം ഫ്ളൈറ്റിലെ അരണ്ട വെളിച്ചത്തിൽ പുറത്തേക്ക് നോക്കിയിരിക്കുന്ന എന്നെ മറ്റാരും ശ്രദ്ധിച്ചിട്ടുണ്ടാവില്ല. മിക്ക യാത്രക്കാരും രാത്രിയുടെ മറവിൽ നിദ്രയിലായിരുന്നു. എനിക്ക് ഉറക്കം വരുന്നില്ല. അങ്ങകലെ ആകാശത്ത് പൂർണ്ണചന്ദ്രനെ കാണാം. നക്ഷത്രസാഗരത്തിൽ തെളിമയോടെ പ്രകാശം വർഷിക്കുന്ന ചന്ദ്രന്റെ മഹിമയോടൊപ്പമാണ് ഇപ്പോൾ മനസ്സ്. സ്വന്തമായി പ്രകാശം വർഷിക്കാൻ കഴിയുന്നില്ലെങ്കിലും സൂര്യന്റെ പ്രകാശം അപ്പടി പകർത്തി തന്റെ കഴിവനുസരിച്ച് നമുക്ക് ഇങ്ങ് ഭൂമിയിൽ പ്രകാശം ചൊരിയുന്ന ചന്ദ്രഗരിമയിൽ അദ്ഭുതം കൊണ്ടു. ആകാശചരിവിൽ കാണുന്ന ചന്ദ്രന്റെ അവസ്ഥയാണ് പ്രവാസിയുടേത്. അറബിനാട്ടിൽ മരുഭൂമിയിൽ കൊടുംചൂടിൽ പണിയെടുക്കുമ്പോഴും അവന്റെ മനസ്സിൽ കത്തിജ്ജ്വലിച്ച് നിൽക്കുന്നത് അങ്ങ് നാട്ടിൽ കേരളക്കരയിൽ തന്നെ കാത്തിരിക്കുന്ന അമ്മയെയും ഭാര്യയെയും മക്കളെയുമൊക്കെയാണ്.

സബിതയും മക്കളും പറഞ്ഞ ലിസ്റ്റ് പ്രകാരമുള്ള സാധനങ്ങളൊക്കെ വാങ്ങിയിട്ടുണ്ട്. എന്നാലും മനസ്സിൽ ഇപ്പോൾ നിറഞ്ഞ് നിൽക്കുന്നത് എന്നോടൊപ്പം ജീവിതത്തിൽ നടന്ന സുഹൃത്തുക്കളുടെയും ബന്ധുക്കളുടെയും നാട്ടുകാരുടെയും മുഖമാണ്. അവർക്കൊക്കെ ചെറുതെങ്കിലും എന്റേതായ സമ്മാനങ്ങൾ വാങ്ങിയിട്ടുണ്ട്. സബിത സ്ഥിരമായി പറയുന്ന കാര്യമാണ്.

"ചേട്ടായി നിങ്ങളിങ്ങനെ ഗിഫ്റ്റുകൾ വാങ്ങി പൈസ വെറുതെ കളയുന്നതെന്തിനാണ്?"

അപ്പോഴെല്ലാം ഞാൻ മൗനം പാലിക്കുമെങ്കിലും എന്റെ മനസ്സ് പറയുന്നതിങ്ങനെയായിരുന്നു.

"നീ പോടീ, നിനക്ക് വ്യക്തിബന്ധങ്ങളുടെ മഹിമയെന്താണെന്നറിയില്ല. സുഖത്തിലും ദുഃഖത്തിലും എന്നോടൊപ്പം നടന്നവരെ എനിക്ക് മറക്കാൻ കഴിയില്ല. കുടുംബവും കുട്ടികളും ഉണ്ടാകുന്നതിനുമുമ്പ് ഞാനെന്ന വ്യക്തി ഇവിടെ ജീവിച്ചിരുന്നു. അവരെയൊന്നും മറക്കാൻ എനിക്ക് കഴിയില്ല."

ഉറങ്ങാതിരിക്കുന്ന എന്നെ കണ്ടിട്ടാവണം എയർഹോസ്റ്റസ് ചോദിച്ചത്.

"സാർ നിങ്ങൾക്ക് കുടിക്കാനെന്തെങ്കിലും?"

ഒരു ഗ്ലാസ് ഓറഞ്ചു ജ്യൂസ് മാത്രമേ ചോദിക്കാൻ കഴിഞ്ഞുള്ളൂ.

രാവിലെ എയർപോർട്ടിലെത്തുന്നതുവരെയും ഒരു പോള കണ്ണടയ്ക്കാൻ കഴിഞ്ഞിരുന്നില്ല. അതുകൊണ്ടുതന്നെയാണ് ക്ഷീണം അനുഭവപ്പെട്ടത്. എയർപോർട്ടിൽ സബിതയും മക്കളും ഉണ്ടായിരുന്നു.

"ചേട്ടായി നിങ്ങൾ ആകെ ഉണങ്ങിപ്പോയി."

ഒരു മാറ്റവുമില്ലെന്ന് ഞാൻ പറഞ്ഞപ്പോൾ അനുകൂലിച്ച് പറഞ്ഞത് വിജി മാത്രമായിരുന്നു.

"ഇല്ല പപ്പാ, ഈ മമ്മി വെറുതെ പറയണതാ. പപ്പാ നന്നായിട്ടുമില്ല, ഉണങ്ങിയിട്ടുമില്ല. പണ്ടത്തെപ്പോലെ തന്നെയാണ്. പിന്നെ ഒന്നുകൂടെ വെളുത്തു."

വിവിന്റെ മൗനം കണ്ടിട്ടാണ് അങ്ങനെ ചോദിച്ചത്.

"എന്താ മോനേ, നിന്റെ പഠിത്തമൊക്കെ എങ്ങനെ പോകുന്നു?"

വിവിൻ എന്തെങ്കിലും മറുപടി പറയുന്നതിന് മുമ്പ് സബിത പറഞ്ഞു.

"അവനിപ്പോൾ പഠിക്കാനൊന്നും സമയമില്ല. വലിയ ആളായില്ലേ?"

ഭാര്യയുടെ അർത്ഥം വച്ചുള്ള സംസാരം കേട്ടപ്പോൾ വിജി എന്റെ മുഖത്ത് നോക്കി. സംഭാഷണം വഴിതിരിച്ചുവിടുവാനായി ഞാൻ സുഹൃത്ത് വേണുവിനോടു പറഞ്ഞു.

"വേണുവേ, എന്തൊക്കെയുണ്ട് വിശേഷങ്ങൾ?. അമ്മയ്ക്കും അച്ഛനുമൊക്കെ സുഖം തന്നെയല്ലേ."

പൊതുവെ മിതഭാഷിയായ വേണു ഒറ്റവാക്കിൽ തന്നെ മറുപടി പറഞ്ഞു. ബാല്യകാല സുഹൃത്ത് മാത്രമല്ല, കുടുംബ സുഹൃത്തുകൂടിയാണ് വേണു. അവന്റെ പ്രാരബ്ധങ്ങൾ ആലോചിക്കുമ്പോൾ ഞാനെത്ര ഭാഗ്യവാനാണ്. ഗൾഫിൽ വന്നതുമുതൽ എന്നെ എയർപോർട്ടിൽ അനുഗമിക്കുന്നത് വേണു തന്നെയാണ്. സബിതയ്ക്കും വേണുവിനോട് മതിപ്പാണ്. വീട്ടിലെത്തിയപ്പോൾ ഗംഭീര ബ്രേക്ക്ഫാസ്റ്റ് തന്നെയാണ് സബിതയും മോളും തയ്യാറാക്കിയിരിക്കുന്നത്. എനിക്ക് ഇഷ്ടപ്പെട്ട

ഇഡ്ഢലിയും സാമ്പാറും അതിനുപുറമേ പൂരിമസാലയുമുണ്ടായിരുന്നു. ഞാൻ ചോദിച്ചു.

"എന്താ നിങ്ങളിന്നലെ ഉറങ്ങിയില്ലേ?"

വിജി പറഞ്ഞു

"പപ്പാ, ഇന്ന് രാവിലെ മൂന്നു മണിക്ക് ഞാനും മമ്മിയും എഴുന്നേറ്റതാ. അഞ്ച് മണിക്ക് വീട്ടിൽ നിന്നും എയർപോർട്ടിലേക്ക് ഇറങ്ങുന്നതിനുമുമ്പ് തന്നെ എല്ലാം മമ്മി റെഡിയാക്കിയിരുന്നു."

ഞാൻ മോളുടെ തലയിൽ തടവിക്കൊണ്ടുപറഞ്ഞു.

"അപ്പോ ഈ വിവിനോ?"

ഇപ്രാവശ്യം വിവിൻ സബിതയെ ഓവർടേക് ചെയ്ത് പറഞ്ഞു:

"പപ്പാ ഞാൻ ഉറങ്ങിപ്പോയി. വിജി വിളിച്ചപ്പോഴാണ് ഞാൻ ഉണർന്നത്. പപ്പാ, ഉച്ചയ്ക്ക് ശേഷം ക്ലാസ്സിൽ പോണം. ഞാൻ കുറച്ച് കഴിഞ്ഞ് പൊയ്ക്കോട്ടെ!"

പെട്ടെന്ന് തന്നെ ബാഗ് തുറന്ന് ഞാൻ പുതിയ മൊബൈൽ ഫോണെടുത്ത് അവന്റെ കൈയിൽ ഏല്പിച്ചു. വിവിന് വളരെ സന്തോഷമായി. പക്ഷേ സബിത എന്റെ മുഖത്തു നോക്കി പരിഭവം കാണിച്ചു. വിജി എന്റെ മുഖത്തുനോക്കി ചിരിച്ചുകൊണ്ട് വിവിനോട് പറഞ്ഞു.

"നോക്കട്ടേ ചേട്ടാ... നമുക്കിപ്പോൾ തന്നെ ചാർജ്ജിനിടാം!"

ഞാൻ മോളോട് ചോദിച്ചു.

"മോളേ, ഞാൻ സ്കൂളിൽ കൊണ്ടുവിടട്ടേ?"

"കുഴപ്പമില്ല പപ്പാ. ഞാനിന്നുവരില്ലെന്ന് ക്ലാസ്സ് ടീച്ചറോട് പറഞ്ഞിട്ടുണ്ട്."

വിജിയുടെ മറുപടിയിൽ ആത്മവിശ്വാസം നിഴലിച്ചുനിന്നു. സബിത ഉടനെ പറഞ്ഞു.

"അവൾ കുഴപ്പമില്ല. പക്ഷേ അവന്റെ കാര്യം പോക്കാ!"

ഞാൻ സബിതയെ കണ്ണിറുക്കി കാണിച്ചുകൊണ്ട് പതിഞ്ഞ സ്വരത്തിൽ പറഞ്ഞു:

"വിവിൻ റൂമിലുണ്ട്. അവൻ കേൾക്കണ്ടാ. ഇതൊക്കെ ഞാൻ ഡീൽ ചെയ്തോളാം!"

ഗംഭീരൻ ബ്രേക്ക്ഫാസ്റ്റിനെ തുടർന്ന് ഭാര്യയും മകളും ഉച്ചഭക്ഷണത്തിനുള്ള തയ്യാറെടുപ്പിലായി. ഞാൻ കിടന്നു.

വൈകിട്ടോടെ കുടുംബവീട്ടിലെത്തി. അപ്പൻ ക്ഷീണിതനായി കാണപ്പെട്ടു. അമ്മച്ചിയുടെ ആരോഗ്യത്തിൽ മാറ്റമൊന്നും കണ്ടില്ല. എന്നെ കണ്ടതോടെ അമ്മച്ചി പരാതിക്കെട്ടഴിച്ചു.

"എടാ ജോബി, നീ അപ്പനോട് പറഞ്ഞ് മനസ്സിലാക്ക്. ഇതിയാൻ എന്തുപറഞ്ഞാലും അടങ്ങിയൊതുങ്ങിയിരിക്കില്ല. കഴിഞ്ഞയാഴ്ചയും

ഡോക്ടർ പറഞ്ഞതാണ് തോട്ടത്തിലൊന്നും ഇറങ്ങി നടന്ന് വിയർക്കരുതെന്ന്. സംശയമുണ്ടെങ്കിൽ നീ സബിതയോട് ചോദിച്ചേ. അല്ലേ മോളേ."

അമ്മച്ചിയുടെ മുഖത്തുനോക്കി ചിരിച്ചുകൊണ്ട് ചായ ഉണ്ടാക്കാനായി സബിത അടുക്കളയിലേക്ക് പോയി. ഏറെ നേരം കുശലാന്വേഷണം പറഞ്ഞിരുന്നിട്ടും ബോബിയേയും ഭാര്യയേയും കണ്ടില്ല. കുറച്ചുനേരം കുട്ടിക്കാലത്ത് കളിച്ചുനടന്ന തൊടിയിലും പറമ്പിലുമൊക്കെ നടന്നു. വിജിയോട് എന്റെ ബാല്യകാലാനുഭവങ്ങൾ വിവരിച്ചുകൊടുത്തു. നെല്ലിമരത്തിൽ നിന്നും വീണതും പശുകുത്താൻ വന്നപ്പോൾ ഓടിച്ചെന്ന് തെങ്ങിൽ കയറിയതുമെല്ലാം മനസ്സിൽ ഇന്നലത്തേതുപോലെ നിഴലിച്ചു നിന്നു. സബിത ചായയുണ്ടാക്കിയെന്ന് വിളിച്ചുപറഞ്ഞപ്പോൾ ഞാനും വിജിയും പറമ്പിൽ നിന്നും വീട്ടുമുറ്റത്തെത്തിയിരുന്നു.

അമ്മച്ചിയുടെയും അപ്പന്റെയും ഗിഫ്റ്റുകൾ ക്യാരിബാഗിൽ നിന്നും പുറത്തെടുത്ത് കാണിച്ചുകൊടുക്കുകയായിരുന്നു വിവിൻ. ഞാൻ വിവിനോട് പറഞ്ഞു.

"മോനെ, ബോബിയുടെയും അവളുടെയും ഗിഫ്റ്റുകൾ തുറക്കണ്ടാ. അവൻ വന്നിട്ട് എടുത്തോളും."

ചായ കുടിച്ചുകഴിഞ്ഞ് അപ്പന്റെ കിടക്കയ്ക്കരികിൽ ഇരിക്കുമ്പോൾ അപ്പൻ പറഞ്ഞു.

"മോനേ, നീ ബോബിയുടെ കാര്യത്തിൽ ഒന്നിടപെടണം. ഒരു ലക്കും ലഗാനുമില്ലാത്ത ജീവിതമാണ് അവന്റേത്. അതിന് അവനെ മാത്രം കുറ്റപ്പെടുത്തിയിട്ട് കാര്യമില്ല. ഞാൻ പറഞ്ഞതു നിനക്ക് മനസ്സിലാകുന്നുണ്ടല്ലോ?"

അപ്പോൾ നേരം സന്ധ്യയോട് അടുത്തിരുന്നു. ബോബിയുടെ ഫോൺ റിംഗ് ചെയ്യുന്നുണ്ടെങ്കിലും അവൻ അറ്റന്റ് ചെയ്തില്ല.

അപ്പോൾ അമ്മച്ചി പറഞ്ഞു:

"അവനും അവളും കൂടി വല്ല ഷോപ്പിംഗിനും പോയതായിരിക്കും. വരുമാനത്തിൽ കവിഞ്ഞ ചെലവാണ്. അപ്പൻ പറഞ്ഞതുപോലെ നീ അവനോട് സംസാരിക്കണം."

നേരം എട്ടുമണിയോടടുത്തപ്പോൾ അവരെത്തി. അവർ ഓഫീസ് സ്റ്റാഫിന്റെ കല്യാണ പാർട്ടിക്ക് പോയെന്ന് പറഞ്ഞു. ബോബി നന്നായിരിക്കുന്നു എന്ന് ഞാൻ പറഞ്ഞപ്പോൾ അവൻ തമാശയ്ക്കായി പറഞ്ഞു:

"ചേട്ടായിയും നന്നായിരിക്കുന്നു. പക്ഷേ ഈ വിവിൻ അങ്ങ് ഉണങ്ങിപ്പോയി." എന്നിട്ട് വിവിനോട് പറഞ്ഞു:

"എന്താടാ നീ ചാപ്പാടൊന്നും നേരെ കഴിക്കുന്നില്ലേ? കോളേജ് കാലത്താണ് നല്ല ആഹാരം കഴിക്കേണ്ടത്."

അപ്പോഴേക്കും ബോബിയുടെ ഭാര്യ ലൗലി ചായയുമായി വന്നു. ലൗലിയോട് ഞാൻ പറഞ്ഞു:

"അടുത്തയാഴ്ച നിന്റെ വീടുവരെ ഞാനൊന്ന് പോകും. പിന്നെ, അപ്പനും അമ്മച്ചിക്കുമൊക്കെ സുഖം തന്നെയല്ലേ?"

ബോബിയുടെ മുഖത്തുനോക്കി അവൾ പറഞ്ഞു:

"കുഴപ്പമില്ല ചേട്ടായി, അവിടെയെല്ലാവർക്കും സുഖമാണ്. ഈ ബോബി പറഞ്ഞ് അസുഖമാക്കാതിരുന്നാൽ മതി."

ലൗലിയുടെ പരിഹാസച്ചുവയുള്ള മറുപടി കേട്ട് ഞാൻ ചിരിച്ചെങ്കിലും ബോബിയുടെ മുഖം വാടിയിരുന്നു. അവൻ ഒന്നും പറഞ്ഞില്ല. ചായ കുടിച്ചുകഴിഞ്ഞ് ഇറങ്ങാൻ നേരം അമ്മച്ചി അത്താഴം കഴിച്ചിട്ട് പോകാമെന്നായി. അപ്പോൾ ലൗലിയുടെ മുഖം മ്ലാനമാകുന്നത് ഞാൻ ശ്രദ്ധിച്ചു. ഒരുപക്ഷേ എന്നെക്കാൾ മുമ്പെതന്നെ അത് സബിത മനസ്സിലാക്കിയിരുന്നുവെന്ന് തോന്നുന്നു.

"വേണ്ട അമ്മച്ചീ, ഇപ്പോൾതന്നെ രണ്ടുചായ കുടിച്ചില്ലേ. അവിടെയും ഡിന്നർ ഉണ്ടാക്കിവെച്ചിരിക്കുകയാണ്. ഇല്ലെങ്കിൽ ഈ പിള്ളേർ അതൊന്നും ചൂടാക്കിക്കൊടുത്താൽ നാളെ കഴിക്കില്ല. പിന്നെ, ഞാൻ തന്നെ എല്ലാം കഴിച്ചുതീർക്കേണ്ടിവരും."

ഇറങ്ങാൻനേരം അപ്പന്റേയും അമ്മച്ചിയുടേയും മുഖത്ത് വല്ലാത്ത വിഷമം ഞാൻ കണ്ടു. കാറിൽ കയറുന്നതിനിടയിൽ ഞാൻ വിളിച്ചു പറഞ്ഞു:

"നാളെ രാവിലെ ഞാൻ വരും അപ്പനെ ആശുപത്രിയിൽ കൊണ്ടു പോകാൻ."

മടക്കയാത്രയിൽ സബിത പറഞ്ഞു:

"ചേട്ടായി, നമുക്ക് ഡിന്നറൊന്നും ഉണ്ടാക്കിയിട്ടില്ല. ഞാൻ അമ്മച്ചിയെ വിഷമിപ്പിക്കാതിരിക്കാൻ വെറുതെ പറഞ്ഞതാണ്. ലൗലിയെ ഞാൻ കുറ്റം പറയില്ല. അവൾ ഓഫീസ് ജോലി കഴിഞ്ഞ് സന്ധ്യമയങ്ങിയല്ലേ വന്നത്. ഇനി നമുക്ക് വേണ്ടി അത്താഴമുണ്ടാക്കുകയെന്നു പറഞ്ഞാൽ എളുപ്പമാണോ?"

ഇന്ന് നമുക്ക് പുറത്ത് നിന്നും ആഹാരം കഴിക്കാമെന്ന് ഞാൻ പറഞ്ഞപ്പോൾ സബിതയ്ക്ക് അത് ഇഷ്ടപ്പെട്ടില്ല. ഞാൻ വിദേശത്തു നിന്നും വന്നിട്ട് പുറത്തുനിന്ന് ആഹാരം കഴിക്കുന്നത് അവൾക്ക് ഉൾക്കൊള്ളാൻ കഴിയുമായിരുന്നില്ല. ഒടുവിൽ വിവിനും വിജിയും കൂടി എന്റെ അഭിപ്രായത്തോട് യോജിച്ചപ്പോൾ സബിത പറഞ്ഞു.

"ഈ പിള്ളേർ ഹോട്ടലിൽ നിന്നും ഭക്ഷണം കഴിക്കാൻ വേണ്ടി കാത്തിരിക്കുക്കയാണ്."

ഒടുവിൽ ഞങ്ങൾ ഒരു ഫാമിലി റെസ്റ്റോറന്റിനു മുന്നിൽ വണ്ടി നിർത്തി.

വിവിന്റെ ഇഷ്ടപ്രകാരം ചപ്പാത്തിയും ചിക്കനും ഓർഡർ കൊടുത്തു. ഞാൻ പറഞ്ഞു:

"എനിക്ക് ദോശയോ മറ്റോ മതി."

ഉടനെ സബിതയും എന്നോടൊപ്പം കൂടി. ഞങ്ങൾ മസാലദോശയും മക്കൾ ചപ്പാത്തിയും ചിക്കനും കഴിച്ചു. രാത്രി വീട്ടിലെത്തിയപ്പോൾ ഏറെ വൈകിയിരുന്നു. രാത്രിയുടെ ഏതോ യാമത്തിൽ സബിത പറയുന്നതു കേട്ടു.

"ചേട്ടായി, നമുക്കീ വയസ്സാൻ കാലത്തും ഹണിമൂൺ തന്നെയാണ് അല്ലേ?"

അതിരാവിലെ തന്നെ കുടുംബവീട്ടിൽ എത്തി. അപ്പനെ ഡയാലിസിസിന് കൊണ്ട് പോകാൻ എഴ് മണിക്ക് എത്തിയാലും മതിയായിരുന്നു. എന്നാൽ സബിതയുടെ കൈയിൽ നിന്നും ഒരു ചായയും വാങ്ങിക്കുടിച്ചു കൊണ്ട് അഞ്ചുമണിക്ക് തന്നെ വീട്ടിലെത്തി. വീടിനു മുന്നിലെത്തിയപ്പോൾ അമ്മച്ചി ഉമ്മറത്തിരിപ്പുണ്ട്. എന്നെ കണ്ടപ്പോൾ ആ മുഖത്തെ സന്തോഷം കാണേണ്ടതായിരുന്നു.

"വാ മോനേ, ഞാൻ കാപ്പിയെടുക്കാം. നിന്നെ പ്രതീക്ഷിച്ചിരിക്കുകയായിരുന്നു." എന്നു പറഞ്ഞ് അടുക്കളയിലേക്ക് നടന്നു. ഞാനും അമ്മച്ചിയുടെ പിന്നാലെ അടുക്കളയിലേക്ക് പോയി. ഇതുപോലെ അമ്മച്ചിയുടെ കൈയിൽ നിന്നും ചായ വാങ്ങി കുടിക്കുവാൻ തന്നെയാണ് അതിരാവിലെ വന്നത്. കുട്ടിക്കാലത്ത് ഇതുപോലെ അടുക്കളയിൽ അമ്മച്ചിയെ സഹായിക്കുകയായിരുന്നു പ്രധാനപ്പെട്ട ജോലി. സൂര്യകിരണങ്ങൾ കിഴക്കൻ മലനിരകളിൽ മുത്തം വയ്ക്കുന്നതിനുമുമ്പുള്ള പ്രകൃതി സൗന്ദര്യം പറഞ്ഞറിയിക്കാൻ കഴിയുമായിരുന്നില്ല. അതേ സൗകുമാര്യത്തോടെയല്ലെങ്കിലും ഇപ്പോഴും വീടിന്റെ ചുറ്റുപാടുകളിൽ വലിയ മാറ്റം വന്നിട്ടില്ല. വീടിനു മുന്നിലെ നെല്ലി മരവും ചാമ്പമരവും കാപ്പിച്ചെടിയുമെല്ലാം ഇന്നും തലയുയർത്തി നിൽക്കുന്നു.

അടുക്കളയിൽ അമ്മച്ചി അടുപ്പിൽ തീ പകർന്നപ്പോൾ ഞാൻ പണ്ടത്തെപ്പോലെ ആ പടിക്കെട്ടിലിരുന്നു. നാട്ടുകാര്യങ്ങളും ബന്ധുവിശേഷങ്ങളുമെല്ലാം അമ്മ സംസാരിച്ചു. നമ്മുടെ സംഭാഷണം കേട്ടിട്ടാവണം ബോബി കൂടെ എഴുന്നേറ്റുവന്നത്. ഞങ്ങളുടെ കൊച്ചുവർത്തമാനങ്ങളിൽ അവനും കൂടി. ഇടയ്ക്ക് എപ്പോഴോ അമ്മച്ചി പറയുന്നുണ്ടായിരുന്നു.

"എത്ര നാളായെടാ നമ്മളെല്ലാം കൂടി ഇതുപോലെ ഒരുമിച്ചിട്ട്."

അമ്മച്ചിയുടെ അഭിപ്രായത്തോട് ഞാനും യോജിച്ചു. ചായ കുടിച്ചു കൊണ്ടിരിക്കുന്നതിനിടയ്ക്കാണ് ലൗലി അടുക്കളയിലേക്ക് കടന്നുവന്നത്. അവൾ ബോബിയോട് ഗർജ്ജിച്ചു.

"ഞാനറിയാതെ രഹസ്യമായി വന്ന് അമ്മച്ചിയും മോനും കൂടി ചായയുണ്ടാക്കി കുടിക്കുകയാണ്. എന്നിട്ട് പരദൂഷണവും!"

എന്നെ കണ്ടില്ലെന്ന് ഉറപ്പുവരുത്തിയാണ് അവൾ അടുക്കളയിൽ നിന്നും ഇറങ്ങിപ്പോയത്. എന്റെയും അമ്മച്ചിയുടെയും മുഖത്തുനോക്കുന്നതിനിടയിൽ കണ്ണുകൾ നിറയുന്നുവെന്ന സ്ഥിതി എത്തിയപ്പോൾ ബോബി

എഴുന്നേറ്റ് റൂമിലേക്ക് പോകുന്നതു കണ്ടു. ബോബിയുടെ പതിഞ്ഞ സ്വരം കേൾക്കാം. അവൻ ലൗലിയെ അനുനയിപ്പിക്കാനുള്ള ശ്രമത്തിലാണെന്ന് തോന്നി. ഞാൻ ഏഴുന്നേൽക്കാൻ ശ്രമിച്ചപ്പോൾ അമ്മച്ചി വിലക്കി.

"നീ അതിൽ ഇടപെടേണ്ട. അവൾ ചിലപ്പോഴൊക്കെ ഇങ്ങനെയാണ്. ആ കൊച്ചിന് ഒരു മനസ്സമാധാനവും കൊടുക്കില്ല."

ലൗലിയുടെ ശബ്ദം ഉയരുന്നതും കുറച്ചു നിമിഷങ്ങൾക്കുള്ളിൽ അവൾ ഡ്രസ്സ് ചെയ്ത് ഓഫീസിലേക്ക് പോകുന്നതും കണ്ടു. ഓഫീസിലേക്ക് ഇറങ്ങുന്നതിനിടയിൽ ബോബി അടുക്കളയിൽ വന്ന് എന്നോട് പറഞ്ഞു.

"ചേട്ടായി, ഒന്നും വിചാരിക്കരുത്. എന്തു ചെയ്യാം. എന്റെ വിധി!"

അവന്റെ ചുമലിൽ കൈവച്ച് തലോടാൻ മാത്രമേ എനിക്ക് കഴിഞ്ഞുള്ളൂ. ഭാര്യ-ഭർതൃബന്ധങ്ങളിലെ ഇത്തരം ബാലിശമായ സ്വഭാവങ്ങൾ എത്രമാത്രം പങ്കാളിയെ വിഷമിപ്പിക്കുമെന്ന് ഊഹിക്കാമായിരുന്നു.

"നീ ധൈര്യമായിരിക്ക്."

ഞാൻ അങ്ങനെ പറയുന്നതിനിടയിൽ അപ്പൻ അമ്മച്ചിയോട് പറയുന്നത് കേട്ടു.

"വീണ്ടും തുടങ്ങിയോ വെളുപ്പാൻകാലത്ത്?"

എന്നിട്ട് അപ്പൻ എന്നോട് പറഞ്ഞു:

"എടാ ജോബീ, നീ ഇവന്റെ കാര്യത്തിൽ ഇടപെട്ടേ പറ്റൂ. ഈ ചെക്കൻ ഒരു ഭ്രാന്തനെപ്പോലെയാണ് ജീവിക്കുന്നത്. ഇതാണ്, ഒരു പെണ്ണ് മാത്രമുള്ളിടത്തു ചെന്ന് പെണ്ണ് കെട്ടരുതെന്ന് പഴമക്കാർ പറയുന്നത്. ഇതുപോലെയുള്ള അഹങ്കാരികൾ..."

അപ്പനെ പറയാൻ മുഴുമിക്കാതെ അമ്മച്ചി ഇടപെട്ട് പറഞ്ഞു.

"നിങ്ങൾ സംസാരിച്ച് സമയം കളയണ്ടാ. നമുക്ക് ആശുപത്രിയിൽ പോകാൻ നോക്കാം. വൈകിട്ട് അവർ സന്തോഷത്തോടെ വരുന്നതു കാണാം. നോക്കിക്കോ."

പ്രവാസിയായ എനിക്ക് അനുജന്റെ ഇത്തരം ജീവിതാനുഭവങ്ങൾ പുതുമയുള്ളതായിരുന്നു. സബിതയും അമ്മച്ചിയുമൊക്കെ ബോബിയുടെ വിഷമങ്ങൾ എന്നോട് പറയുമ്പോഴും അവന്റെ അമിതച്ചെലവും അച്ചടക്കമില്ലാത്ത ജീവിതവുമായിരുന്നു എന്റെ മുന്നിൽ തെളിഞ്ഞുവന്നിരുന്നത്. ഇന്നത്തെ ലൗലിയുടെ പെരുമാറ്റം കണ്ടപ്പോൾ എനിക്ക് ബോബിയോട് സഹതാപമാണ് തോന്നിയത്.

ആശുപത്രിയിലിരിക്കുമ്പോഴും അമ്മച്ചിയും ഞാനും ബോബിയുടെ ജീവിതം തന്നെയാണ് സംസാരിച്ചിരുന്നത്. ഒപ്പം സബിതയും കൂടി. അവൾ ഡയാലിസിസ് നടക്കുന്ന റൂമിൽ ഇടയ്ക്കിടക്ക് പോയി അപ്പനെ നോക്കുന്നുണ്ടായിരുന്നു. നടന്ന കാര്യങ്ങളെല്ലാം അമ്മച്ചി സബിതയോട് വിവരിക്കുന്നുണ്ട്. സബിത അതിനെ വളരെ ലളിതമാക്കാനാണ് ശ്രമിച്ചത്.

അമ്മച്ചി വിഷമിക്കാതിരിക്കാനാണ് അങ്ങനെ ചെയ്യുന്നതെന്ന് എനിക്കറിയാം.

"ഇനി നമുക്ക് എന്ത് ചെയ്യാൻ കഴിയും. അവൾ ഒരു അഹങ്കാരിയാണെന്ന് ഇന്നത്തെ സംഭവത്തോടുകൂടി എനിക്ക് മനസ്സിലായി. ഒരു പക്ഷേ അവളുടെ അപ്പന്റെ പണം കണ്ടിട്ടാവണം ഈ അഹങ്കാരം!"

ആരും ഒന്നും മിണ്ടിയില്ല. ഉച്ചയോടടുപ്പിച്ച് അപ്പനെയും അമ്മച്ചിയെയും വീട്ടിലെത്തിച്ചു. ഊണും കഴിഞ്ഞ് വൈകിട്ടോടെയാണ് മടങ്ങിയത്. ഇതിനിടയിൽ ബോബി പലപ്രാവശ്യം വിളിച്ചിരുന്നു. അവനോട് ഒന്നു കാണണമെന്ന് മാത്രമേ ഞാൻ പറഞ്ഞുള്ളൂ. സംസാരിക്കുന്നതിനിടയിൽ പല പ്രാവശ്യം അവന്റെ തൊണ്ടയിടറുന്നത് ശ്രദ്ധിച്ചിരുന്നു. വീട്ടിലെത്തുമ്പോൾ വിജി മാത്രമെ ഉണ്ടായിരുന്നുള്ളൂ. എന്നെ കണ്ടയുടനെ അവളുടെ വക ചായ സൽക്കാരമായി. ചായയും ചിപ്സുമൊക്കെ മുന്നിൽ കൊണ്ടുവയ്ക്കുന്നതിനിടയിൽ മോൾ പറഞ്ഞു.

"പപ്പാ, അപ്പച്ചന് കുഴപ്പമൊന്നും ഇല്ലല്ലോ."

മോളുടെ ചായയെ ശ്ലാഘിച്ചുകൊണ്ട് ഞാൻ പറഞ്ഞു.

"കുഴപ്പമില്ല മോളേ. റുട്ടീനായി ചെയ്യാറുള്ള ഡയാലിസ്. പിന്നെ മോളുടെ ചായ നന്നായിട്ടുണ്ട്. ഈ വിവിൻ ഇത്രയ്ക്ക് താമസിക്കുന്നതെന്താ?"

മോൾ പറഞ്ഞു.

"പപ്പാ ചിലപ്പോൾ ചേട്ടൻ ഗ്രൗണ്ടിൽ കളിച്ചു നിൽക്കുകയാവും."

ഞങ്ങൾ സംസാരിച്ചിരിക്കുന്നതിനിടയിൽ സബിത എത്തിയിരുന്നു. വിജി ഉണ്ടാക്കിയ ചായയെ പ്രശംസിച്ചപ്പോൾ സബിത പറയുന്നതുകേട്ടു.

"ഓഹോ, ഇപ്പോൾ ഇവൾക്ക് ചായയുണ്ടാക്കാനറിയാം. അല്ലേ? ഞാൻ പറഞ്ഞാൽ ഇവൾ അനങ്ങില്ല. കള്ളി."

ഉടനെ തന്നെ വിജി വീണ്ടും ചായയുണ്ടാക്കി സബിതയെ ഞെട്ടിച്ചു!

ഞാൻ പറഞ്ഞു.

"ഇന്ന് നിങ്ങൾ ഡിന്നറൊന്നും ഉണ്ടാക്കേണ്ട. നമുക്ക് പുറത്തൊക്കെ പോയി ഒന്നു കറങ്ങി, ഭക്ഷണവും കഴിച്ചിട്ട് വരാം!"

മനസ്സില്ലാമനസ്സോടെയാണെങ്കിലും സബിത സമ്മതിച്ചു. സബിതയുടെ പരിഭവം ഇതായിരുന്നു.

"എന്നാലും ചേട്ടായീ നാട്ടിൽ വരുമ്പോൾ ഞാൻ ആഹാരം ഉണ്ടാക്കി തരാതിരിക്കുന്നത് ഒട്ടും ശരിയല്ല!"

അതിൽ കുഴപ്പമില്ലെന്ന് ഞാൻ പറഞ്ഞു.

സബിത പലപ്രാവശ്യം എന്നോട് പറഞ്ഞു.

"ചേട്ടായീ, നിങ്ങളിങ്ങനെ മിണ്ടാതിരുന്നാൽ ചെക്കൻ കൈവിട്ടു പോകും. അവന്റെ പോക്ക് ശരിയല്ല. പ്രേമം തലയ്ക്ക് പിടിച്ചിരിക്കുകയാണ്. നമ്മളെന്തെങ്കിലും ചെയ്തേ പറ്റൂ. അവന്റെ പഴയ മൊബൈലിൽ

ആ പെണ്ണിന്റെ മെസേജുകളും ഫോട്ടോകളും നിരവധി ഉണ്ടായിരുന്നു. ഒരു പ്രാവശ്യം ഞാനവനോട് നേരിട്ട് ചോദിച്ചതാണ്. ഇതാരാടാ ഈ പെണ്ണെന്ന്? അപ്പോൾ അവൻ പറഞ്ഞത് കൂടെ പഠിക്കുന്ന കുട്ടിയെന്നാണ്. ഈ ഒരു കുട്ടി മാത്രമേ നിന്റെ കൂടെ പഠിക്കുന്നുള്ളോയെന്ന് ചോദിച്ചപ്പോൾ അവൻ എന്നോട് തട്ടിക്കയറുകയായിരുന്നു. എന്റെ കൂടെ വർക്ക് ചെയ്യുന്ന സരോജമാണ് കാര്യങ്ങളുടെ കിടപ്പ് പറഞ്ഞത്. ഈ പിള്ളാർ രണ്ടാളേയും ബസ്സ്റ്റാന്റിലും ബീച്ചിലുമൊക്കെ വച്ച് കണ്ടവരുണ്ട്. ഒടുവിലാണ് ഞാനവന്റെ മൊബൈൽ തല്ലിപ്പൊട്ടിച്ചത്. അവൻ അന്ന് പറഞ്ഞതെന്താണെന്ന് ചേട്ടായിക്ക് അറിയാമോ ? അവൻ ആ പെണ്ണിനെ അത്രമാത്രം ഇഷ്ടപ്പെട്ടുപോയെന്ന്. അവനെന്റെ കാലു പിടിക്കുകയായിരുന്നു. പിന്നെ, ചേട്ടായി പറഞ്ഞതുകൊണ്ടാണ് ഞാനൊന്നും ചോദിക്കാതിരുന്നത്."

സബിതയുടെ കണ്ണിൽ നിന്നും കണ്ണുനീർ പ്രവഹിച്ചുതുടങ്ങിയപ്പോൾ ഞാൻ പറഞ്ഞു.

"നീ പറയുന്നത് ഞാൻ മനസ്സിലാക്കുന്നു. ഇന്നത്തെ പിള്ളാരുടെ കാര്യം ഞാൻ പറയാതെ തന്നെ നിനക്കറിയാമല്ലോ. നമ്മൾ എന്തെങ്കിലും പറഞ്ഞാൽ ഈ പിള്ളേർ വല്ലതും ചെയ്യും. പിന്നെ നാം ജീവിച്ചിരുന്നിട്ട് കാര്യമുണ്ടോ. ഞാനവനോട് വിശദമായി സംസാരിക്കട്ടെ. എന്തായാലും ഇതിനൊരു പരിഹാരം ഞാൻ കണ്ടിരിക്കും. സബി ഇക്കാര്യം ഇനി ആലോചിക്കുകയേ വേണ്ട."

ഒരു ദിവസം ലീവെടുത്ത് നിന്നത് ഇക്കാര്യം പറയാനാണോയെന്ന് ഞാൻ ചോദിച്ചപ്പോൾ സബിത ചിരിക്കുകമാത്രമാണ് ചെയ്തത്.

ഉച്ചയ്ക്ക് ലഞ്ചു കഴിക്കാൻ വേണുവിനെ കൂടെ വിളിക്കണമെന്ന് പറഞ്ഞത് സബിത തന്നെയായിരുന്നു.

"ചേട്ടായിയുടെ ആത്മാർത്ഥ സുഹൃത്തല്ലേ. ചേട്ടായി ഇല്ലാത്തപ്പോഴും ഇവിടെ എന്ത് ആവശ്യമുണ്ടെങ്കിലും വേണുച്ചേട്ടൻ വരുമായിരുന്നു. ഇന്നത്തെ ലഞ്ചിന് അങ്ങേരെ കൂടെ വിളിക്കണം!"

ഉച്ചഭക്ഷണം കഴിഞ്ഞ് ഞാനും വേണുവും പണ്ട് ഞങ്ങൾ നടന്ന വഴികളിലൂടെ വെറുതെ ഒന്നു നടന്നു. ഞാൻ വേണുവിനോട് പറഞ്ഞു.

"എടേ നമ്മൾക്ക് എന്തെല്ലാം ഓർമ്മകളാണ് ഈ വഴികൾ പറഞ്ഞുതരുന്നത്!"

പാടവരമ്പത്തെ പൊടിയൻ ചേട്ടായിയുടെ ചായക്കടയിൽ കയറി നാടൻ പൊടിച്ചായ കുടിച്ച് നാട്ടുകാര്യങ്ങൾ സംസാരിച്ചിരിക്കുന്നതിനിടയിലാണ് ഞാൻ വേണുവിനോട് വിവിന്റെ പ്രേമം സൂചിപ്പിച്ചത്. ഒരു നിമിഷം ചിന്തയിലാണ്ട വേണു പറഞ്ഞു.

"ഞാനും ഇക്കാര്യമറിഞ്ഞു. നീ വന്നിട്ട് സംസാരിക്കാനിരിക്കുകയായിരുന്നു. ഇപ്പോഴത്തെ കുട്ടികളോട് വളരെ കരുതലോടെ വേണം ഇടപെടാൻ. ഞാൻ പറയാതെ തന്നെ നിനക്കറിയാമല്ലോ."

വേണുവിന്റെ വീട്ടിൽ കയറി അമ്മയേയും അച്ഛനേയും കണ്ടു. അവന്റെ സഹോദരിമാരുടെ കാര്യം ഓർത്തപ്പോൾ വിഷമം തോന്നി. കല്യാണപ്രായം കഴിഞ്ഞ പെങ്ങമ്മാർ പുര നിറഞ്ഞ് നിൽക്കുന്നത് ഏതൊരു ആങ്ങളേയും ഉറക്കം കെടുത്തുന്നതാണെന്ന കാര്യത്തിൽ സംശയമില്ല. അക്കാര്യം വേണുവിനോട് സൂചിപ്പിച്ചു. അവൻ പറഞ്ഞു:

“ശരിയാണെടാ. പല ആലോചനകളും വരുന്നുണ്ട്. പക്ഷേ അവർ ചോദിക്കുന്ന സ്ത്രീധനം കൊടുക്കാൻ ശേഷിയില്ല. പിന്നെ നല്ല പയ്യന്മാർ വരട്ടെ. അപ്പോൾ നോക്കാം. എല്ലാക്കാര്യവും പെങ്ങമ്മാർക്കറിയാം.”

വേണുവിന്റെ സാഹചര്യങ്ങൾ എന്റെ കണ്ണ് നനയ്ക്കാതിരുന്നില്ല. ഞാൻ പറഞ്ഞു:

“എടാ നല്ല ആലോചനകൾ വന്നാൽ ഇനി വിടണ്ടാ. എന്നെ കൊണ്ടാവുന്നത് ഞാനും സഹായിക്കാം. നിനക്കൊരാവശ്യം വരുമ്പോൾ സഹായിച്ചില്ലെങ്കിൽ പിന്നെ ഞാനെന്ത് കൂട്ടുകാരനാണെടാ.”

വേണു ഒന്നും പറഞ്ഞില്ല. അവന്റെ മുഖത്തു നിന്നും പറയാതെ പറയുന്ന ആ ദീനത വായിച്ചെടുക്കാൻ കഴിയുമായിരുന്നു.

വീട്ടിൽ എത്തിയപ്പോൾ വിവിൻ കോളേജിൽ നിന്നും വന്നിരുന്നു. സബിത പറഞ്ഞ കാര്യം ചോദിക്കാൻ പറ്റിയ സമയം ഇതാണെന്ന് ഞാൻ തീരുമാനിച്ചു. പോരെങ്കിൽ വിജിയും സ്കൂൾ കഴിഞ്ഞ് വന്നിട്ടില്ല.

വിവിന്റെ റൂമിൽ അപ്രതീക്ഷിതമായി എന്നെ കണ്ടപ്പോൾ അവനൊന്ന് പരുങ്ങി. പഠിത്ത കാര്യത്തെക്കുറിച്ചും ഭാവി പരിപാടികളെക്കുറിച്ചുമെല്ലാം ഞാനന്വേഷിച്ചപ്പോൾ തന്നെ അവൻ ഉത്കണ്ഠ മണത്തറിഞ്ഞിട്ടുണ്ടാവും. ചോദ്യങ്ങളുടെ ആഴം കൂടിയപ്പോൾ വിവിന്റെ സ്വഭാവം ക്രമേണ മാറുന്നത് മനസ്സിലാക്കി . പൊതുവെ എന്നോട് ശാന്തമായി സംസാരിക്കുന്ന വിവിന്റെ ശബ്ദം കനക്കുന്നത് ഞാനറിഞ്ഞു. ഇനിയും നീട്ടിക്കൊണ്ട് പോകുന്നതിലെ ഔചിത്യമില്ലായ്മ മനസ്സിലാക്കിയതുകൊണ്ടാണ് നേരെ കാര്യത്തിലേക്ക് കടന്നത്.

“മോനേ, ഞാൻ നിന്നോട് ഒരു കാര്യം ചോദിക്കുന്നതുകൊണ്ട് ഒന്നും വിചാരിക്കരുത്. മമ്മി ഒരു പെൺകുട്ടിയുടെ കാര്യം പറഞ്ഞിരുന്നു. അതിൽ എന്തെങ്കിലും സത്യമുണ്ടോ? ഉണ്ടെങ്കിൽ തന്നെ പഠിക്കേണ്ട ഈ പ്രായത്തിൽ അങ്ങനെയൊക്കെ സമയം പാഴാക്കി കളയേണ്ട കാര്യമുണ്ടോ? പഠിച്ച് വലിയ ആളാവുമ്പോൾ നമുക്ക് ആലോചിക്കാം. അതല്ലേ ശരി.”

വിവിൻ ഏതാനും നേരം ഒന്നും പറയാതെ നിന്നു. ഡോറിനു പിന്നിൽ ഒളിഞ്ഞുനിന്ന് എല്ലാം കേട്ടുനിന്നിരുന്ന സബിത പൊട്ടിത്തെറിച്ചുകൊണ്ടാണ് വിവിന്റെ അടുത്തേക്ക് വന്നത്.

“അവൻ മിണ്ടാതെ നിൽക്കുന്നത് കണ്ടോ. നാട്ടിൽക്കിടക്കുന്ന അറുവാണിപിള്ളേരുമായി...”

മമ്മിയുടെ പ്രതികരണം അതിരുവിട്ടപ്പോൾ വിവിൻ പൊട്ടിക്കരയാൻ

തുടങ്ങി. ഏങ്ങിക്കരയുന്ന എന്റെ മോന്റെ കണ്ണുനീർ തുടയ്ക്കുന്നതിനിടയിൽ ഞാൻ പറഞ്ഞു.

"അയ്യേ മോൻ കരയുന്നോ. മമ്മി നല്ലതാവാൻ വേണ്ടിയല്ലേ ഇങ്ങനെ പറേണത്."

ഞാൻ സബിതയോട് പുറത്തുപോകാൻ ആംഗ്യം കാണിച്ചു. സബിതയുടെ കണ്ണുകളിൽ രോഷാഗ്നി ആളിപ്പടരുന്നത് ഞാനറിഞ്ഞു. ഭാര്യയെ മുറിക്ക് പുറത്താക്കി ഞാൻ ഡോർ അടച്ചു.

വിവിൻ എന്റെ നെഞ്ചിൽ ചാരിയിരുന്ന് പൊട്ടിക്കരയുകയായിരുന്നു.

ഞാൻ പറഞ്ഞു:

"മോൻ കരച്ചിൽ നിർത്ത്. എല്ലാം നന്മയ്ക്ക് വേണ്ടിയല്ലേ. നിന്റെ ഇഷ്ടത്തിനെതിരായി ഈ പപ്പാ എന്തെങ്കിലും ചെയ്യുമെന്ന് നീ കരുതുന്നുണ്ടോ? ഒരിക്കലുമില്ല. ഇപ്പോൾ മോൻ പഠിക്കുകയാണ് വേണ്ടത്. നീ പഠിച്ച് ജോലിയൊക്കെ നേടിക്കഴിയുമ്പോൾ മോനിഷ്ടപ്പെട്ട പെണ്ണിനെ ഞാൻ കല്യാണം കഴിച്ച് തരും. ഇത് പപ്പായുടെ വാക്ക്. ഇനി മോൻ പപ്പായ്ക്ക് വാക്ക് താ. പഠിക്കേണ്ട ഈ സമയത്ത് പ്രേമിച്ച് നടക്കില്ലെന്ന്!!!"

വിവിന്റെ മുഖത്തെ സന്തോഷം പറഞ്ഞറിയിക്കാൻ കഴിയില്ലായിരുന്നു. അവൻ പെട്ടെന്നാണ് പ്രതികരിച്ചത്.

"പപ്പാ സോറി, ഞാൻ പപ്പാ പറയുന്നതിനപ്പുറം ഒന്നും ചെയ്യില്ല."

ഞാൻ മോന്റെ കണ്ണുനീർ തുടച്ചുകൊണ്ട് പറഞ്ഞു.

"ഇനി മോൻ കണ്ണ് തുടയ്ക്ക്."

ഡോർ തുറന്ന് പുറത്തിറങ്ങിയപ്പോൾ സബിത അക്ഷമയോടെ കാത്ത് നിൽക്കുന്നത് കാണാം. ഞാൻ അവളോട് പോകാൻ കണ്ണ് കാണിച്ചു. അടുക്കളയിലെത്തിയപ്പോൾ സബിത ചോദിച്ചു.

"ചേട്ടായി എന്ത് രഹസ്യമാണ് ചെക്കനോട് പറഞ്ഞത്."

സബിതയെ ആലിംഗനം ചെയ്തുകൊണ്ട് ഞാൻ പറഞ്ഞു.

"എടീ ഒഴുക്കുവെള്ളത്തിനെതിരെ നീന്താൻ ശ്രമിക്കരുത്. ഒഴുക്കിനൊപ്പം നീന്തിവേണം അക്കരെയെത്താൻ."

എന്റെ കവിളിൽ ചുംബിച്ചുകൊണ്ട് സബിത പറഞ്ഞു.

"ചേട്ടായിയുടെ പ്രായോഗികബുദ്ധി അപാരം തന്നെ." വൈകിട്ട് സിനിമാതീയേറ്ററിൽ ഇരിക്കുമ്പോഴും സബിതയുടെ ഒളികണ്ണുകൾ വിവിന്റെ മുഖത്തായിരുന്നുവെന്ന് ഞാൻ മനസ്സിലാക്കി. വിജി എന്റെ ചെവിയിൽ മന്ത്രിച്ചു.

"പപ്പാ, ഈ മമ്മിക്ക് ചേട്ടനെ എപ്പോഴും സംശയമാണ്. ഒന്ന് പറഞ്ഞ് മനസ്സിലാക്കണേ!"

ഇതുകേട്ട സബിത പറഞ്ഞു.

"പെണ്ണ് എന്റെ കൈയിൽ നിന്നും വാങ്ങിക്കും!"

എന്റെ വേനലവധിയുടെ നാളുകൾ എണ്ണപ്പെട്ടത് എത്ര പെട്ടെന്നായിരുന്നു!

സബിത പറഞ്ഞു:

"ചേട്ടായി, ഇനി പോണ്ട. ചേട്ടായിയെ തിരികെ വിടാൻ തോന്നണില്ലാ."

ഒരു പ്രവാസിയുടെ ധർമ്മസങ്കടങ്ങളിൽ ഒഴിച്ചുകൂടാൻ പറ്റാത്തതാണ് ഇത്തരം വേർപാടുകളും നൊമ്പരങ്ങളും. സ്വന്തം കുടുംബത്തോടൊപ്പം ജീവിക്കാൻ ആഗ്രഹമില്ലാത്തതായി ആരാണുള്ളത്? കുടുംബപ്രാരബ്ധങ്ങൾക്കിടയിൽ മരുപ്പച്ചതേടിയുള്ള പ്രവാസത്തിൽ മോഹങ്ങളും മോഹഭംഗങ്ങളും സർവ്വസാധാരണയാണ്. അത് പ്രവാസിയുടെ ജീവിതത്തിന്റെ ഭാഗമാണ്.

"ചേട്ടായീ, ഇനി രണ്ട് ദിവസങ്ങൾ കൂടിയല്ലേ ഉള്ളൂ! ഇനിയെന്നാ വരിക? ഒരു വർഷം കഴിഞ്ഞോ?"

സബിത എന്തൊക്കെയോ പറഞ്ഞു.

"ഇല്ല. എത്രയും വേഗം വരാൻ നോക്കാം!"

എന്നുമാത്രമേ പറയാൻ കഴിഞ്ഞുള്ളൂ. വിജിയുടെ ദുഃഖമാണ് സബിതയേയും ഒപ്പം എന്നെയും കണ്ണീരണിയിച്ചത്. വിജി സബിതയോട് പറയുന്നത് കേട്ടു.

"മമ്മീ എനിക്കുറങ്ങാൻ കഴിയുന്നില്ല. നമുക്ക് പപ്പയോട് പോകണ്ടാന്ന് പറയാം. ഉള്ളതുമതി."

സബിത മകളോട് പറയുന്നത് കേട്ടു.

"മോളേ, പപ്പാ ആർക്കുവേണ്ടിയാണ് നാടും കുടുംബവും വിട്ട് അന്യനാട്ടിൽ പോകുന്നത്? പപ്പയ്ക്ക് വേണ്ടിയല്ല, നമുക്ക് വേണ്ടിയാണ്. ഇത് എപ്പോഴും മോളുടെ വാക്കിലും പ്രവർത്തിയിലും ഉണ്ടാകണം."

മോൾ വീണ്ടും എന്തൊക്കെയോ പറഞ്ഞു കരഞ്ഞു.

സന്ധ്യയോടടുത്ത് വേണു വീട്ടിൽ വന്നു. വേണുവിനെ കണ്ടപ്പോൾ വലിയ സന്തോഷം തോന്നി. അംബികാമാഡത്തിന്റെ ജോലിക്കാരിയുടെ കാര്യം എന്തായെന്നുള്ളതായിരുന്നു ഉത്കണ്ഠ. ഒരുപക്ഷേ വേണു ആരെയെങ്കിലും കണ്ടുപിടിച്ചുകാണും.

"ഞാൻ വന്നിട്ടിപ്പോൾ ഒരു മാസമായെടേ വേണു. എത്രപെട്ടെന്നാണ് ദിവസങ്ങൾ കൊഴിഞ്ഞുപോയത്. പോകാൻ നേരം ഒരു വിഷമം."

അപ്പനെ വീണ്ടും ആശുപത്രിയിൽ കൊണ്ടുപോയ കാര്യമെല്ലാം സംസാരിച്ചിരിക്കുന്നതിനിടയിൽ വേണു തന്നെയാണ് അക്കാര്യം സൂചിപ്പിച്ചത്.

"ജോബീ, നീ പറഞ്ഞ ജോലിക്കാരിയുടെ കാര്യം എന്തായി? ആരുമായില്ലെങ്കിൽ എനിക്കൊരാളുണ്ട്."

വളരെ ഉത്സാഹത്തോടെയാണ് ഞാനത് കേട്ടത്. ഞാൻ ചോദിച്ചു.

"കിട്ടിയോ, ഭാഗ്യം. സത്യത്തിൽ ഒന്നും ശരിയാവാത്തതുകൊണ്ട്

ഞാൻ ധർമ്മസങ്കടത്തിലായിരുന്നു. ആരെടേ വേണു? പ്രായമായ സ്ത്രീകൾ തന്നെയാണോ?"

വേണു പറഞ്ഞു:

"അതേ നമ്മുടെ അയലത്തുകാരിയാണ് ഓമന. നിനക്കറിയാമവരെ. കൊച്ചുവീട്ടിലെ ഓമനചേച്ചി."

വേണു പറയുന്ന സ്ത്രീയേയും കുടുംബത്തേയുമെല്ലാം എനിക്ക് പരിചയമുള്ളതാണ്. അവർ വിധവയാണ്. ഒരു മകൻ മാത്രമേയുള്ളൂ. അവൻ കോളേജിൽ പഠിക്കുന്നു. ഈ വാർത്തകേട്ട സബിതയും ഞങ്ങളോടൊപ്പം സന്തോഷം പങ്കിടാൻ കൂടി.

"വേണുവേട്ടാ കാര്യങ്ങളെല്ലാം അവരുമായി സംസാരിച്ചില്ലേ? ഉടനെ പോകണമെന്നാണ്. അല്ലേ ചേട്ടായീ?"

ഇക്കാര്യങ്ങളെല്ലാം വേണു അവരുമായി സംസാരിച്ചിട്ടുണ്ടെന്ന് പറഞ്ഞു. എനിക്ക് വലിയ ആശ്വാസമായിരുന്നു ഈ വാർത്ത. കഴിഞ്ഞ ഏതാനും മാസങ്ങളായുള്ള എന്റെ ഒരു പ്രധാന സമസ്യതന്നെയായിരുന്നു ഈ അന്വേഷണം. വേണു പറഞ്ഞതനുസരിച്ച് അവർ പിറ്റേന്നു തന്നെ എന്നെ വന്നു കണ്ടു. കാര്യങ്ങളെല്ലാം പറഞ്ഞു. എമർജൻസി പാസ്പോർട്ട് എടുക്കാനുള്ള ഏർപ്പാടുകളും ചെയ്തുകൊടുത്തു.

വൈകിട്ടോടെ യാത്രപറയാൻ കുടുംബവീട്ടിലെത്തി. മടക്കയാത്രയിൽ എനിക്ക് കൊണ്ടുപോകാനായി പലഹാരങ്ങൾ ഉണ്ടാക്കുന്ന തിരക്കിലായതിനാൽ സബിതയും മോളും വന്നിട്ടില്ല. അമ്മച്ചി രണ്ട് ചായയുണ്ടാക്കി തന്നു. അപ്പന്റെ കൂടെ പറമ്പിൽ കുറച്ചുനേരം നടന്നു. നടക്കരുതെന്ന് പറഞ്ഞപ്പോൾ അപ്പൻ പറഞ്ഞു.

"കുഴപ്പമില്ല മോനേ. ഏതായാലും ജനിച്ചാൽ ഒരിക്കൽ മരിക്കണം. പിന്നെ ഇങ്ങനെ ജീവച്ഛവമായി കിടക്കുന്നതിൽ വലിയ അർത്ഥമില്ല. എനിക്ക് കുറച്ചുനേരം നിന്റെ കൂടെ ഇവിടെയൊക്ക നടക്കണം."

ഞങ്ങളോടൊപ്പം അമ്മച്ചിയും കൂടി. ബോബിയുടെ കുടുംബകാര്യം സംസാരിക്കാനാണ് അമ്മച്ചിയും അപ്പനും ഏറെ സമയം കണ്ടത്.

"മോനേ നീ അവനോടൊന്ന് സംസാരിക്കണം. നമ്മൾ ഇങ്ങനെ കണ്ടില്ലെന്ന് പറഞ്ഞിരുന്നാൽ ശരിയാവില്ല."

ഏറെ നേരം കഴിഞ്ഞാണ് ബോബി ഓഫീസിൽ നിന്നു വന്നത്. ലൗലി അവളുടെ വീട്ടിൽ പോയെന്നും നാളെ വരുമെന്നും പറഞ്ഞു. ഒരു വിധത്തിൽ അത് നന്നായെന്ന് മനസ്സ് പറഞ്ഞു. ഇനിയിപ്പോൾ ബോബിയുമായി മറയില്ലാതെ സംസാരിക്കാമല്ലോ.

കണ്ണുകൾ ഈറനണിഞ്ഞുകൊണ്ടാണ് ബോബി പറഞ്ഞത്.

"ചേട്ടാ, എനിക്കിനി വയ്യാ.. അവൾക്കെല്ലാം പ്രശ്നമാണ്. അവളുടെ ഇഷ്ടത്തിനനുസരിച്ച് ജീവിച്ച് ഇപ്പോൾത്തന്നെ കടക്കെണിയിലായി. ബന്ധുക്കളും സുഹൃത്തുക്കളുമായൊന്നും സഹകരിക്കാൻ അവൾ

സമ്മതിക്കില്ല. അങ്ങനെ ഞാനിപ്പോൾ ഒറ്റപ്പെട്ടിരിക്കുകയാണ്. ആരുമില്ലാതായി!"

ബോബി ഇടയ്ക്ക് കരയുകയും മറ്റ് ചിലപ്പോൾ പല്ലുകൾ കടിച്ചു പിടിച്ച് ദേഷ്യം പ്രകടിപ്പിക്കുകയും ചെയ്തു. എല്ലാം കേട്ടുകഴിഞ്ഞതിനു ശേഷം ഞാൻ പറഞ്ഞു.

"ബോബി, നീ പറയുന്നതെല്ലാം ശരിയാണ്. നമുക്ക് ഉടുപ്പ് മാറുന്നതു പോലെ ജീവിത പങ്കാളിയെ മാറാൻ കഴിയില്ലല്ലോ. കുറെയൊക്കെ കണ്ടില്ലെന്നും കേട്ടില്ലെന്നും നടിക്കണം. അതുമാത്രമേ ഇതിന് പരിഹാരമുള്ളൂ. എല്ലാ കുടുംബങ്ങളിലും ഇങ്ങനെയൊക്കെ തന്നെയാണ്. ആരും ഒന്നും പുറത്തുപറയുന്നില്ല എന്നേയുള്ളൂ. കുട്ടികളൊക്കെ പ്രായമാകുമ്പോൾ ഈ സ്വഭാവമൊക്കെ മാറും. അതുവരെ നീ ക്ഷമിക്ക്. ഞാനും ഇങ്ങനെയൊക്കെ തന്നെയായിരുന്നു."

ഞാൻ പറഞ്ഞതെല്ലാം അക്ഷരം പ്രതി കേട്ടിരുന്ന ബോബി മറുപടിയൊന്നും പറഞ്ഞില്ല. രാത്രി വീട്ടിലെത്തിയപ്പോൾ സബിതയും മക്കളും അത്താഴം കഴിക്കാൻ കാത്തിരിക്കുകയായിരുന്നു. നല്ലൊരു സദ്യ തന്നെയാണ് അവർ ഈ അത്താഴത്തിന് തയ്യാറാക്കിയിട്ടുള്ളത്.

അതിരാവിലെ വീട്ടിൽ നിന്നിറങ്ങുമ്പോൾ വിവിൻ മാത്രമേ എന്നെ അനുഗമിച്ചുള്ളൂ. അത് എന്റെ നിർദ്ദേശമായിരുന്നു. നിറഞ്ഞ കണ്ണുമായി സബിതയും മോളും എയർപോർട്ടിൽ വരേണ്ടെന്ന് പറഞ്ഞത് ഞാൻ തന്നെയായിരുന്നു. വേണു പതിവുപോലെ രാവിലെ രണ്ട് മണിക്കു തന്നെ വീട്ടിൽ വന്നു. എയർപോർട്ടിലേക്കുള്ള യാത്രയിലുടനീളം ഞാൻ വിവിനോട് പഠനത്തിന്റെ പ്രാധാന്യത്തെക്കുറിച്ച് സ്വന്തം ഉദാഹരണ സഹിതം വിവരിച്ചുകൊണ്ടിരുന്നു. ചിലപ്പോഴൊക്കെ വേണു ചില കഥകൾ പറഞ്ഞു തരികയും ചെയ്തു. ഇടയ്ക്കിടക്ക് വിവിൻ കണ്ണുകൾ തുടക്കുന്നത് ഞാൻ ശ്രദ്ധിച്ചിരുന്നു.

നേരം പുലരും മുമ്പ് തന്നെ ഫ്ളൈറ്റ് ടേക്ക് ഓഫ് ചെയ്തു. പതിവു പോലെ മനസ്സിൽ വല്ലാത്ത വിങ്ങൽ. മനസ്സിൽ സബിതയുടെയും മക്കളുടെയും അപ്പന്റെയും അമ്മച്ചിയുടെയും ബോബിയുടെയുമെല്ലാം മുഖം മിന്നിമാഞ്ഞു. നാട്ടിലെ ഒരു മഴക്കാലവും ഗൾഫിലെ ഒരു വേനൽക്കാലവും ആ ജൂലായ് മാസത്തിലൂടെ എന്നെ കൈവിട്ടു. ഒപ്പം എന്റെ പ്രായവും ഒരു വർഷം കൂടി.

ആഗസ്റ്റ്

ഫാദറിന് എന്നെ കണ്ടപ്പോൾ വലിയ സന്തോഷമായി. എന്നെ ആലിംഗനം ചെയ്തുകൊണ്ട് പറഞ്ഞു:

“വീട്ടിൽ എല്ലാവർക്കും സൗഖ്യം തന്നെയല്ലേ? അപ്പൻ എങ്ങനെയുണ്ട്?”

ഫാദറുടെ നിർദ്ദേശാനുസരണം നാട്ടിൽ നിന്നും കൊണ്ടുവന്ന മെഡിസിനുകൾ കൈമാറുന്നതിനിടയിൽ ഞാൻ പറഞ്ഞു:

“നാട്ടിൽ എല്ലാവർക്കും സുഖമാണ്. അപ്പൻ ഫാദറിനെ പ്രത്യേകം അന്വേഷിക്കാൻ പറഞ്ഞു. ഫാദറിന് സുഖം തന്നെയല്ലേ?”

നാട്ടുവിശേഷങ്ങൾ സംസാരിക്കുന്നതിനിടയിൽ ഞാൻ ഫാദറിന് നല്ലൊരു കോഫിയുണ്ടാക്കി നൽകി.

പുറത്തേക്കിറങ്ങുമ്പോൾ ഞാൻ കൊണ്ടു വന്ന പലഹാരങ്ങൾ കൂടി ഫാദറിന് നൽകാൻ മറന്നില്ല. രാത്രി ഉറങ്ങാൻ കഴിയാത്തതിനാൽ നല്ല ക്ഷീണം. സബിതയെ വിളിച്ച് സംസാരിച്ചു. മനസ്സിൽ വല്ലാത്ത വിങ്ങൽ. ഉറ്റവരെയും ഉടയവരെയും വേർപെടുമ്പോഴുണ്ടാകുന്ന ആ നീറ്റൽ നെഞ്ചിന്റെ ഇടതുവശത്ത് തുടിക്കുന്നുണ്ടായിരുന്നു. സംഭാഷണത്തിനിടയിൽ സബിതയുടെയും സ്വരമിടറുന്നുണ്ടായിരിന്നു. മക്കൾ രണ്ട്പേരും ഇന്ന് പഠിക്കാനും പോയിട്ടില്ലത്രേ. വിജിയോട് സംസാരിച്ചപ്പോൾ അവളും കരഞ്ഞു. വിവിന്റെ പക്വത ഞാൻ മനസ്സിലാക്കുന്നുണ്ടായിരുന്നു. സബിത ഉണ്ടാക്കിയ ചമ്മന്തിപ്പൊടിയുടെയും അവലോസുണ്ടയുടെയും കാര്യം എടുത്തു പറഞ്ഞു.

“അച്ചായാ, അത് രണ്ടും ആർക്കും കൊടുക്കണ്ട. ചേട്ടായിയ്ക്ക് ഇഷ്ടപ്പെട്ടവയല്ലേ അത്. അത്രയും കഴിച്ച് തീർക്കണം. കേട്ടോ?”

സബിത ഫോൺ കട്ട് ചെയ്തിട്ടും അവളും മക്കളും മനസ്സിൽ നിറഞ്ഞു നിന്നു. അപ്പനേയും അമ്മച്ചിയേയും വിളിച്ചു സംസാരിച്ചപ്പോഴും അതേ വിങ്ങൽ. ബോബിയോടും വേണുവിനോടും സംസാരിച്ചപ്പോഴാണ് കുറച്ചെങ്കിലും മാറിയത്. വേണുവിനോട് ജോലിക്കാരിയുടെ കാര്യം പ്രത്യേകം ശ്രദ്ധിക്കാൻ ആവശ്യപ്പെട്ടു. സന്ധ്യയായപ്പോൾ തന്നെ കിടക്കയിലേക്ക് മറിഞ്ഞു.

തുടർന്നുള്ള രണ്ട് ദിവസങ്ങളിൽ വലിയ യാത്രകൾ ഒന്നും കിട്ടിയില്ല. മൂന്നാമത്തെ ദിവസം ആയിഷ മാഡം വിളിച്ചു.

“ഹായ് ജോബി, നീ ഫ്രീയാണോ ഇന്ന്? ഇന്നെനിക്ക് അബുദാബിയിലെ യു.എസ് എംബസി വരെയൊന്ന് പോണമല്ലോ.”

ഏറെ നാളുകൾക്കു ശേഷമാണ് ആയിഷമാഡത്തിന്റെ ഫോൺകോൾ വരുന്നത്. ഞാൻ ഉടനെ തന്നെ മാഡത്തിന്റെ ഫ്ളാറ്റിലെത്തി. കഴിഞ്ഞ യാഴ്ചയും മാഡം എന്നെ വിളിച്ചിരുന്നുവത്രേ. എന്നാൽ ഫോൺ സ്വിച്ച് ഓഫ് ആയതുകൊണ്ട് യാത്ര ഈയാഴ്ചത്തേക്ക് മാറ്റിവച്ചു. മാഡത്തിന് അപ്പോയിന്റ്മെന്റ് കിട്ടിയിരിക്കുന്ന സമയം ഉച്ചയ്ക്ക് രണ്ടു മണിക്കാണ്. അതുകൊണ്ട് വേഗത കുറച്ചാണ് ഞാൻ വണ്ടി ഓടിച്ചത്. ഞാൻ നാട്ടിലായിരുന്നുവെന്ന് പറഞ്ഞതുകൊണ്ടാണ് മാഡം നാട്ടുവിശേഷങ്ങളും മക്കളുടെ കാര്യവും അന്വേഷിച്ചത്.

മാഡത്തിന്റെ യു.എസ് യാത്രയുടെ ഇന്റർവ്യൂ ആണത്രേ എംബസ്സിയിൽ നടക്കുന്നത്. നസ്രിയായുടെയും സാഹിറായുടെയും വിശേഷങ്ങൾ ഞാൻ അന്വേഷിച്ചു.

മക്കളുടെ വിശേഷങ്ങൾ പറയുന്നതിനിടയിൽ മാഡം പറഞ്ഞു:

“ജോബി, നസ്രിയയും സാഹിറയും ഇപ്പോൾ എന്നോട് പിണങ്ങിയിരിക്കുകയാണ്. കാരണം അവരുടെ ബാപ്പയെ പറഞ്ഞ് ഞാൻ സമ്മതിപ്പിക്കുന്നില്ലെന്ന്.”

അദ്ഭുതത്തോടെ ഞാൻ പറഞ്ഞു:

“മക്കളുടെ ആ തീരുമാനം മാഡവും ഹസ്ബന്റും സമ്മതിച്ചിരുന്നതാണല്ലോ. പിന്നെന്താ പ്രശ്നം?”

ഇടറിയ സ്വരത്തിൽ മാഡം പറഞ്ഞു:

“മറ്റ് പ്രശ്നങ്ങളൊന്നുമില്ല ജോബി. ഇപ്പോൾ ഹസ്ബന്റിന് യു.എസ് യാത്രയിൽ വലിയ താത്പര്യമില്ലത്രേ. അത് എനിക്കും മനസ്സിലാകുന്നില്ല.”

അതെന്താണെന്ന് ഞാൻ അന്വേഷിച്ചെങ്കിലും മാഡം ഒന്നും പറഞ്ഞില്ല. കുറച്ചുനേരം കഴിഞ്ഞ് മാഡം പറഞ്ഞു:

“ജോബിക്കറിയാമല്ലോ എന്റെ മക്കളുടെ ഏറ്റവും വലിയ ആഗ്രഹമായിരുന്നു ഉമ്മയും ബാപ്പയും അവരുടെ കൂടെ വേണമെന്ന്. അതും യു.എസ്സിൽ. മറ്റ് കാര്യങ്ങളെല്ലാം ജോബിക്കറിയാവുന്നതാണല്ലോ.”

മക്കളുടെ ആഗ്രഹം സാധിച്ചുകൊടുക്കുകയെന്നതാണല്ലോ എല്ലാ മാതാപിതാക്കളുടെയും കടമ. അവരുടെ ആഗ്രഹം ന്യായമാണ് താനും. ഏതു മക്കൾക്കാണ് അവരുടെ മാതാപിതാക്കൾക്കൊപ്പം ഒരുമിച്ച് താമസിച്ച് കാണാൻ ആഗ്രഹമില്ലാത്തത്? അതും മക്കളുടെയോ മാതാപിതാക്കളുടേയോ തെറ്റ് കൊണ്ടല്ലതാനും! വിധി വൈപരീധ്യം കൊണ്ടുമാത്രമാണ് അവർ അകന്നുകഴിയേണ്ടിവരുന്നത്. മാഡം

പഴയകാല സംഭവങ്ങൾ വീണ്ടും അയവിറക്കി. ആ സംഭവങ്ങളെല്ലാം എനിക്കും അറിയാവുന്ന കാര്യങ്ങളായിരുന്നു.

മാഡത്തിന്റെ ആവശ്യപ്രകാരമല്ലെങ്കിലും എന്റെ അബുദാബി യാത്രകളിൽ നിർത്താറുള്ള റെസ്റ്റോറന്റിനു മുന്നിൽ കാർ നിർത്തി.

"മാഡം, ചായയോ കോഫിയോ?"

മാഡം പണമെടുത്ത് എന്റെ നേർക്ക് നീട്ടിക്കൊണ്ട് പറഞ്ഞു:

"ജോബി, എനിക്കൊരു കറാക്ക് ചായ."

ഇന്ത്യാക്കാരുടെയും പാകിസ്ഥാനികളുടെയും പ്രധാന പാനീയമാണല്ലോ കറാക്ക് ചായ. മാഡത്തിന്റെ കൈയിൽ നിന്നും ചായയുടെ പണം വാങ്ങാൻ കഴിഞ്ഞില്ല. പണം വേണ്ടെന്ന് പറഞ്ഞു.

അബുദാബി യാത്രയിൽ എന്നെ ഏറെ ത്രസിപ്പിച്ചിട്ടുള്ളത് മണൽക്കാടുകളിൽ കൃത്രിമമായി സൃഷ്ടിച്ചിട്ടുള്ള വനങ്ങൾ തന്നെയാണ്. ഡ്രിപ്പ് ഇറിഗേഷൻ വഴി വൃക്ഷങ്ങൾക്കും ചെടികൾക്കും വളരെ ശാസ്ത്രീയമായാണ് വെള്ളം നൽകുന്നത്. ആഗസ്റ്റ് മാസമായതുകൊണ്ട് പുറത്ത് വലിയ ചൂടാണ്. വീശിയടിക്കുന്ന പൊടിക്കാറ്റിൽ ആ വൃക്ഷങ്ങൾ തലയുയർത്തി നിൽക്കാൻ പണിപ്പെടുന്നത് ശ്രദ്ധയിൽ പെട്ടിരുന്നു.

ഇന്ത്യൻ എംബസിക്ക് സമീപമാണ് അമേരിക്കൻ എംബസി സ്ഥിതി ചെയ്യുന്നത്. മാഡത്തിനെ എംബസിക്ക് മുന്നിൽ ഇറക്കിയതിനുശേഷം ഞാൻ വണ്ടി പാർക്കിംഗിൽ ഇട്ടു. പതിവുപോലെ നാട്ടിൽ വിളിച്ച് സബിതയുമായി സംസാരിച്ചു. സബിതയുടെ സംസാരത്തിൽ പോലും സ്നേഹം തുളുമ്പുന്നത് തിരിച്ചറിഞ്ഞു. സ്കൈപ്പിലൂടെ സ്ഥിരമായി കണ്ട് സംസാരിക്കാൻ കഴിയില്ലെങ്കിലും കഴിവതും ഞങ്ങൾ സംസാരിക്കാറുണ്ട്. രാപകൽ ഭേദമന്യേ വണ്ടിയോടിക്കേണ്ടിവരുന്നതുകൊണ്ട് എനിക്ക് വ്യക്തമായ ടൈംടേബിൾ വച്ച് ഭാര്യയുമായി സ്കൈപ്പിൽ സംസാരിക്കാൻ കഴിയാറില്ല. സംഭാഷണങ്ങൾക്കിടയിൽ സബിത എപ്പോഴോ പറഞ്ഞു:

"അച്ചായാ, വിവിന്റെ സ്വഭാവത്തിൽ നല്ല മാറ്റമുണ്ട്. നിങ്ങൾ എന്ത് മറിമായമാണ് ചെയ്തത്."

ഞാൻ ചിരിച്ചതേയുള്ളൂ. അപ്പനെ നാളെ ഹോസ്പിറ്റലിൽ കൊണ്ടുപോകുമെന്ന് അവൾ പറഞ്ഞു. ബോബി വീണ്ടും പണം കടം വാങ്ങാൻ ചെന്ന കാര്യവും സബിത സൂചിപ്പിച്ചു. ഞാൻ ഒന്നും പറഞ്ഞില്ല. ലൗലി ഇപ്പോൾ അവളുടെ വീട്ടിലാണത്രേ,

ഫോൺ സംഭാഷണം അവസാനിച്ചപ്പോൾ വല്ലാത്ത വിഷമം. ഞാൻ എഫ്.എം റേഡിയോ ഓൺ ചെയ്തു. നാടൻ പാട്ടുകൾ ആസ്വദിക്കുന്നതിനിടയിലാണ് ആയിഷ മാഡത്തിന്റെ കോൾ വന്നത്.

തിരികെ മടങ്ങുമ്പോൾ മാഡം വളരെ സന്തോഷത്തിലായിരുന്നു. ഞാൻ കാര്യം അന്വേഷിച്ചപ്പോഴാണ് മാഡം പറഞ്ഞത്.

"ജോബി, ഇന്നെന്റെ ജീവിതത്തിലെ ഏറ്റവും സന്തോഷപ്രദമായ ദിവസമാണ്. എന്റെ കാത്തിരിപ്പുകൾക്കൊടുവിൽ എനിക്കെന്റെ മക്കളോടും ഹസ്ബന്റിനോടുമൊപ്പം യു.എസിൽ ജീവിക്കാൻ ഇനി കഴിയും. ഇന്നത്തെ ഇന്റർവ്യു സക്സസ്സ് ആയിരുന്നു. അടുത്തയാഴ്ച എനിക്കെന്റെ വിസ കിട്ടും."

മാഡത്തിന്റെ സന്തോഷത്തിൽ ഞാനും പങ്കാളിയായി. ഈ മരുഭൂമിയിലെ കാത്തിരിപ്പിന്റെ വേദന എനിക്കും മനസ്സിലാവും.

മാഡത്തിന്റെ നിർദ്ദേശപ്രകാരം ലഞ്ചിന് ഞങ്ങൾ ഒരു മുന്തിയ റെസ്റ്റോറന്റിനു മുന്നിലാണ് വണ്ടി നിർത്തിയത്. വൈകിയാണെങ്കിലും ഉച്ചഭക്ഷണം കഴിഞ്ഞിറങ്ങുമ്പോൾ മാഡത്തിനോട് ഒരിക്കൽ കൂടി നന്ദിയും ഒപ്പം അനുമോദനവും അറിയിച്ചു.

മാഡത്തിനെ മക്കൾ ഫോൺ ചെയ്ത് സംസാരിക്കുന്നത് കേൾക്കാം. ഇതിനിടയിൽ അവർ സംസാരിച്ചു. എന്നെയൊക്കെ വിട്ട് നിങ്ങൾ ഉമ്മയെ കൊണ്ടുപോകുന്നുവെന്ന് തമാശരൂപത്തിൽ പറഞ്ഞപ്പോൾ സാഹിറ പറഞ്ഞു:

"ചേട്ടനെപ്പോൾ വേണമെങ്കിലും യുഎസ്സിൽ വരാമല്ലോ. ഞങ്ങളുണ്ടല്ലോ. എപ്പോൾ വരണമെന്ന് പറഞ്ഞാൽ മാത്രം മതി. ബാക്കി കാര്യം ഞങ്ങളേറ്റു."

ആ കുടുംബസന്തോഷത്തിൽ മനസ്സ് തുറന്ന് സന്തോഷിച്ചു. കഴിഞ്ഞ എത്രയോ വർഷങ്ങളായി ഞാൻ ആയിഷമാഡത്തിന്റെ ദുഃഖവും ദുരിതങ്ങളും കാണുന്നു. ഏതായാലും എല്ലാറ്റിനും സന്തോഷപ്രദമായ അവസാനമായതിൽ കർത്താവിന് നന്ദി പറഞ്ഞു.

മാഡത്തിനെ ഫ്ളാറ്റിലിറക്കി തിരിച്ച് റൂമിലെത്തിയപ്പോൾ ഫാദർ പതിവുപോലെ കാത്ത് നില്പുണ്ടായിരുന്നു.

രാത്രി കിടക്കുമ്പോഴും രാവിലെ ഉണരുമ്പോഴുമെല്ലാം ഭാര്യയുടെയും മക്കളുടെയും മുഖമാണ് മനസ്സിൽ. പ്രായമായ അപ്പന്റെയും അമ്മച്ചിയുടെയും അവസ്ഥ മറ്റൊരുവശത്ത്. ബോബിയുടെയും ലൗലിയുടെയും ജീവിതത്തിലെ താളപ്പിഴകൾ വേറൊരുവശത്ത്. നേരം ഏഴുമണിയായിട്ടും എഴുന്നേൽക്കാൻ തോന്നിയില്ല. സബിതയെ വിളിക്കാമെന്ന് വച്ചാൽ ഇപ്പോൾ അവൾ നല്ല തിരക്കിലായിരിക്കും. അത് ശരിയുമല്ല. മനസ്സിൽ നഷ്ടസ്വപ്നങ്ങളും ദുഃഖങ്ങളും ദുരിതങ്ങളും മാത്രം വന്ന് നിറഞ്ഞുകൊണ്ടിരുന്നു. ഗൃഹാതുരത്വവും നഷ്ടസ്വപ്നങ്ങളും മനസ്സിനെ മദിക്കുന്നത് അതിരുവിട്ടപ്പോൾ ഞാൻ ഫാദർ പറയുന്ന കാര്യം ഓർത്തു.

"മനസ്സ് ഒരു കുരങ്ങനെ പോലെയാണ്. അത് വെറുതെ ഇരിക്കയില്ല. എപ്പോഴും എന്തിലെങ്കിലും ഏർപ്പെട്ടിരിക്കും. അതുകൊണ്ട് മനസ്സിൽ നല്ല ചിന്തകൾ നിറച്ച് അതിനെ തിരക്കിലാക്കണം. അല്ലെങ്കിൽ മനസ്സ് ഏതെങ്കിലും ദുഷ്ടചിന്തകളോടൊത്ത് പെരുമാറും. അത് മനസ്സിനും നമുക്കും നല്ലതല്ല."

ഫാദറിന്റെ കാര്യം ഓർത്തതേയുള്ളൂ. അപ്പോഴേക്കും ഡോറിൽ ഫാദർ തട്ടുന്നതു കേൾക്കാം. ചാടിയെഴുന്നേറ്റ് ഡോർ തുറന്നു.

"ഇതെന്ത് ഉറക്കമാണെടാ. എഴുന്നേറ്റ് ഒരു കോഫിയുണ്ടാക്കി താ."

ഫാദറിന്റെ ശകാരം നന്നായെന്ന് എനിക്കും തോന്നി.

"ഫാദർ ഇരിക്ക്. ഞാനിപ്പോൾ കോഫിയുണ്ടാക്കി തരാം."

നാട്ടുകാര്യങ്ങളും രാഷ്ട്രീയവും പത്രവാർത്തകളുമെല്ലാം ഞങ്ങൾ സംസാരിച്ചിരുന്നു. ഫാദർ പോയപ്പോൾ എട്ട് മണിയായി. ഇനിയെന്താ യാലും ബ്രേക്ക്ഫാസ്റ്റ് ഉണ്ടാക്കാൻ സമയമില്ലാത്തതുകൊണ്ട് ഞാൻ അബൂക്കായുടെ കഫേറ്റേറിയയിൽ പോയി. അവിടെ വലിയ തിരക്കൊന്നും ഉണ്ടായിരുന്നില്ല. അബൂക്കാ ക്ഷീണിതനായി കാണപ്പെട്ടു. എന്നെ കണ്ട മാത്രയിൽ അബൂക്ക പറഞ്ഞു:

"നിന്നെ ഇങ്ങോട്ടൊന്നും കാണുന്നില്ലല്ലോ ജോബിയേ. നീ ഇതെവിടെയായിരുന്നു?"

അബൂക്കായുടെ കൈയിൽ നിന്നും ചൂടുചായ വാങ്ങി കുടിക്കുന്നതിനിടയിൽ ഞാൻ പറഞ്ഞു:

"നാട്ടിലായിരുന്നു ഇക്കാ. വന്നിട്ട് രണ്ട് ദിവസമായിട്ടേയുള്ളൂ."

സംസാരിക്കുന്നതിനിടയിൽ അദ്ദേഹത്തിന്റെ ശബ്ദമിടറുന്നത് ശ്രദ്ധിച്ചിരുന്നു. കാര്യമന്വേഷിക്കുമ്പോൾ അദ്ദേഹം മകന്റെ ദാരുണമായ അവസ്ഥ പറഞ്ഞു: "എന്ത് പറയാനാ ജോബി. ഇളയ മോൻ ഒരു പണി പറ്റിച്ചു. ഓനിപ്പോൾ ജയിലിലാണ്."

ഇക്കായുടെ കണ്ണുകൾ നിറഞ്ഞപ്പോൾ കാര്യങ്ങൾ വിശദമായി അന്വേഷിച്ചു. എന്നെ കിച്ചണിലെ ചെറിയ കസാലയിൽ ഇരിക്കാൻ പറഞ്ഞിട്ട് അബൂക്ക ഡോർ അടച്ചു. അടഞ്ഞ സ്വരത്തിൽ പറഞ്ഞു:

"എന്റെ ജോബി അവനെ കൂട്ടര് പറ്റിച്ചതാണ്. നാട്ടിൽ നിന്നും വരുന്നതിനിടയിൽ ഓര് ഒരു പാക്കറ്റ് ഏല്പിച്ചിരുന്നു. അത് എയർപോർട്ടിൽ പിടിച്ചു. നോക്കുമ്പോൾ മയക്കുമരുന്ന്."

അബുക്കാ വിങ്ങിക്കരയാൻ തുടങ്ങി. അബൂക്കയെ സമാധാനിപ്പിക്കാൻ ശ്രമിക്കുന്നതിനിടയിൽ ചോദിച്ചു.

"ഇക്കാ നിങ്ങടെ മോൻ സുൽഫി എന്തേ കൂട്ടര് കൊടുത്ത പാക്കറ്റ് തുറന്നു നോക്കീല്ലാ?"

ഒരു നിശ്വാസത്തോടെ അദ്ദേഹം തുടർന്നു:

"അവന്റെ സുഹൃത്ത് ഒരു നൗഷാദെന്ന ഹറാംപെറന്ന ചെക്കനുണ്ട്. അവൻ കൊടുത്തുവിട്ടത് ടീഷർട്ടും ബർമൂഡായുമൊക്കെയായിരുന്നു. അതായത് കുറച്ചു ഡ്രസ്സുകൾ. പക്ഷേ അതിന്റെയുള്ളിൽ നിറയെ മയക്കുമരുന്ന് ഗുളികകൾ തുന്നിപ്പിടിപ്പിച്ചിരുന്നു. സുൽഫി കൂട്ടരെ വിശ്വസിച്ചു. ഇപ്പോൾ ജയിലിലുമായി. എനിക്കൊരു എത്തും പിടിയും കിട്ടുന്നില്ല.'

ഏതാനും നിമിഷത്തെ നിശ്ശബ്ദതയ്ക്ക് ശേഷം ഞാൻ പറഞ്ഞു:

"സുൽഫിക്ക് നടന്ന കാര്യം പൊലീസിനോട് പറയാൻ മേലായിരുന്നോ?"

അബൂക്കായുടെ മുഖത്തെ പേശികൾ വലിഞ്ഞു മുറുകുന്നത് ഞാൻ അറിഞ്ഞു. അദ്ദേഹം പറഞ്ഞു:

"അതേ ജോബി, ഓൻ ഉള്ളതെല്ലാം തുറന്നു പറഞ്ഞു. പക്ഷേ നൗഷാദും ഓന്റെ ഇവിടത്തെ കൂട്ടുകാരൻ മനാഫും മാറിക്കളഞ്ഞു. മോൻ ഉള്ള കാര്യം അപ്പോ തന്നെ പൊലീസിനോട് പറഞ്ഞു. പക്ഷേ, എയർപോർട്ടിന് പുറത്ത് കാത്തുനിന്നിരുന്ന മനാഫ് കാലുമാറി. അങ്ങനെ എന്റെ കുട്ടി ജയിലിലായി."

അബൂക്കായെ സമാധാനിപ്പിക്കാൻ എന്തെങ്കിലും പറയാൻ കഴിയുമായിരുന്നില്ല. ഗൾഫ് നാടുകളിൽ മയക്കുമരുന്നു കടത്തിൽ ജയിലിലായാൽ പിന്നെ പുറത്തിറങ്ങാൻ കഴിയുകയില്ല. ഒന്നുകിൽ വധശിക്ഷ. അല്ലെങ്കിൽ ജീവപര്യന്തം! അത്ര തന്നെ. ബർമൂഡായ്ക്കും ടീഷർട്ടിനും അടിയിൽ മയക്കുമരുന്ന് തുന്നിപ്പിടിപ്പിക്കുന്നതിനെകുറിച്ചായി എന്റെ ചിന്തകൾ. അബൂക്കായുടെ കടയിൽ നിന്നും ബ്രേക്ക്ഫാസ്റ്റ് കഴിച്ച് റൂമിലേക്കു മടങ്ങുമ്പോൾ ഇന്നത്തെ ലോകത്തെ കുറിച്ചായിരുന്നു ഞാനാലോചിച്ചത്. സുഹൃത്തുക്കളെപോലും വിശ്വസിക്കാൻ കഴിയാത്ത കാലമായതിൽ പരിതപിച്ചു. വണ്ടി പാർക്ക് ചെയ്യുന്നതിനിടയിൽ ഫാദർ ഇറങ്ങി വന്നു. അബൂക്കായുടെ മോന്റെ വിശേഷം ഫാദറിനോട് ഞാൻ പറഞ്ഞു. ഡ്രസ്സുകൾക്കുള്ളിൽ മയക്കുമരുന്ന് കടത്തുന്ന രീതി അദ്ദേഹത്തിനും അദ്ഭുതമായാണ് തോന്നിയത്.

ഞായറാഴ്ച കുർബാനയിൽ ഫാദർ ഇക്കാര്യം സുചിപ്പിക്കുകയും നാട്ടിൽ നിന്നുവരുന്നവർ ബന്ധുക്കളും സുഹൃത്തുക്കളും തന്നുവിടുന്ന പൊതികളിൽ പതിയിരിക്കുന്ന അപകടത്തെക്കുറിച്ച് സംസാരിക്കുകയും ചെയ്തു. പള്ളിമേടയിൽ എല്ലാ വിശ്വാസികളുടെയും സംസാരം ഇക്കാര്യമായിരുന്നു. ഡ്രസ്സുകൾക്കിടയിൽ ഇങ്ങനെ മയക്കുമരുന്ന് തുന്നിപ്പിടിപ്പിക്കുന്ന രീതി എല്ലാവർക്കും ഒരു പുതിയ അറിവായിരുന്നു. ഗൾഫ് നാടുകളിൽ യാത്ര ചെയ്യുമ്പോൾ എല്ലാ യാത്രികരും ശ്രദ്ധിക്കുന്നത് മരുന്നുകളുടെ കാര്യത്തിലാണ്. കാരണം പല മരുന്നുകളും ഗൾഫ് നാടുകളിൽ മയക്കുമരുന്ന് പട്ടികയിലാണ് ഉൾപ്പെടുത്തിയിരിക്കുന്നത്. പ്രത്യേകിച്ചും ആയുർവേദമരുന്നുകൾ അതായത് കഷായങ്ങൾ.

അബൂക്കായുടെ മോന്റെ കാര്യമോർത്ത് എല്ലാവരും പരിതപിച്ചു. പക്ഷേ സുൽഫീക്കറുടെ വഞ്ചകനായ സുഹൃത്തുക്കളെ ആർക്കും പരിചയമുണ്ടായിരുന്നില്ല. ഇക്കാര്യം നാട്ടിൽ വിളിച്ച് വിവിനോട് പറഞ്ഞു. ഇത്തരം ചതിക്കുഴികളെ തിരിച്ചറിയാൻ വേണ്ടിയായിരുന്നു അത്. അവന്റെ പ്രായത്തിൽ പലപ്പോഴും ഇത്തരം ചതിക്കുഴികളിൽ പെട്ടുപോയെന്നിരിക്കും.

അബൂക്കായുടെ സ്ഥാനത്ത് എന്നെയും സുൽഫിക്കറുടെ സ്ഥാനത്ത് വിവിനെയുമാണ് മനസ്സിൽ പ്രതിഷ്ഠിച്ചത്. വീണ്ടും ഉറക്കം എനിക്ക് നഷ്ട പ്പെട്ടു. അർദ്ധരാത്രിയോടടുത്താണ് ഞാൻ ഒന്നു മയങ്ങിയത്. ഉറക്ക ക്ഷീണം കാരണം താമസിച്ചാണ് അടുത്ത ദിവസവും എഴുന്നേറ്റത്.

അംബികാമാഡത്തിന്റെ ഫോൺകോൾ വന്നപ്പോൾ തന്നെ കാര്യം മനസ്സിലായി. മാഡം സുഖമാണോയെന്ന് മാത്രമേ ചോദിച്ചുള്ളൂ. ഉടനെ തന്നെ ഞാൻ പറഞ്ഞു:

"മാഡം സർവ്വന്റ് മെയ്ഡിന്റെ കാര്യം റെഡിയായി. കഴിഞ്ഞ ദിവസം തന്നെ അവർ ഡീറ്റെയ്ൽസ് അയച്ചുതന്നു. ഞാൻ മാഡത്തിന് ഫോർവേർഡ് ചെയ്ത് തരാം."

മാഡത്തിന്റെ കാര്യങ്ങൾ വളരെ വേഗത്തിലാണെന്ന് തോന്നാറുണ്ട്. അടുത്തമാസം മാഡം വീണ്ടും വരുന്നുണ്ടത്രേ. അപ്പോൾ തന്നെ സർവ്വന്റ് ഇവിടെ എത്തുകയും ചെയ്യും. അതായത് കഷ്ടിച്ച് ഇനി മൂന്നാഴ്ച മാത്രം. മാഡം ഇനി കുറെക്കാലം സ്ഥിരമായി ഇവിടെ കാണുമത്രേ.

ഞാൻ ഉടനെ തന്നെ നാട്ടിൽ വിളിച്ച് വേണുവിനോട് കാര്യങ്ങൾ ധരിപ്പിച്ചു. അതോടൊപ്പം സബിതയോടും കാര്യങ്ങൾ പറഞ്ഞു. പതിവു പോലെ വിവിനെക്കുറിച്ചുള്ള പരാതികൾ അവൾ പറഞ്ഞില്ല. പരാതി കേൾക്കാത്തതുകൊണ്ടാണ് ഞാൻ കൗതുകത്തോടെ കാര്യങ്ങൾ അന്വേഷിച്ചത്. അപ്പോൾ സബിത പറഞ്ഞു:

"അച്ചായൻ എന്ത് മാജിക് ചെയ്തതെങ്കിലും കൊള്ളാം. ഇപ്പോൾ അവൻ കറക്ട് സമയത്തിന് വീട്ടിൽ വരും. അടുക്കളയിൽ എന്നെ സഹായിക്കും. ഇപ്പോൾ അവൻ ആളാകെ മാറിപ്പോയിരിക്കുന്നു. ഇതാണ് പണ്ടത്തെ ആൾക്കാർ പറേണത് ആമ്പിള്ളേർ വലുതായാൽ അപ്പന്റെ തണലിൽ വേണം അവർ വളരാനെന്ന്. ഇനി അച്ചായൻ വിജിയെയും ഒന്ന് കാര്യമായി ഉപദേശിക്കണം. പഠിത്തത്തിൽ അവൾ ഉഴപ്പുന്നുണ്ടോ യെന്ന് സംശയം."

അപ്പോൾ എനിക്ക് ചിരിക്കാനാണ് തോന്നിയത്. എന്നാലും ഒരുവേള ചിന്തിച്ചപ്പോൾ അവൾ പറയുന്നതിലും കാര്യമുണ്ടെന്ന് തോന്നി.

ഫോൺകോൾ കഴിഞ്ഞപ്പോഴാണ് മോഹനൻ ചേട്ടനെ കണ്ടത്. മാളിൽ നിന്നും പുറത്തേക്കിറങ്ങുന്നതിനിടയിലാണ് അദ്ദേഹം മുന്നിൽ വന്നുപെട്ടത്.

"ഹായ് ജോബി, ഞാൻ തന്നെ അന്വേഷിക്കുകയായിരുന്നു. പക്ഷേ കാണാൻ കഴിഞ്ഞില്ല. അന്ന് ജോബി പറഞ്ഞതനുസരിച്ച് ഇവിടെ സെയിൽസ്മാനായി ജോലികിട്ടി. വലിയ കുഴപ്പമില്ലാതെ പോകുന്നു. പിന്നെ ഇവിടെയും എന്റെ പ്രായമാണ് പ്രശ്നം. ഇവർക്കും എന്നെ വേണ്ട. പിന്നെ ഒരു വിധത്തിൽ അവർ എന്നെ സഹിക്കുന്നുവെന്ന് വേണം പറയാൻ. സുഖം തന്നെയല്ലേ?"

മോഹനേട്ടന്റെ നിർബന്ധത്തിനു വഴങ്ങിയാണ് ഞങ്ങൾ ചായ കുടിക്കാൻ കയറിയത്. ഇന്ന് അദ്ദേഹത്തിന് ഓഫാണത്രേ. വലിയ വില കൊടുത്ത് ഈ മോളിൽ നിന്ന് ചായ കുടിക്കണ്ടായിരുന്നുവെന്ന് പറഞ്ഞെങ്കിലും അദ്ദേഹം സമ്മതിച്ചില്ല. ഭാര്യയും മക്കളും ഷോപ്പിംഗിനു പോയിരിക്കുകയാണത്രേ. അദ്ദേഹത്തിന്റെ ജീവിത വ്യഥകൾ എന്റെ മുന്നിൽ വീണ്ടും കെട്ടഴിച്ചു.

"നാട്ടുകാരും ബന്ധുക്കളും വിചാരിക്കുന്നത് ഞാനിവിടെ വലിയ നിലയിലാണെന്നാണ്. ഞാൻ ഈ നാട്ടിൽ വന്നിട്ട് മുപ്പത് വർഷത്തോളമായി. പക്ഷേ, സമ്പാദ്യത്തിൽ എനിക്ക് ഭാഗ്യമുണ്ടായില്ലെന്നുള്ളതാണ് വാസ്തവം. പിന്നെ, അങ്ങനെയങ്ങ് ജീവിച്ച് പോകുന്നു. ഏതായാലും ഇപ്പോൾ ഒരു ജോലി കിട്ടിയത് വലിയ ഭാഗ്യമായാണ് എനിക്ക് തോന്നുന്നത്."

അദ്ദേഹത്തിന്റെ ജീവിതാനുഭവങ്ങൾ കേട്ടപ്പോൾ ഞാനെത്ര ഭാഗ്യവാനാണെന്നാണ് തോന്നിയത്. ഫാദർ പറയുന്നത് വളരെ ശരിയാണെന്ന് മനസ്സിലായി. ഓരോ വ്യക്തിയും എഴുതുന്ന ജീവിതപരീക്ഷ വ്യത്യസ്തമായിരിക്കുമത്രേ! അതുകൊണ്ട് നമുക്ക് മറ്റാരുമായും താരതമ്യപ്പെടുത്താൻ കഴിയില്ല. മാത്രമല്ല, പുറമെ ചിരിച്ചുകാണിക്കുന്ന വ്യക്തികളുടെ യഥാർത്ഥ ജീവിതം മനസ്സിലാകുമ്പോൾ മാത്രമാണ് ആ ചിരിയുടെ അർത്ഥവും മൂല്യവും നമുക്ക് വ്യക്തമാകുക.

അല്പനേരം കഴിഞ്ഞപ്പോൾ ടീച്ചറും മക്കളും ഷോപ്പിംഗ് കഴിഞ്ഞ് തിരിച്ചു വന്നു. കുട്ടികളുമായി കുറച്ചുനേരം തമാശ പറഞ്ഞ് നിന്നു. അവർ നടന്നകന്നപ്പോഴും മനസ്സിൽ പതിഞ്ഞുനിന്നത് മോഹനൻ ചേട്ടന്റേയും ഇളയ മകളുടെയും ചിരിക്കുന്ന മുഖങ്ങൾ മാത്രമായിരുന്നു.

പ്രൊഫസർ ഹാരിഗിൽ വിളിച്ചപ്പോൾ മയക്കത്തിലായിരുന്നു. ഞെട്ടിയുണർന്ന ഉടനെ ഞാൻ തിരികെ വിളിച്ചു. അദ്ദേഹത്തിന് അത്യാവശ്യമായി അബുദാബിയിൽ പോകണമെന്ന് പറഞ്ഞു. കഴിഞ്ഞ ഏതാനും വർഷങ്ങളായിട്ടുള്ള നല്ല സുഹൃത്താണ് ഹാരി. ഏകദേശം നാല്പതോളം വയസ്സ് പ്രായം വരും. ജന്മംകൊണ്ട് പഞ്ചാബിയാണെങ്കിലും ഇപ്പോൾ ആസ്ട്രേലിയൻ പൗരനാണ്. അദ്ദേഹത്തിന്റെ ഭാര്യ സ്ലോവാക്യക്കാരിയാണ്. ആസ്ട്രേലിയയിൽ ഉപരിപഠനത്തിന് പോയ ഹാരി തന്റെ പ്രിയ സഹപാഠിയായിരുന്ന സ്ലോവാക്യക്കാരിയെ വിവാഹം കഴിക്കുകയായിരുന്നു. ഹാരി യുഎഇയിൽ യൂണിവേഴ്സിറ്റി അധ്യാപകനാണ്. പക്ഷേ ഭാര്യ മറ്റൊരു യൂണിവേഴ്സിറ്റിയിലാണെന്ന് മാത്രം. ഒറ്റനോട്ടത്തിൽ ഹാരി ഒരു ഇന്ത്യൻ ഒറിജിനാണെന്ന് പറയില്ല. എപ്പോഴും ക്ലീൻ ഷേവ് ചെയ്തിട്ടുണ്ടാവും. തലയും ക്ലീൻ ഷേവ് ചെയ്യുന്നതുകൊണ്ട് കാണുന്നവർക്ക് മൊട്ടത്തലയനായ ഒരു സുന്ദരൻ സായിപ്പായെ തോന്നുകയുള്ളൂ.

ഒരു മണിക്കൂറിനുള്ളൽ ഞാൻ അദ്ദേഹത്തിന്റെ ഫ്ളാറ്റിനു മുന്നിൽ എത്തി. കൈയിൽ രണ്ട് ഗ്ലാസ് കോൾഡ് കോഫിയുമായാണ് ഹാരിയുടെ

വരവ്. ഗുഡ്മോണിംഗ് പറഞ്ഞ എന്റെ നേരെ കോഫി നീട്ടിക്കൊണ്ട് ഹാരി പറഞ്ഞു:

“ജോബി, സുഖം തന്നെയല്ലേ. നിങ്ങളെ കണ്ടിട്ട് കുറേ നാളായല്ലോ. വൈഫ് അത്യാവശ്യമായി എന്റെ കാറെടുത്തുകൊണ്ടുപോയി. എനിക്ക് ഇന്ത്യൻ എംബസി വരെ പോകണമായിരുന്നു.”

ഹാരിയുമായുള്ള യാത്രകൾ എനിക്ക് വളരെ രസകരമായാണ് തോന്നിയിട്ടുള്ളത്. നാട്ടിലെ രാഷ്ട്രീയ - സിനിമാ വിശേഷങ്ങളെല്ലാം ഞങ്ങളുടെ സംഭാഷണത്തിൽ കടന്നുവരും. ഹാരിക്കും ഏറെ ഇഷ്ടമാണത്രേ നമ്മുടെ മലയാളം പാട്ടുകൾ. എന്നാലും ഞാൻ കാറിൽ ഇട്ടിരിക്കുന്നത് പഴയ ഹിന്ദി പാട്ടുകൾ തന്നെയായിരുന്നു. മുഹമ്മദ് റാഫിയുടെയും കിഷോർ കുമാറിന്റെയുമൊക്കെ വലിയ ഫാനാണത്രേ ഹാരി. ആരാധനയിലേയും കാശ്മീർ കീ കലിയായിലെയും പാട്ടുകൾ ഉച്ചത്തിൽ വയ്ക്കാൻ ഹാരി പറഞ്ഞു. ആസ്ട്രേലിയയിൽ നിന്നും മാനേജുമെന്റിൽ ഡോക്ടറേറ്റ് നേടിയിട്ടുള്ള വ്യക്തിയാണ് ഹാരി. ഇപ്പോൾ യുഎഇ ഗവൺമെന്റിന്റെ പുതിയ നിർദ്ദേശമനുസരിച്ച് എല്ലാ സർട്ടിഫിക്കറ്റുകൾക്കും ഒഥന്റിഫിക്കേഷൻ വാങ്ങി. ഇനി യുഎഇ മിനിസ്ട്രി ഓഫ് ഹയർ എഡ്യൂക്കേഷന്റെ തുല്യതാ സർട്ടിഫിക്കറ്റ് വാങ്ങണമത്രേ.

“നോക്കൂ ജോബി, ഞാനൊക്കെ എത്ര വർഷങ്ങൾക്കു മുമ്പാണെന്നോ ബിരുദവും മാസ്റ്റേഴ്സുമൊക്കെ നേടിയത്. ഇപ്പോൾ എല്ലാ സർട്ടിഫിക്കറ്റുകളും ട്രാൻസ്ക്രിപ്റ്റുകളും അറ്റസ്റ്റ് ചെയ്യുകയും ഇക്വിവലൻസി വാങ്ങുകയും വേണം. ആസ്ട്രേലിയയിൽ നിന്നുള്ള ഡോക്ടറേറ്റ് ഡിഗ്രിക്ക് ഈ പറഞ്ഞ കാര്യങ്ങൾ ചെയ്യാൻ എനിക്ക് ഒരു ദിവസമെ വേണ്ടിവന്നുള്ളൂ. ബാക്കിയെല്ലാം ആസ്ട്രേലിയൻ എംബസി ഓൺലൈനായാണ് ചെയ്യുന്നത്. എന്നാൽ ഇന്ത്യൻ ഡിഗ്രികൾക്ക് ഒഥന്റിക്കേഷൻ വാങ്ങുവാൻ ഞാൻ കഴിഞ്ഞ മൂന്നു മാസമായി കയറിയിറങ്ങി നടക്കുകയാണ്. നമ്മൾ ഇന്ത്യാക്കാർ ഈ നൂറ്റാണ്ടിലും കാളവണ്ടി യുഗത്തിലാണ് ജീവിക്കുന്നതെന്ന് തോന്നും!”

ഹാരി പറഞ്ഞ കാര്യം വാസ്തവമാണെന്ന് തോന്നി. സാങ്കേതികമികവിന്റെ ഈ കാലഘട്ടത്തിൽ പാശ്ചാത്യ എംബസികൾ ഓൺലൈനായി ഇന്റർനെറ്റിന്റെ പരമസാധ്യത ഉപയോഗിച്ചുകൊണ്ടാണ് ഇത്തരം കാര്യങ്ങൾ ചെയ്യുന്നത്. എന്നാൽ ഇന്ത്യയും പാകിസ്ഥാനുമൊക്കെ ഇപ്പോഴും പോസ്റ്റ് വഴിയാണ് വെരിഫിക്കേഷൻ നടത്തുന്നതെന്ന് കേൾക്കുമ്പോൾ ചിരിക്കാനാണ് തോന്നുക.

ചിരിക്കുന്നതിനോടൊപ്പം ഹാരിയുടെ മുഖത്ത് അടങ്ങാത്ത ദേഷ്യവും പ്രതിഫലിക്കുന്നുണ്ടായിരുന്നു.

“ജോബി, ഞാനെത്ര പ്രാവശ്യം ഈ എംബസിയിൽ കയറിയിറങ്ങിയെന്നറിയാമോ? എപ്പോൾ വിളിച്ചാലും പറയും വെരിഫിക്കേഷൻ വന്നിട്ടില്ലയെന്ന്. ഒടുവിൽ നാട്ടിലെ എന്റെ ബന്ധു വഴി യൂണിവേഴ്സിറ്റിയിൽ

അന്വേഷിച്ചപ്പോൾ അറിയാൻ കഴിഞ്ഞത് അവർ രണ്ട് മാസങ്ങൾക്കുമുമ്പ് തന്നെ ഡോക്യുമെന്റ്സ് അയച്ചുവെന്നാണ്. ഒടുവിൽ ബന്ധു ആ ഡോക്യുമെന്റിന്റെ കോപ്പി വാങ്ങി എനിക്ക് ഇ-മെയിൽ ചെയ്തു. അക്കാര്യം ഞാൻ എംബസിയിൽ അറിയിച്ചു. അതായത് ആ ഡോക്യുമെന്റ്സ് എങ്ങനെയോ നഷ്ടപ്പെട്ടുവെന്ന്. നമുക്കെന്ത് ചെയ്യാൻ കഴിയും? ഇങ്ങനെ കയറിയിറങ്ങുക തന്നെ മെച്ചം!"

ചിലപ്പോഴെങ്കിലും ഹാരിയുടെ മുഖത്ത് നിരാശ നിറയുന്നത് ഞാൻ ശ്രദ്ധിച്ചിരുന്നു. പാതിവഴിയെത്തിയപ്പോൾ ഹാരി പറഞ്ഞു:

"ജോബി, നമുക്ക് ബ്രേക്ഫാസ്റ്റ് കഴിക്കണ്ടേ? നല്ല ഇന്ത്യൻ കഫേറ്റേറിയകൾ കാണുമ്പോൾ നിർത്ത്. ഇന്ത്യൻ ബ്രേക്ക് ഫാസ്റ്റ്കഴിച്ചിട്ട് കുറെ നാളായി."

കഫേറ്റേറിയയിൽ എത്തിയപ്പോൾ ഹാരി പറഞ്ഞു:

"നല്ല തിരക്കുണ്ട് ജോബി. ഞാനിവിടെ ഇരിക്കാം. നിങ്ങളുടെ മല്ലുകളാണ് കടയിലെ സ്റ്റാഫുകളെല്ലാം. എനിക്ക് പെറോട്ട കൊണ്ടുള്ള ചിക്കൻ സാന്റ്‌വിച്ചും നല്ലൊരു കറാക്ക് ചായയും വാങ്ങിച്ചോ."

വടക്കെ ഇന്ത്യക്കാർക്കും പാകിസ്ഥാനികൾക്കും പെറോട്ടയെന്ന് പറഞ്ഞാൽ ജീവനാണ്. ഈ അടുത്ത കാലത്തായി പ്രവാസി മലയാളികൾ പെറോട്ടയുടെ കരവലയത്തിൽ നിന്ന് മോചനം നേടിയിട്ടുണ്ടെന്നാണ് തോന്നിയിട്ടുള്ളത്. നവമാധ്യമങ്ങളുടെ സ്വാധീനം ഒരു പരിധിവരെ ഇക്കാര്യത്തിൽ മലയാളികളെ സഹായിച്ചിട്ടുണ്ട്.

ഞാൻ രണ്ട് സാന്റ്‌വിച്ചുകൾ വാങ്ങി. ഹാരിക്ക് പെറോട്ട-ചിക്കൻ സാന്റ്‌വിച്ചും എനിക്ക് ബ്രെഡ്-ഓംലെറ്റ് സാന്റ്‌വിച്ചും.

എംബസിയിലെത്തിയപ്പോൾ അധികം തിരക്കുണ്ടായിരുന്നില്ല. അരമണിക്കൂർ കൊണ്ട് ഞങ്ങളുടെ ജോലി കഴിഞ്ഞു. തിരികെ മടങ്ങുമ്പോൾ ഹാരിയുടെ മുഖത്തെ സന്തോഷം എന്നിലും പ്രതിഫലിച്ചു. ഹാരിയുടെ നിർദ്ദേശപ്രകാരം ആരാധനയിലെ പാട്ടുകൾ ഞങ്ങൾ വീണ്ടും കേട്ടു.

ഹാരിയെ തിരികെ യൂണിവേഴ്സിറ്റിയിൽ ഇറക്കുമ്പോൾ ഉച്ചയ്ക്ക് ലഞ്ചിന്റെ സമയമേ ആയിട്ടുള്ളൂ.

കുർബാന കഴിഞ്ഞയുടനെ ഞാൻ പുറത്തിറങ്ങി. ഫാദറുടെ പ്രസംഗം നീണ്ടുപോകുന്നതുകൊണ്ടാണ് പുറത്തിറങ്ങിയത്. തോമസ്സിനേയോ ജോർജ്ജിനേയോ പുറത്ത് കാണുമെന്ന് പ്രതീക്ഷിച്ചാണ് ഇറങ്ങിയത്. നാട്ടിൽ നിന്നും മടങ്ങി വന്നതിനുശേഷം അവരെ കണാൻ കഴിഞ്ഞിട്ടില്ല. ചർച്ചിന്റെ കവാടത്തിനു പുറത്ത് പാർക്ക് ചെയ്തിട്ടുള്ള കാറുകളിൽ അവർ ഉണ്ടോയെന്ന് നോക്കി. പക്ഷേ, അവിടെയെങ്ങും കാണാൻ കഴിഞ്ഞില്ല. പെട്ടെന്നാണ് ജിമ്മിയും സല്ലുവും സുഹൃത്തുക്കളും ദൃഷ്ടിയിൽപെട്ടത്. അപ്പോഴേക്കും കുർബാന കഴിഞ്ഞ് മറ്റുള്ള വിശ്വാസികളും പുറത്തിറങ്ങി തുടങ്ങിയിരുന്നു.

എന്നെ കണ്ട മാത്രയിൽ ജിമ്മിയും സല്ലുവും സുഹൃത്തുക്കളും അരികിലേക്ക് വന്നു.

"അങ്കിൾ, സുഖം തന്നെയാണോ? കുറെ നാളായല്ലോ കണ്ടിട്ട്. ഞങ്ങൾ അങ്കിളിനെ അന്വേഷിച്ചിരിക്കുകയായിരുന്നു."

കൗതുകത്തോടെ ഞാൻ ചോദിച്ചു.

"എന്തുപറ്റി? ഞാൻ നാട്ടിലായിരുന്നു. വന്നിട്ട് രണ്ടാഴ്ചയേ ആയിട്ടുള്ളു."

കുട്ടികളോട് സംസാരിച്ചിരിക്കുന്നതിനിടയിൽ ഫാദർ പുറത്തുവന്ന് എല്ലാവരോടും കുശലം അന്വേഷിക്കുന്നതു കാണാം. ഫാദറിനെ കണ്ട മാത്രയിൽ പിള്ളേർ പിന്നെ കാണാമെന്ന് പറഞ്ഞ് അവർ വന്ന കാറുകളിൽ കയറി. കുർബാനയ്ക്ക് കയറാതെ മുങ്ങിനടക്കുന്ന ഈ പ്രായത്തിലുള്ള ചെറുപ്പക്കാരെയാണ് ഫാദർ കുർബാനയിൽ പ്രധാനമായും ലക്ഷ്യമിടുന്നത്. ഭക്തിയും വിശ്വാസവുമെല്ലാം ജീവിതത്തിൽ മുതൽക്കൂട്ടായില്ലെങ്കിൽ അതുകൊണ്ട് എന്ത് പ്രയോജനമെന്ന് ഫാദർ പറയാറുണ്ട്. കൗമാര പ്രായക്കാരായ ചെറുപ്പക്കാർ ഇന്നത്തെ ലോകത്ത് സുരക്ഷിതമല്ലെന്ന് അദ്ദേഹം പറയുന്നത് ശരിയാണെന്ന് തോന്നിയിട്ടുണ്ട്.

എല്ലാവരും മടങ്ങിക്കഴിഞ്ഞപ്പോൾ പതിവുപോലെ ഫാദറും ഞാനും നാട്ടുവർത്തമാനങ്ങളുമായി അൾത്താരയ്ക്കു പുറത്ത് കുറെനേരം ഇരുന്നു. സംഭാഷണത്തിനിടയിൽ ഫാദർ അപ്പന്റെ ആരോഗ്യസ്ഥിതിയെ കുറിച്ചെല്ലാം അന്വേഷിച്ചു. അപ്പനെയും അമ്മച്ചിയെയും വിളിച്ചിട്ട് ഒരാഴ്ച ആയ കാര്യം ഓർത്തു. പിറ്റേന്നു രാവിലെ തന്നെ അപ്പനെയും അമ്മച്ചിയെയും വിളിച്ച് സംസാരിച്ചു. അവർക്ക് സുഖമാണെന്ന് പറഞ്ഞു. സംഭാഷണത്തിനിടയ്ക്ക് അമ്മച്ചി ബോബിയുടെ കാര്യം സൂചിപ്പിച്ചു. അവന്റെ കുടുംബജീവിതത്തിലെ അസ്വാരസ്യങ്ങൾ ഇപ്പോൾ നാട്ടുകാരുടെയിടയിൽ ചർച്ചാവിഷയമാണെന്ന് പറഞ്ഞു. ലൗലി ഇടയ്ക്കിടക്ക് പിണങ്ങി പോകുമെന്നും രണ്ട് ദിവസം കഴിഞ്ഞ് ബോബി ചെന്ന് മടക്കി വിളിച്ചുകൊണ്ടുവരുമെന്നുമൊക്കെ അമ്മച്ചി പറഞ്ഞു.

ഞാൻ അമ്മച്ചിയോട് പറഞ്ഞു:

"അപ്പനും അമ്മച്ചിയും ഒരു കാരണവശാലും അവരുടെ കുടുംബജീവിതത്തിൽ ഇടപെടരുത്. അവരുടെ പിണക്കങ്ങളൊക്കെ മാറി എല്ലാം ശരിയാവും. രണ്ട് വ്യക്തികൾക്കിടക്ക് സ്വരചേർച്ചയുണ്ടാവുമ്പോൾ അതിന് പരിഹാരം കാണേണ്ടത് അവർ തന്നെയാണ്. ബാഹ്യഇടപെടലുകൾ ആ വ്യക്തികളുടെ സ്വതന്ത്രമായ തീരുമാനങ്ങൾക്ക് തടസ്സം വരുത്തും."

ഉപദേശം കേട്ടുകഴിഞ്ഞപ്പോൾ അമ്മച്ചി പറഞ്ഞു:

"അതേ മോനേ, നീ പറയുന്നതാണ് ശരി. ഞാനവരുടെ പ്രശ്നങ്ങൾക്കിടയ്ക്ക് ചെന്ന് ചാടാറില്ല. നിന്റെ അപ്പനെയും ഞാൻ സമ്മതിക്കാറില്ല."

എല്ലാം ശരിയാകുമെന്ന് ഞാൻ അമ്മച്ചിക്ക് ഉറപ്പുകൊടുത്തു. അതു കഴിഞ്ഞ് സബിതയേയും ഫോൺ വിളിച്ചു. ബോബിയുടെ കാര്യം അന്വേഷിച്ചപ്പോൾ ഇന്നലെയും അവൻ പണം കടം വാങ്ങാൻ വന്നിരുന്ന കാര്യം പറഞ്ഞു. അവനിത്ര കടം എന്താണെന്ന് ഞാൻ അന്വേഷിച്ച പ്പോൾ സബിത പറഞ്ഞു:

"അതെന്തോ ആയിക്കോട്ടേ! അച്ചായൻ അക്കാര്യത്തിലൊന്നും ഇടപെടരുത്. അവൻ എന്നോട് കടം ചോദിക്കുന്നു. ഞാനെന്റെ കഴിവനു സരിച്ച് സഹായിക്കുന്നു. അവരുടെ സൗന്ദര്യപ്രശ്നങ്ങളാണ് കാരണം. ലൗലി എന്നെ വിളിക്കാറുണ്ട്. അവൾ എപ്പോൾ വിളിച്ചാലും ബോബി യുടെ കുറ്റം പറയാൻ മാത്രമേ സമയം കണ്ടെത്താറുള്ളു. അതൊക്കെ ശരിയാവും."

സബിത പറഞ്ഞതുകൂടി കേട്ടപ്പോൾ എനിക്ക് ആശ്വാസമായി.

പെട്ടെന്ന് സല്ലുവിന്റെ ഫോൺകോൾ വന്നു.

"അങ്കിൾ നമുക്ക് അർജന്റായി ഒന്നു കാണണമല്ലോ. എപ്പോൾ ഫ്രീയാകും?"

ഞാൻ ഇപ്പോൾ ഫ്രീയാണെന്ന് പറഞ്ഞപ്പോൾ ആദ്യം അവർ ഇങ്ങോട്ട് വരാമെന്ന് പറഞ്ഞു. പിന്നീട് ഫാദറിനെ പേടിച്ച് അത് മാറ്റി. പകരം എന്നോട് ആൽഐെൻ മാളിൽ വരാൻ പറഞ്ഞു. ഞാൻ റെഡിയായി ആൽഐെൻ മാളിലെ അവർ പറഞ്ഞ കഫേറ്റേറിയയിൽ എത്തി. എന്നാൽ അവരെ അവിടെ കാണാൻ കഴിഞ്ഞില്ല. പത്ത് നിമിഷ ത്തോളം ഞാൻ കാത്തിരുന്നു. ഇതിനിടയിൽ വെയിറ്റർ ഓർഡർ എടുക്കാൻ വന്നു. ഞാൻ പറഞ്ഞു:

"ഇനിയും ചിലർ വരാനുണ്ട്. അവർ കൂടെ വന്നോട്ടേ. എന്നിട്ട് ഓർഡർ എടുക്കാം."

മുൻപിൽ കാണുന്ന ടെലിവിഷനിൽ അറേബ്യൻ ക്ലബ്ബ് ഫുഡ്ബാൾ മാച്ചിന്റെ കളി നടക്കുന്നുണ്ട്. കുറച്ചുനേരം കഴിഞ്ഞപ്പോൾ എന്റെ ശ്രദ്ധ ടേബിളിൽ കിടന്ന മാഗസിനുകളിലായി. എന്റെ തൊട്ടടുത്ത ടേബിളിൽ രണ്ട് സായിപ്പന്മാരിരുന്ന് നോവൽ വായിക്കുന്നുണ്ട്. എന്റെ ശ്രദ്ധ ഏതാനും നിമിഷമെങ്കിലും അവരിലായി. ഓർഡർ കൊടുത്ത കോഫി രണ്ട് കപ്പുകളിലായി പകർന്ന് അവർ കുടിക്കുന്നതു കാണാം. അപ്പോഴേക്കും ആ വാനരപ്പട എത്തിച്ചേർന്നിരുന്നു. അവരുടെ കൂട്ടത്തിൽ ആണും പെണ്ണുമായി ഏഴെട്ട് പിള്ളേർ ഉണ്ടായിരുന്നു. വന്നവരെയെല്ലാം സല്ലുവാണ് പരിചയപ്പെടുത്തിയത്. എനിക്ക് അവരെയെല്ലാവരേയും അറിയില്ലയെങ്കിലും അവർക്കെന്നെ അറിയാമത്രേ. ഇവരുടെയെല്ലാം ഗാർഡിയൻസ് എന്റെ സുഹൃത്തുക്കളോ പരിചയക്കാരോ തന്നെയാണ്. അതുകൊണ്ടാണ് ഞാൻ ഓരോരുത്തരോടും അവരുടെ അപ്പനെയും അമ്മയേയും കുറിച്ച് തിരക്കിയത്. രണ്ട് ടേബിളുകൾ ചേർത്തിട്ട് വെയിറ്റർ ഞങ്ങൾക്കെല്ലാവർക്കും ഒരുമിച്ചിരിക്കാനുള്ള സൗകര്യം ഉണ്ടാക്കി.

കൂട്ടത്തിൽ ആൺപിള്ളേരായിട്ട് ജിമ്മിയും സല്ലുവും നിവിനും മാത്രമേയുള്ളൂ. ബാക്കിയെല്ലാവരും പെൺകുട്ടികളാണ്. ജിൻസി തന്നെയാണ് എല്ലാവർക്കും കോഫിയും കേക്കും ഓർഡർ നൽകിയത്. എന്റെ തൊട്ടടുത്ത സീറ്റിലിരുന്ന നിവിന്റെ മടിയിൽ വന്നിരുന്ന് ജിൻസി പറഞ്ഞു:

"അങ്കിളേ ഞങ്ങൾക്ക് അങ്കിളിന്റെ അഡ്വൈസ് വേണം."

എന്നിട്ട് എന്റെ സീറ്റിനഭിമുഖമായിരുന്ന മനീഷയെ നോക്കിക്കൊണ്ട് ജിൻസി പറഞ്ഞു:

"അങ്കിൾ ഈ മനീഷയ്ക്ക് ചെറിയൊരു സൈക്കോളജിക്കൽ പ്രശ്നം. ഞങ്ങൾ തുറന്നുപറയുന്നതുകൊണ്ട് അങ്കിൾ ഒന്നും വിചാരിക്കരുത്."

ഞാൻ ചിരിക്കുകമാത്രം ചെയ്തു. എന്റെ വിവിന്റെ പ്രായമുള്ള കുട്ടികളോട് എങ്ങനെയാണ് സൗഹൃദസംഭാഷണം നടത്തേണ്ടതെന്ന സംശയത്തിലായി ഞാൻ.

ജിൻസി എന്റെ മുഖത്തേക്ക് നോക്കി ചിരിച്ചുകൊണ്ട് പറഞ്ഞു:

"ഈ മനീഷയും ജിമ്മിയും തമ്മിൽ ലൗവാണ്."

ഒരു നിമിഷത്തേക്കെങ്കിലും എന്റെ മുഖം ഗൗരവമായിക്കാണും. ജിൻസി അല്പം ജാള്യതയോടെയാണ് തുടർന്നത്.

"പക്ഷേ പ്രശ്നമതല്ല അങ്കിൾ. ഇവൾക്ക് ചെറിയ പ്രശ്നങ്ങൾപോലും സഹിക്കാൻ കഴിയുന്നില്ല. ഇവൻ എന്തെങ്കിലും പറഞ്ഞാൽ അവൾക്കിഷ്ടപ്പെട്ടില്ലെങ്കിൽ ഉടനെ തന്നെ അവനെ ചീത്ത പറയും. അവൾ ജയിക്കുന്നതുവരെ അത് തുടരും. ചുരുക്കി പറഞ്ഞാൽ ഇപ്പോൾ ഈ ജിമ്മിക്ക് ഒരു മനസ്സമാധാനവുമില്ല എന്നു പറയുന്നതാണ് ശരി!'

തുടർന്നു പറഞ്ഞത് നിവിനാണ്.

"അങ്കിൾ, ഞങ്ങൾ ആദ്യമൊക്കെ ധരിച്ചത് ഇവനെന്തെങ്കിലും വിവരക്കേട് പറഞ്ഞുകാണുമെന്നാണ്. പക്ഷേ കാര്യങ്ങൾ അടുത്തറിഞ്ഞപ്പോഴാണ് പ്രശ്നത്തിന്റെ ഗൗരവം മനസ്സിലായത്. ഞങ്ങൾ ഫ്രണ്ട്സ് എന്ന നിലയ്ക്ക് ഇവരോട് രണ്ട് പേരോടും സംസാരിച്ചു. അപ്പോഴാണ് മനീഷ തന്നെ തുറന്നുപറഞ്ഞത്, അവൾക്ക് ഇപ്പോൾ ഉറക്കമില്ലെന്ന്. എപ്പോഴും ഇവൻ പറഞ്ഞ നെഗറ്റീവ് കാര്യങ്ങളോർത്ത് അവളിരിക്കുമെന്ന്.'

എന്റെ കണ്ണുകൾ അറിയാതെയെങ്കിലും മനീഷയുടെ മുഖത്തേക്ക് പാഞ്ഞു. എന്റെ ദൃഷ്ടികളെ ഭയന്നിട്ടാവണം അവൾ മുഖം കുനിച്ചാണ് സംസാരിച്ചത്.

"അങ്കിൾ, ഞാൻ കുറ്റം സമ്മതിക്കുകയാണ്. ഇവർ പറഞ്ഞതുപോലെയെല്ലാം ഞാൻ ചിന്തിക്കാൻ ശ്രമിക്കാറുണ്ട്. പക്ഷേ, കഴിയാറില്ല. ഈ ജിമ്മി പറയുന്നതിൽ കാര്യമുണ്ടെന്ന് എനിക്ക് തോന്നാറുണ്ട്. പക്ഷേ, അത് സമ്മതിച്ചുകൊടുക്കാൻ എനിക്കാവുന്നില്ല."

അപ്പോഴേയ്ക്കും ഓർഡർ നൽകിയ കോഫിയും കേക്കും എത്തിയിരുന്നു. ജിമ്മിയുടെ അഭിപ്രായവും ഞാൻ കേട്ടിരുന്നു.

“അങ്കിൾ, ഇപ്പോഴത്തെ പ്രശ്നം ഇവളുടെ മനസ്സിന്റെ നിയന്ത്രണ പ്രശ്നമാണ്. ഇവൾക്ക് മറ്റുള്ളവരുമായി സംസാരിക്കാനും മറ്റും ഭയമാണ്. പറയുന്നതെല്ലാം ഇവൾക്ക് ജയിക്കണം. പരാജയഭയത്താൽ ഇപ്പോളിവൾ ഫ്രണ്ട്സിൽ നിന്നും ഒഴിഞ്ഞുമാറി നടക്കുകയാണ്.”

തുടർന്നു പറഞ്ഞത് ജിൻസിയായിരുന്നു.

“ഇതൊരു സൈക്കോളജിക്കൽ പ്രശ്നമാണെന്ന് കണ്ടതുകൊണ്ടാണ് ഞങ്ങൾ അങ്കിളുമായി സംസാരിച്ചിട്ട് എന്തെങ്കിലും ഒരു തീരുമാനത്തിലെത്താമെന്ന അഭിപ്രായത്തിലെത്തിച്ചേർന്നത്.”

സ്വന്തം മക്കളുടെ പ്രായമുള്ള കുട്ടികളുടെ വ്യക്തിപരമായ പ്രശ്നങ്ങളിൽ ഇടപെടുമ്പോൾ മുൻകരുതലുകൾ വേണമെന്ന് എനിക്കറിയാം. തലമുറ വ്യത്യാസം തന്നെയാണ് പ്രധാനം. പക്ഷേ, ഈ കുട്ടികളുടെ സൗഹൃദം എന്നെ അതിശയിപ്പിച്ചു എന്നുള്ളതാണ് സത്യം. ഒരു സുഹൃത്തിന് ഒരു പ്രശ്നമുണ്ടായപ്പോൾ അവർ ഒരുമിച്ച് അത് നേരിടാൻ മുന്നിട്ടിറങ്ങിയിരിക്കുന്നതു കണ്ടപ്പോൾ ഞാൻ അദ്ഭുതസ്തബ്ധനായി. അക്കാര്യം അവരോട് തുറന്നുപറയുകയും ചെയ്തു.

ഞാൻ മനീഷയോട് ഏറെനേരം ഇക്കാര്യം സംസാരിച്ചു. അവൾക്ക് ജിമ്മി പറയുന്ന കാര്യങ്ങൾ സമ്മതിച്ചുകൊടുക്കാൻ കഴിയില്ലത്രേ. ഒരുപക്ഷേ അവരുടെ പ്രേമത്തിനിടയിൽ കടന്നുവന്ന അമിതമായ പൊസ്സസീവ്നസ് ആയിരിക്കാമതെന്ന് കരുതുന്നു. ഒരു മനശാസ്ത്രവിദഗ്ധനല്ലാത്തതുകൊണ്ട് കൂടുതൽ എന്തെങ്കിലും പറയാൻ മുതിർന്നില്ല. പകരം എന്റെ പരിചയക്കാരൻ കൂടിയായ മനഃശാസ്ത്രജ്ഞൻ ഡോക്ടർ കോശിയെ കാണണമെന്ന് പറഞ്ഞു. ഞാൻ തന്നെ വിളിച്ച് ഡോക്ടർ കോശിയുടെ അപ്പോയിന്റ്മെന്റ് എടുത്തു. മാളിൽ നിന്നും പിരിയുമ്പോൾ കുട്ടികൾ എന്നോട് നന്ദി പറയുന്നുണ്ടായിരുന്നു.

എന്റെ ചിന്തകൾ, അപ്പോഴും ഇന്നത്തെ യുവതലമുറയുടെ സൗഹൃദത്തിന്റെ ആഴപ്പരപ്പുകളെ സംശയത്തിന്റെ നിഴലോടെ നോക്കികാണുകയായിരുന്നു! ആഗസ്റ്റ് മാസത്തിലെ ആ വേനൽക്കാലം അങ്ങനെ കഴിഞ്ഞതിൽ സ്വദേശികൾക്കൊപ്പം പ്രവാസ സമൂഹവും സന്തോഷിച്ചിരുന്നിരിക്കണം.

സെപ്റ്റംബർ

അംബികാമാഡത്തിന്റെ നിർദ്ദേശമനുസരിച്ച് നാട്ടിൽ വിളിച്ച് ഓമനചേച്ചിയുടെ വിസ ശരിയാക്കി. മാഡം ഇത്ര പെട്ടെന്ന് ഇങ്ങനെയൊരു തീരുമാനമെടുക്കുമെന്ന് കരുതിയില്ല. സബിതയെ വിളിച്ച് കാര്യങ്ങൾ ധരിപ്പിച്ചു. ഓമനചേച്ചി സബിതയെ കണ്ട് ഞാൻ അയച്ചുകൊടുത്ത വിസയും ടിക്കറ്റുമെല്ലാം വാങ്ങി.

കാറിലെ പുത്തൻ സിനിമാഗാനങ്ങൾ അരോചകമായാണ് തോന്നിയത്. പാശ്ചാത്യ സംഗീത ഉപകരണങ്ങളുടെ അകമ്പടിയോടുള്ള ശബ്ദമലിനീകരണമല്ലേ ഇത്തരം ഗാനങ്ങളെന്നാണ് തോന്നുന്നത്. എന്നാലും ഇടയ്ക്കിടക്ക് നല്ല ഗാനങ്ങൾ തെളിഞ്ഞുവരാറുമുണ്ട്. ചിന്തകൾ ഗാനങ്ങളിൽ തട്ടിയുടക്കിയതുകൊണ്ടാണ് ഒരു ചായ കുടിക്കാമെന്ന് കരുതിയത്. പെട്രോൾ സ്റ്റേഷനടുത്തുള്ള കഫേറ്റേറിയയിൽ ചായ കുടിച്ചുകൊണ്ടിരുന്നപ്പോൾ ചെറിയ മൂടൽമഞ്ഞ് അരിച്ചിറങ്ങുന്നത് കാണാം.

ചൂട് കാലാവസ്ഥ മാറി വരുന്നതിന്റെ ലക്ഷണമായാണ് അത് ഗൾഫിൽ അനുഭവപ്പെടുന്നത്. ഇന്ന് ഞാൻ നേരത്തെ എത്തുമെന്ന് തോന്നുന്നു. എയർപോർട്ടിൽ ചെന്ന് മാഡത്തെ കാത്ത് നിൽക്കുന്നതിനെക്കാൾ ഇവിടെയിരുന്ന് ചായയൊക്കെ കഴിച്ച് പതുക്കെ പോകാമെന്ന് കരുതി.

രണ്ട് കറാക്ക് ചായ കുടിച്ചിട്ടും സമയം നീങ്ങുന്നില്ല. ഇപ്പോഴും ആറ് മണിയായിട്ടില്ല. കഫേറ്റേറിയയിൽ ക്രമേണ തിരക്ക് കൂടിക്കൊണ്ടിരുന്നു. അതുകൊണ്ടാണ് ഒരു പൊടിച്ചായയുമായി കഫേറ്റേറിയയ്ക്ക് പുറത്തിറങ്ങിയത്. ദൂരയാത്രകഴിഞ്ഞ് വരുന്ന ട്രക്ക് ഡ്രൈവർമാരായ നിരവധി പട്ടാണികളെ കാണാം. മരുഭൂമിയിലൂടെയുള്ള ട്രക്ക് ഡ്രൈവിംഗ് വളരെ ദുഷ്കരമാണെന്ന് തോന്നാറുണ്ട്. യാത്ര തുടങ്ങിയാൽ ലക്ഷ്യമെത്തി അതുകഴിഞ്ഞ് മടങ്ങിവരാൻ ചിലപ്പോൾ രണ്ട് മൂന്ന് ദിവസങ്ങൾ തന്നെ വേണ്ടിവരും. പട്ടാണികളുടെ പരുക്കൻ ജീവിത സാഹചര്യങ്ങളിലും സഹിഷ്ണുതയോടെ പണിയെടുക്കാനുള്ള അവരുടെ കഴിവ് ഒന്ന് വേറെ തന്നെയാണ്. കുറച്ചുനേരം കാറിൽ കയറിയിരുന്ന് പഴയ പാട്ടുകൾ കേൾക്കാൻ തുടങ്ങി. അംബികാമാഡം പറയുന്നതിൽ വാസ്തവമുണ്ടെന്ന് എനിക്കും തോന്നി. ആ പഴയകാല ഗാനങ്ങൾ നമ്മെ നന്മയുടെ

കാലത്തേക്ക് കൂട്ടിക്കൊണ്ടുപോവുക മാത്രമല്ല മനസ്സിൽ നന്മയുണർത്തുന്ന ചിന്തകളുണ്ടാക്കുകയും ചെയ്യും.

ആറരയോടടുത്ത് കാർ സ്റ്റാർട്ട് ചെയ്തു. എയർപോർട്ടിലേക്ക് ഇനി കഷ്ടിച്ച് ഒരു മണിക്കൂറിൽ താഴെയുള്ള യാത്ര മാത്രമേയുള്ളൂ. പ്ലാൻ വളരെ ശരിയായിരുന്നുവെന്ന് വേണം പറയാൻ. എയർപോർട്ടിലെത്തി അഞ്ച് മിനിട്ടുകൾ കഴിഞ്ഞപ്പോൾ മാഡത്തിന്റെ ഫോൺകോൾ. മാഡത്തിന്റെ ഇന്നത്തെ വേഷം സ്ലീവ്‌ലെസ്സും ജീൻസുമായിരുന്നു. ഇവരുടെ പ്രായം കുറഞ്ഞുവരുന്നതായാണ് തോന്നിയത്. അക്കാര്യം അവരോട് തുറന്നു പറയുകയും ചെയ്തു. അപ്പോൾ മാഡം പറഞ്ഞു:

“ശരിയാണ് ജോബി, താങ്ക്സ്. എനിക്കും അങ്ങനെ തോന്നാറുണ്ട്. കുടുംബവും പ്രാരബ്ധവുമില്ലാത്ത എന്നെപ്പോലെയുള്ള ഒരു വ്യക്തിക്ക് ശരീരമെങ്കിലും ശ്രദ്ധിക്കണ്ടേ. ഞാൻ ഡയറ്റിംഗിലൂടെയാണ് തടി കുറച്ചുകൊണ്ടുവന്നത്. പിന്നെ ജോബിയും സ്മാർട്ടായിരിക്കുന്നു. നാട്ടിലൊക്കെ പോയി വന്നപ്പോൾ ശരിക്കും റിഫ്രഷായിരിക്കുന്നു. നിങ്ങളൊക്കെ ഭാഗ്യവാന്മാരാണ് ജോബി. റിഫ്രഷ് ചെയ്യാൻ കുടുംബമുണ്ട്. കാത്തിരിക്കാൻ ഭാര്യയുണ്ട്. നോക്ക്, എന്നെപ്പോലെയുള്ള വ്യക്തികൾക്ക് എന്ത് റിഫ്രഷ്മെന്റ്!”

മാഡത്തിന്റെ സംഭാഷണത്തിൽ ജീവിത നൈരാശ്യം നിഴലിച്ചു നിൽക്കുന്നത് കാണാം. ഞാൻ ചിരിച്ചുകൊണ്ട് പറഞ്ഞു:

“മാഡത്തിന് എന്ത് ദുഃഖമാണുള്ളത്. എങ്ങനെ വേണമെങ്കിലും അടിച്ചുപൊളിച്ച് ജീവിക്കാം. എന്നെപോലെയുള്ളവർക്ക് ദുഃഖവും പ്രാരബ്ധങ്ങളും മാത്രമാണ് ജീവിതമെന്ന് പറയുന്നത്.”

മാഡം പൊട്ടിച്ചിരിച്ച് എന്റെ ചുമലിൽ കൈവച്ചുകൊണ്ട് പറഞ്ഞു:

“ജോബിയുടെ തമാശ. എന്തുണ്ടായാലും നമുക്കൊരു കുടുംബജീവിതം നൽകുന്ന ആ പ്രതീക്ഷയുണ്ടല്ലോ. എനിക്ക് അത്തരം പ്രതീക്ഷകളൊന്നും തന്നെയില്ല.”

മാഡത്തിന്റെ നിർദ്ദേശപ്രകാരം അവരുടെ ഫ്ളാറ്റിൽ കയറി. മെയിന്റനൻസ് കഴിഞ്ഞപ്പോൾ അത് പുത്തൻ ഫ്ളാറ്റ് പോലെ തോന്നിച്ചു. മാഡത്തിന്റെ മാനേജരും അവിടെ എത്തിയിരുന്നു. വിശാലമായ ഹാളും ബെഡ്റൂമും കിച്ചണും എല്ലാം കൊണ്ട് അടിപൊളി ഫ്ളാറ്റായാണ് തോന്നിയത്. ഓമനചേച്ചി ഭാഗ്യവതി തന്നെയാണ്. അവർക്കിവിടെ ബുദ്ധിമുട്ടുകളൊന്നും ഇല്ലാതെ ജീവിക്കാം. മാഡം എപ്പോഴും ബിസിനസ്സ് തിരക്കിലായിരിക്കും. അപ്പോൾ തന്നെ സബിതയെ വിളിച്ച് കാര്യങ്ങൾ ധരിപ്പിച്ചു. ഓമനചേച്ചി ഇന്നു രാത്രിക്കുള്ള ഫ്ളൈറ്റിൽ വരുമെന്ന് പറഞ്ഞു. അതായത് നാളെ രാവിലെ അവർ ദുബായിലിറങ്ങും. ഞാൻ അക്കാര്യം അംബികാമാഡത്തോട് പറഞ്ഞപ്പോൾ അവർക്കും വലിയ സന്തോഷമായി. മാഡം പറഞ്ഞു:

“ജോബി, ഇനി കുറെ നാൾ ഞാനിവിടെ ദുബായിൽ തന്നെ കാണും. വല്ലപ്പോഴുമൊന്ന് ജർമ്മനിയിൽ പോകണം.”

ഫ്ളാറ്റിൽ നിന്നിറങ്ങിയപ്പോൾ നേരം ഉച്ചയോടടുത്തിരുന്നു. ഉച്ച ഭക്ഷണം സുമനാക്ഷൻ ഡോക്ടറുടെ വീട്ടിലായിരിക്കുമെന്ന് കരുതി. നൈറ്റ്ക്ലബ്ബിൽ വച്ച് അന്ന് കണ്ടതിനുശേഷം ഡോക്ടറെ പിന്നീട് കണ്ടിരുന്നില്ല. പക്ഷേ അദ്ദേഹത്തിന്റെ മകളെ പല സ്ഥലത്തുവച്ചും കണ്ടിട്ടുണ്ട്. ലഞ്ചിന്റെ കാര്യം സൂചിപ്പിച്ചപ്പോൾ മാഡം പറഞ്ഞു:

“ജോബി, ഇന്നത്തെ ലഞ്ച് നമുക്ക് ആൽ ഐനിലെ ഏതെങ്കിലും ഹോട്ടലിൽ നിന്നും കഴിക്കാം. ഡോക്ടറെ നമുക്ക് ബുദ്ധിമുട്ടിക്കണ്ട.”

അത് എനിക്കൊരു അദ്ഭുതം ആയിരുന്നു. മിക്ക യാത്രകളിലും ലഞ്ച് ഡോക്ടറുടെ വീട്ടിൽ തന്നെയാണ് കഴിച്ചിരുന്നത്. അത് അവരുടെ തികച്ചും വ്യക്തിപരമായ കാര്യമായതുകൊണ്ട് ഞാൻ അക്കാര്യത്തെ കുറിച്ച് അഭിപ്രായം പറഞ്ഞതുമില്ല. ആൽഐനോടടുത്തപ്പോൾ ലഞ്ചിന്റെ കാര്യം വീണ്ടും മാഡത്തെ ഓർമിപ്പിച്ചു. പ്രധാനപ്പെട്ട കേരള റെസ്റ്റോറന്റുകളുടെ കാര്യം സൂചിപ്പിച്ചപ്പോൾ മാഡം പറഞ്ഞു:

“വേണ്ട ജോബി, ഇന്നിനി കേരള ഫുഡ് വേണ്ട. നീ ഏതെങ്കിലും മാളിലേക്ക് വിട്. ഫുഡ് കോർട്ടിൽ നിന്നും എന്തെങ്കിലും കഴിക്കാം.”

ജിമ്മിമോളിലെ ഫുഡ് കോർട്ടിൽ നിന്നും മാഡത്തിന് ബർഗറും എനിക്ക് സാന്റ്വിച്ചും വാങ്ങി. ആഹാരവും കഴിഞ്ഞ് മാഡത്തിന്റെ ഹോട്ടലിലെത്തിയപ്പോൾ സമയം മൂന്നുമണി. കണ്ണിൽ നല്ല ഉറക്കം തളം കെട്ടി നിന്നതുകൊണ്ട് റൂമിലെത്തിയ ഉടനെ ഞാൻ കിടക്കയിലേക്ക് മറിഞ്ഞു.

ഓമനചേച്ചിയെ എയർപോർട്ടിൽ സ്വീകരിക്കാൻ അംബികാമാഡം കൂടി വരുമെന്ന് പ്രതീക്ഷിച്ചില്ല. ഞങ്ങൾ ഉച്ചയോടെയാണ് ആൽഐനിൽ നിന്നും എയർപോർട്ടിലേക്ക് തിരിച്ചത്. ഇന്നലെ തന്നെ മാഡത്തിന്റെ ഫ്ളാറ്റെല്ലാം റെഡിയാക്കിയിരുന്നു. ഗ്രോസറി സാധനങ്ങളെല്ലാം മാഡത്തിന്റെ മാനേജർ വാങ്ങി വച്ചിരുന്നു. ഇന്നുമുതൽ മാഡം സർവ്വന്റ് മെയ്ഡിനോടൊപ്പം ഫ്ളാറ്റിലേക്ക് താമസം മാറുകയാണ്. യാത്രയിലുട നീളം മാഡം തമാശകളൊക്കെ പറഞ്ഞുകൊണ്ടിരുന്നു. അക്കൂട്ടത്തിൽ നാട്ടിൽ നിന്നും ഒരു വരനെകൂടി കണ്ടുപിടിക്കണമെന്ന് പറഞ്ഞു. ഞാൻ പൊട്ടിച്ചിരിച്ചപ്പോൾ മാഡം തുടർന്നു:

“ജോബി, ഞാൻ തമാശയായല്ല പറഞ്ഞത്. നിനക്ക് ഫാമിലിയും കുട്ടികളുമൊക്കെയില്ലേ. എനിക്കും അതുപോലെയൊന്ന് ജീവിക്കണം. നിന്റെ നാട്ടിൽ എനിക്ക് പറ്റിയ വരന്മാരുണ്ടോയെന്ന് നോക്ക്. ഡൈവോഴ്സ്ഡ് ആയാലും കുട്ടികളുണ്ടെങ്കിലും എനിക്ക് പ്രശ്നമില്ല ജോബി.”

മാഡം തികച്ചും സീരിയസ് ആയാണ് സംസാരിച്ചത്. കുറെ നേരം ഞാൻ ഒന്നും പറഞ്ഞില്ലെങ്കിലും അവർ പറയുന്നതിലും കാര്യമുണ്ടെന്ന് തോന്നി. അതുകൊണ്ടാണ് അങ്ങനെ പറഞ്ഞത്.

"അതേ, മാഡം പറയുന്നത് വളരെ ശരിയാണ്. ഇത് കുറച്ചുകൂടി നേരത്തേ ആവാമായിരുന്നില്ലേ?"

മാഡം ഒരു നിമിഷം ചിന്തയിലാണ്ടിരുന്നു. എന്നിട്ട് പറഞ്ഞു:

"ശരിയാണ് ജോബി, നീ പോലും പലപ്പോഴും എന്നോട് അക്കാര്യം പറഞ്ഞിട്ടുണ്ട്, പക്ഷേ, അന്നൊക്കെ എനിക്ക് ഒറ്റയ്ക്ക് ജീവിക്കാൻ കഴിയുമെന്ന് നല്ല ആത്മവിശ്വാസം ഉണ്ടായിരുന്നു. എന്നാൽ, ഇപ്പോൾ എന്തോ എനിക്ക് ഒരു ഭയപ്പാടാണ്. ഒരു ആൺതുണയുടെ ആവശ്യ മുണ്ടെന്ന തോന്നൽ. പിന്നെ ഞാനുമൊന്ന് ജീവിക്കട്ടേ."

ഞാൻ ചിരിച്ചതേയുള്ളൂ. പതിവായുള്ള കറാക്ക് ചായയും ചെറിയ സ്നാക്സുമൊക്കെ കഴിച്ച് എൺപതുകളിലെ മലയാളം പാട്ടുകളും കേട്ട് ഞങ്ങൾ പതുക്കെ എയർപോർട്ടിലെത്തി. ഇതിനിടയിൽ ഓമനചേച്ചിയുടെ ബയോഡേറ്റായെല്ലാം വീണ്ടും വിവരിച്ചു.

എയർപോർട്ടിൽ ഏറെ നേരം കാത്ത് നിന്നതിനുശേഷമാണ് ഓമന ചേച്ചി പുറത്തിറങ്ങി വന്നത്. വിദേശ രാജ്യങ്ങളിലും എയർപോർട്ടുകളിലും ആദ്യമായി യാത്ര ചെയ്യുന്ന ഏതൊരു വ്യക്തിക്കും ഉണ്ടാവുന്ന അങ്കലാപ്പ് അവരുടെ മുഖത്തും കാണാമായിരുന്നു. എയർപോർട്ടിൽ അവരെ സ്വീകരിക്കാനായി മാഡം പ്രത്യേക ഏർപ്പാട് ചെയ്തിട്ടുണ്ടായിരുന്നു. ദൗർഭാഗ്യവശാൽ അവരുടെ നെയിംബോർഡും കൊണ്ട് നിന്നിരുന്ന വ്യക്തിയെ ഓമനചേച്ചി കണ്ടിരുന്നില്ല. സ്വന്തം പേരുപോലും മറന്നു പോകുന്ന തരത്തിൽ അവർ ഭയന്നിരുന്നുവെന്ന് വേണം കരുതാൻ. ഒടുവിൽ സ്വീകരിക്കാൻ ഏർപ്പാട് ചെയ്തിരുന്ന ഏജന്റ് അവരെ അങ്ങോട്ട് ചെന്ന് പരിചയപ്പെട്ടാണ് കൂട്ടിക്കൊണ്ട് വന്നത്. അപ്പോഴേയ്ക്കും ഏകദേശം ഒന്നരമണിക്കൂർ കഴിഞ്ഞിരുന്നു.സാരിയും ബ്ലൗസുമൊക്കെ ധരിച്ച് തനി നാടൻ വേഷത്തിലാണ് ഓമനചേച്ചി വന്നത്. അംബികാ മാഡം തന്നെയാണ് അവരുടെ ബാഗുകൾ വാങ്ങി കാറിൽ കയറാൻ സഹായിച്ചത്. പറഞ്ഞു വന്നപ്പോൾ അവർ സമപ്രായക്കാർ തന്നെയാണ്. ഫ്ളാറ്റിലെത്തി കഴിഞ്ഞപ്പോഴും ഓമനചേച്ചിയുടെ അങ്കലാപ്പ് മാറി യിരുന്നില്ല. അംബികാമാഡത്തിന്റെ ഫോണിൽ നിന്നും വിളിച്ച് അവർ നാട്ടിലുള്ള മകനുമായും അമ്മയുമായുമൊക്കെ സംസാരിക്കുന്നുണ്ടാ യിരുന്നു. മാഡം ഒരു പുതിയ മൊബൈൽ ഫോണും അതിനുള്ള സിംകാർഡും എന്നെ ഏല്പിച്ചിട്ട് അത് ശരിയാക്കി ഓമനചേച്ചിക്ക് കൊടുക്കാൻ പറഞ്ഞു.

ഫ്ളാറ്റിൽ മാഡത്തിന്റെ മാസ്റ്റർ ബെഡ്ഡ് റൂമിനടുത്താണ് ഓമന ചേച്ചിക്ക് കൊടുത്തിട്ടുള്ള റൂം. ഫ്ളാറ്റിലെത്തി കുറച്ചു കഴിഞ്ഞ് ഞാൻ ഇറങ്ങാൻ തുടങ്ങിയപ്പോൾ മാഡം പറഞ്ഞു:

"ജോബി, അങ്ങനെ പെട്ടെന്ന് പോയാലെങ്ങനെയാ. ഞങ്ങൾ രണ്ട് പെണ്ണുങ്ങൾ മാത്രമല്ലേയുള്ളു. നിനക്ക് നാളെ പോയാൽ പോരേ? ഇവിടത്തെ ഗസ്റ്റ് റൂമിൽ തങ്ങാം."

എന്തായാലും എനിക്ക് പോകണമെന്ന് തറപ്പിച്ചു പറഞ്ഞപ്പോൾ മാഡം തുടർന്നു.

"എന്നാൽ ഒരു മണിക്കൂർ കൂടി കഴിഞ്ഞ് പോകാം. നിന്റെ നാട്ടുകാരി വന്നിട്ട് അങ്ങനെ ഓടിപ്പോയാലോ."

മാഡം പറഞ്ഞത് അനുസരിക്കാതിരിക്കാൻ കഴിഞ്ഞില്ല. ഇതിനിടയിൽ മാഡം നല്ല കോഫി തയ്യാറാക്കിക്കൊണ്ട് വന്നിരുന്നു. അപ്പോഴേക്കും ഓമനചേച്ചി ഡ്രസ്സുകൾ മാറി വന്നു. നാടൻ വേഷമായ ലുങ്കിയും തോർത്തുമുണ്ടുമൊക്കെയായി വന്ന ഓമനചേച്ചിയെ ഞാൻ കളിയാക്കിയപ്പോൾ മാഡം അവരുടെ റൂമിൽ നിന്നും രണ്ട് വലിയ ക്യാരിബാഗുകൾ കൊണ്ടുവന്നു. ഞങ്ങൾ ഇന്നലെ ഓമനചേച്ചിക്കുവേണ്ടി വാങ്ങിയിരുന്ന ഡ്രസ്സുകളായിരുന്നു അത്. മാഡം ഓമനചേച്ചിയോട് പറഞ്ഞു:

"ഓമനേ, നീ ദാ ഈ ഡ്രസ്സൊക്കെയിട്ട് വാ. ഇവിടത്തെ വേഷം കുറച്ചുകൂടി മോഡേൺ ആവണം. അല്ലേ ജോബി."

മാഡത്തിന്റെ അഭിപ്രായത്തോട് ഞാനും യോജിച്ചു. ഒടുവിൽ മനസ്സില്ലാമനസ്സോടെയാണ് ഓമനചേച്ചി നൈറ്റിയും ധരിച്ച് വന്നത്. ഇതുകണ്ടപ്പോൾ ഞാൻ പറഞ്ഞു:

"ഇപ്പോൾ നിങ്ങളെ കണ്ടാൽ ഇരുപത് വയസ്സ് പറയും!"

ഉടനെ തന്നെ മാഡം പറഞ്ഞു:

"ഇത് ജോബിയുടെ സ്ഥിരം നമ്പരാണ്. പെണ്ണുങ്ങളെ കൈയിലെടുക്കാനുള്ള നിന്റെ കഴിവ് സമ്മതിച്ചിരിക്കുന്നു."

എല്ലാവരും ചിരിക്കുന്നതിനിടയിൽ ഓമനചേച്ചി എന്നോട് പറഞ്ഞു:

"ജോബി, ഒരു നിമിഷം. സബിത നിനക്ക് തരാൻ ചമ്മന്തിപ്പൊടിയും അച്ചാറുമൊക്കെ തന്നുവിട്ടിട്ടുണ്ട്."

എന്ന് പറഞ്ഞ് അവർ റൂമിലേക്ക് പോയി. അപ്പോൾ മാഡം പറഞ്ഞു:

"അങ്ങനെവരട്ടേ. സത്യത്തിൽ ജോബി, എനിക്ക് നിന്റെ ജീവിതം കാണുമ്പോൾ അസൂയ തോന്നുന്നു!"

ഞാൻ ഒന്നും പറഞ്ഞില്ല. ചിരിച്ചതേയുള്ളൂ. ഓമനചേച്ചി സബിത കൊടുത്തുവിട്ട സാധനങ്ങൾ ഒരു ക്യാരിബാഗിലാക്കി കൊണ്ടുവന്നു.

ഞാനിറങ്ങാൻ നേരം മാഡം പറഞ്ഞു:

"ജോബി, ഞാൻ ദുബായിലാണെന്ന് കരുതി നീ എന്നെ ഒഴിവാക്കരുത്. ദുബായിൽ വരുമ്പോഴൊക്കെ ഇവിടെ വരണം. ഞാൻ തിരക്കിലാണെങ്കിലും ഇവിടെ എപ്പോഴും ഓമനയുണ്ടല്ലോ. അതുപോലെ ഇടയ്ക്കൊക്കെ ആൽഐനിലും വരണം. ഞാനൊരു പുതിയ വണ്ടി അടുത്ത യാഴ്ച വാങ്ങും. എന്നാലും ദൂരെയുള്ള ഓട്ടത്തിനൊക്കെ നീ തന്നെ വരണം കേട്ടോ."

കാറിൽ കയറുമ്പോൾ മാഡവും ഓമനചേച്ചിയും താഴെ വന്ന് എന്നെ യാത്ര അയച്ചു. ഓനമചേച്ചിയുടെ കണ്ണുകളിലെ അങ്കലാപ്പ് ഇപ്പോൾ

മാറിത്തുടങ്ങിയിരിക്കുന്നുവെന്ന് തോന്നി. മടങ്ങുമ്പോൾ സമയം രാത്രി ഒമ്പതു മണി. സബിതയെ വിളിച്ച് കാര്യങ്ങളെല്ലാം ധരിപ്പിച്ചു. തമാശ രൂപത്തിൽ സബിത പറഞ്ഞു:

"കാര്യമൊക്കെ കൊള്ളാം. എപ്പോഴും പെണ്ണുങ്ങൾ മാത്രം താമസിക്കുന്ന അവിടെ പോകുകയൊന്നും വേണ്ട."

ഞാൻ പൊട്ടിച്ചിരിച്ചപ്പോൾ ആ ചിരിയിൽ സബിതയും പങ്കാളിയായി.

സല്ലു വിളിച്ചപ്പോൾ ഞാൻ അബൂക്കായുടെ കഫേറ്റേറിയയിൽ ഇരുന്ന് അദ്ദേഹത്തിന്റെ മകന്റെ കേസിനെക്കുറിച്ച് സംസാരിക്കുകയായിരുന്നു. സല്ലുവിനോട് അത്യാവശ്യ കാര്യമെന്തെന്ന് ചോദിച്ചപ്പോൾ നേരിട്ട് കണ്ട് പറയാനുള്ള കാര്യമാണെന്ന് സൂചിപ്പിച്ചു. ഞാനുടനെ തന്നെ റൂമിലെത്തുമെന്ന് പറഞ്ഞപ്പോൾ അത് വേണ്ടെന്ന് അവൻ പറഞ്ഞു. ഫാദറിനെ പേടിച്ചായിരിക്കുമെന്ന് മനസ്സിലായി. സല്ലുവിന്റെ നിർദ്ദേശാനുസരണം ഞാൻ ജിമ്മിമാളിലെത്താമെന്ന് വാക്ക് കൊടുത്തു. അബൂക്കായുടെ കണ്ണുനീർ കണ്ടിട്ട് അദ്ദേഹത്തെ വിട്ടുപോകാനും കഴിയുന്നില്ല. അര മണിക്കൂർ കൂടി അവിടെയിരുന്നതിനുശേഷമാണ് ഞാൻ ജിമ്മിമാളിലേക്ക് പോയത്.

ഞാനെത്തുമ്പോൾ ഫുഡ്കോർട്ടിൽ വാനരസംഘം ഉണ്ട്. പതിവ് പോലെ കോഫിയും ബർഗറുമൊക്കെ കഴിച്ചുകൊണ്ടാണ് ഇരുപ്പ്. എന്നെ കണ്ടയുടനെ ജിമ്മി എഴുന്നേറ്റ് അവൻ ഇരിക്കുന്ന 'സബ്‌വേയുടെ' മുന്നിലുള്ള കസാലയിലേക്ക് എന്നെ ക്ഷണിച്ചു.

എനിക്ക് കോഫി ഓർഡർ ചെയ്തു. ഞാൻ ബ്രേക്ക്ഫാസ്റ്റ് കഴിച്ചെന്ന് പറഞ്ഞെങ്കിലും എനിക്ക് കൂടെ അവർ ബർഗർ ഓർഡർ ചെയ്തു. നിവിൻ എന്റെ സമീപം വന്നിരുന്നിട്ട് പറഞ്ഞു:

"അങ്കിൾ, ഞങ്ങളുടെ ഒരു സുഹൃത്ത് ഒരു കേസിൽ പെട്ടിരിക്കുകയാണ്. അവനിപ്പോൾ പൊലീസ് കസ്റ്റഡിയിലാണ്. അവനെയിറക്കാൻ നമുക്ക് ഒരു ലക്ഷം ദിർഹം പിഴയടയ്ക്കേണ്ടിവരും!"

എനിക്ക് നിവിൻ പറഞ്ഞതൊന്നും ശരിക്കും മനസ്സിലായില്ല. എന്ത് കേസ്? ഏത് സുഹൃത്ത്? ഏത് ജയിൽ? തുടങ്ങിയ എന്റെ ന്യായമായ സംശയങ്ങൾക്ക് വിശദീകരണം നൽകിയത് ജിൻസിയാണ്.

"അങ്കിൾ, നമ്മുടെ ഒരു മലയാളി സുഹൃത്താണ് കക്ഷി. അവൻ ഞങ്ങളോടൊപ്പം ദുബായിലെ യൂണിവേഴ്സിറ്റിയിൽ പഠിക്കുകയാണ്. കഴിഞ്ഞ ദിവസം ഈ സല്ലുവും ഒരു അറബി ചെക്കനും തമ്മിൽ ഒരു റെസ്റ്റോറന്റിൽ വച്ച് വഴക്കുണ്ടായി. ഒടുവിൽ ഏതാനും അറബി പിള്ളേർ ചേർന്ന് ഇവനെ തല്ലി. അത് കണ്ട് നിന്ന നമ്മുടെ കക്ഷി മൊബൈലിൽ ഈ രംഗങ്ങൾ പകർത്തി. അത് ഞങ്ങൾ പൊലീസിൽ എവിഡൻസായി കൊടുത്തു."

ഇത്രയുമായപ്പോൾ ഞാൻ ഉദ്വേഗത്തോടെ ചോദിച്ചു:

"അപ്പോൾ കേസിന് ബലമായല്ലോ. അതിൽ നിങ്ങളുടെ സുഹൃത്ത് പ്രതിയാകുന്നതെങ്ങനെ?"

എന്റെ ദൃഷ്ടി സല്ലുവിന്റെ മുഖത്തായിരുന്നു. ജിൻസി തുടർന്നു.

"ശരിയാണ് അങ്കിൾ. പക്ഷേ ഇപ്പോൾ പൊലീസ് നമ്മുടെ സുഹൃത്തിനെതിരെ കേസ്സെടുത്തിരിക്കുന്നു. അവൻ ഈ നാടിനെ അപമാനിക്കാൻ വീഡിയോ നിർമ്മിച്ച് സോഷ്യൽ മീഡിയാ ദുരുപയോഗം ചെയ്തുവെന്ന്!"

ഇത് കേട്ടപ്പോൾ എനിക്ക് അദ്ഭുതമാണ് തോന്നിയത്. ആ ചെറുപ്പക്കാരന് ഒരു മാസത്തെ ജയിൽ ശിക്ഷയും ഒരു ലക്ഷം ദിർഹത്തിന്റെ പിഴയുമാണ് ലഭിച്ചിട്ടുള്ളതത്രേ. ഇനി പിഴ അടച്ചില്ലെങ്കിൽ വീണ്ടും മൂന്നു മാസം കൂടി ജയിലിൽ കിടക്കണമെന്ന് കേട്ടപ്പോൾ വിഷമം തോന്നി. ആ പയ്യന് അമ്മ മാത്രമേ കൂടെയുള്ളൂവെന്ന് കേട്ടപ്പോൾ അതിലേറെ ദുഃഖമായി. മലയാളി അസോസിയേഷനെ അറിയിക്കാമെന്ന് നിർദ്ദേശിച്ചപ്പോൾ അവർ അതിനനുവദിച്ചില്ല. സല്ലുവിന്റെ പാരന്റ്സ് അറിയാതെ ഇതിനൊരു പരിഹാരം വേണമെന്നാണ് അവർ പറയുന്നത്. ഫാദറിനോടു പറഞ്ഞ് സഭയുടെ അറിവോടെ പൈസ പിരിക്കാമെന്ന് വച്ചാലും സല്ലുവിന്റെ പാരന്റ്സ് അറിയുമെന്ന് മനീഷ പറഞ്ഞു. ഏറെ നേരത്തെ ആലോചനകൾക്കു ശേഷമാണ് മീറാ മാഡത്തിന്റെ കാര്യം എനിക്ക് ഓർമ വന്നത്. ജിമ്മിയെയും നിവിനെയും കൂട്ടി ഞാൻ മീറാ മാഡത്തിന്റെ വീട്ടിൽ പോയി. കാര്യങ്ങൾ ധരിപ്പിച്ചു. മാഡം പറഞ്ഞു:

"ജോബി, എന്നുമുതലാണ് നീ ഈ പിള്ളാരുടെ കേസുമായി സാമൂഹ്യസേവനത്തിനിറങ്ങിയത്?"

മാഡം ഉടനെ തന്നെ ചില ഉദ്യോഗസ്ഥരുമായും മറ്റും സംസാരിച്ചു. കോടതി നടപടികൾ തുടങ്ങിയതുകൊണ്ട് അവിടെയും വിളിച്ച് ചിലരുമായി സംസാരിച്ചു. ഇക്കാര്യം മാഡം ശരിയാക്കാമെന്ന് ഉറപ്പുതന്നു.

"ഇപ്പോഴെങ്കിലും ജോബി ഒരു കാര്യവുമായി വന്നല്ലോ. നീ പറഞ്ഞാൽ അക്കാര്യം എനിക്ക് ഒഴിവാക്കാൻ പറ്റില്ല."

ഞങ്ങൾ മാഡത്തിന്റെ വീട്ടിൽ നിന്നിറങ്ങുമ്പോൾ നിവിൻ പറഞ്ഞു:

"അങ്കിളിന് വലിയ കണക്ഷൻസാണല്ലോ."

ഞാൻ ഒന്നും പറഞ്ഞില്ല. മീറാമാഡത്തിനോട് അനീതിയായി എന്തെങ്കിലും ആവശ്യപ്പെട്ടോ എന്ന ചിന്തയിലായിരുന്നു മനസ്സ്.

രണ്ട് ദിവസങ്ങൾ കഴിഞ്ഞപ്പോൾ മീറാമാഡത്തിന്റെ ഫോൺകോൾ വന്നു. ആ പയ്യന്റെ ശിക്ഷ കുറച്ചെന്ന് അറിയിച്ചു. കേവലം അയ്യായിരം ദിർഹമായി പിഴ കുറച്ചുകൊടുത്തു. ഇതറിഞ്ഞപ്പോൾ വാനരസംഘത്തിന് എന്നോടുള്ള സ്നേഹം ആരാധനയായി മാറി. അവർ എനിക്ക് നല്ല ഒരു പാർട്ടിയും തന്നു.

ആയിഷമാഡം വിളിച്ചപ്പോൾ യുഎസ്സ് എംബസിയിൽ പോകാനാണെന്ന് അറിയാമായിരുന്നു. കാറുമായി എത്തുമ്പോൾ മാഡം കാത്തുനിൽപ്പുണ്ടായിരുന്നു. പതിവിനു വിപരീതമായി മാഡം വളരെ സന്തോഷത്തിൽ

ആയിരുന്നു. ഞാൻ അക്കാര്യം തുറന്നു ചോദിക്കുകയും ചെയ്തു. മാഡം പറഞ്ഞു:

"എന്റെ ജോബി, അങ്ങനെ എന്റെ നീണ്ട കാത്തിരുപ്പിന് ഒരവസാനം ഉണ്ടാകാൻ പോകുന്നു. എനിക്കിനി മക്കളോടും അവരുടെ ഉപ്പയോടു മൊപ്പം അമേരിക്കയിൽ സുഖമായി ജീവിക്കാം."

മാഡത്തിന്റെ സന്തോഷത്തിൽ എനിയ്ക്കും പങ്കാളിയാവാതിരിക്കാൻ കഴിഞ്ഞില്ല. കഴിഞ്ഞ എത്രയോ വർഷങ്ങളായി ഞാൻ കാണുന്നതാണ് മാഡത്തിന്റെ ദുരിതങ്ങൾ. രണ്ട് മക്കളെയും പഠിപ്പിച്ച് വലുതാക്കി, അമേരിക്കയിലയച്ചു. അവർ അവിടെ ഉപരിപഠനം നടത്തുന്നു. അതും ഒരു ആൺതുണയില്ലാതെ. പക്ഷേ ചിലപ്പോഴൊക്കെ മനസ്സിൽ തോന്നാറുണ്ട്.

"എന്തുകൊണ്ട് മാഡത്തിന്റെ ഹസ്ബന്റിന് ഇങ്ങോട്ട് വന്നുകൂടാ? മാഡം പറയുന്നതും ശരിയാണ്. അദ്ദേഹത്തിന്റെ പാസ്പോർട്ട് ലിസ്റ്റ് ചെയ്തിരിക്കുന്നു. ഒക്കെ ശരിയാണ്! പിന്നെന്തുകൊണ്ട് മാഡത്തിന് ബംഗ്ലാദേശിൽ പൊയ്ക്കൂടാ. ഒരുപക്ഷേ എന്റെ ചിന്തകൾ അനാവശ്യ മായിരിക്കാം."

ഞാനെന്റെ നിശബ്ദമായ ചിന്തയിൽ ഏതാനും നിമിഷം മുഴുകിയതു കൊണ്ടാണ് മാഡം ചോദിച്ചത്.

"ജോബി, എന്താ ഒന്നും മിണ്ടാത്തത്?"

"അല്ല മാഡം. ഞാൻ മാഡത്തിന്റെ പഴയകാല ദുരനുഭവങ്ങൾ ഓർത്തുപോയി. മാഡത്തിനെ സമ്മതിച്ചിരിക്കുന്നു. മക്കൾക്കുവേണ്ടി ഉഴി ഞ്ഞുവച്ച ജീവിതം. പക്ഷെ, വയസ്സ് കാലത്ത് അവർ മാഡത്തിനെ കൂടെ കൂട്ടുന്നുണ്ടല്ലോ. പിന്നെ, ഈ അമേരിക്കൻ യാത്രയ്ക്ക് മാഡം എനിക്ക് പാർട്ടി തരണം."

ഉടനെ തന്നെ അടുത്തുകാണുന്ന കഫേറ്റേറിയയിലേക്ക് വണ്ടി വിടാൻ മാഡം പറഞ്ഞു. പെട്രോൾ സ്റ്റേഷനോട് ചേർന്നുള്ള കഫേറ്റേറിയയിൽ കയറി കോഫിയും സ്നാക്സുമൊക്കി വാങ്ങി. ഞാൻ കാറിലിരുന്ന് കഴിക്കാമെന്ന് പറഞ്ഞപ്പോൾ മാഡം പറഞ്ഞു:

"പതുക്കെ മതി ജോബി, ഇതിവിടിരുന്ന് കഴിച്ചിട്ട് പോകാം. നിനക്ക് മറ്റെന്തെങ്കിലും വേണമെങ്കിൽ പറയണം.'

മറ്റൊന്നും വേണ്ടെന്ന് ഞാൻ പറഞ്ഞെങ്കിലും മാഡം സമ്മതിച്ചില്ല. എനിക്ക് ഐസ്ക്രീമും കൂടി വാങ്ങി തന്നിട്ടു മാത്രമേ അവിടം വിടാൻ സമ്മതിച്ചുള്ളു. മാഡം പറഞ്ഞു:

"സന്തോഷം വരുമ്പോൾ നമ്മൾ കഴിക്കേണ്ടത് മധുരമല്ലേ. അതുകൊണ്ടാണ് ഞാൻ ഐസ്ക്രീം കഴിക്കാമെന്ന് പറഞ്ഞത്."

എംബസിയിലെത്തിയപ്പോൾ നല്ല തിരക്കുണ്ടായിരുന്നു. പക്ഷേ മാഡത്തിന് അപ്പോയിന്റ്മെന്റ് നൽകിയിരുന്നതുകൊണ്ട് ബുദ്ധിമുട്ടു ണ്ടായില്ല.

എംബസിക്ക് പുറത്തെ പാർക്കിംഗിൽ കുറെ നേരം ഇരുന്നു. സെപ്റ്റംബർ മാസമായിട്ടും ചൂട് കുറഞ്ഞു തുടങ്ങിയിരുന്നില്ല. ഞാൻ സബിതയെ വിളിച്ച് വീട്ടിലെയും നാട്ടിലെയുമെല്ലാം വർത്തമാനങ്ങൾ സംസാരിക്കുന്നതിനിടയിലാണ് ബോബിയുടെ കാര്യം കടന്നുവന്നത്.

"അച്ചായാ അവരുടെ പോക്ക് അത്ര ശരിയല്ല. കുടുംബമാകുമ്പോൾ പിണക്കങ്ങളും മറ്റുമെല്ലാം സ്വാഭാവികമല്ലേ. പക്ഷേ അതിന്റെ പേരിൽ വീട്ടുകാരെ കൂടി കൂട്ടിച്ചേർക്കുന്നത് അത്ര നല്ലതല്ല. ഞാനത് ലൗലിയോട് പല പ്രാവശ്യം പറഞ്ഞിട്ടുള്ളതാണ്. ഞാൻ അച്ചായനോടും പറഞ്ഞിട്ടുള്ളത് ബോബിയുടെ കുടുംബകാര്യങ്ങളിൽ ഇടപെടരുതെന്നല്ലേ. പക്ഷേ ഇപ്പോഴെല്ലാം കൈവിട്ടുപോവുകയാണ്."

ഞാൻ ബോബിയെ വിളിച്ച് കാര്യങ്ങൾ അന്വേഷിക്കണമെന്ന് സബിത പ്രത്യേകം പറഞ്ഞു. വിവിന്റെ സ്വഭാവത്തിൽ നല്ല മാറ്റമുണ്ടെന്ന് സബിത പറഞ്ഞു. അപ്പനെ നാളെ ആശുപത്രിയിൽ കൊണ്ടുപോകുന്ന കാര്യവും അവൾ പറഞ്ഞു. ഉടനെ തന്നെ ഞാൻ അമ്മച്ചിയെ വിളിച്ചു. അപ്പന്റെ അസുഖത്തെക്കുറിച്ചെല്ലാം സംസാരിച്ചു. പക്ഷേ അമ്മച്ചി ബോബിയുടെ കാര്യമൊന്നും പറഞ്ഞില്ല. അതുകൊണ്ട് ഞാൻ എടുത്തുചോദിച്ചതുമില്ല.

ഫോൺ വിളിയും അതുകഴിഞ്ഞുള്ള എഫ്എം റേഡിയോ പരിപാടികളുമായി ഞാനിരിക്കുമ്പോൾ ആയിഷമാഡത്തിന്റെ ഫോൺകോൾ വന്നു. പാർക്കിംഗിൽനിന്നും വണ്ടിയെടുത്ത് മാഡം നിൽക്കുന്ന റിസപ്ഷനു മുന്നിലെത്തി. അവർ അതി സന്തോഷവതിയായിരുന്നു. യുഎസ്സ് വിസ ശരിയായിരിക്കുന്നു! എത്രയും പെട്ടെന്ന് അങ്ങ് ചെല്ലണമെന്നാണ് മക്കൾ പറയുന്നതെന്ന് മാഡം പറഞ്ഞു. മക്കളുടെ കാര്യം സാസാരിക്കുമ്പോഴേക്കും നസ്രിയായുടെ ഫോൺകോൾ വന്നു. മാഡവും മക്കളും തമ്മിൽ സംസാരിക്കുന്നതിനിടയിൽ മാഡം ഫോൺ എന്റെ നേരെ നീട്ടി.

"ജോബി മോളാണ്. നിന്നോട് സംസാരിക്കണമെന്ന്."

ഞാൻ നസ്രിയായോടും സാഹിറയോടും സംസാരിച്ചു. മമ്മിയെ കൂട്ടാൻ അവർ വരുമെന്ന് പറഞ്ഞു. അധികം താമസിക്കില്ലയെന്നാണ് സാഹിറ പറഞ്ഞത്.

ഫോൺ കോൾ കഴിഞ്ഞ് മാഡം പറഞ്ഞു:

"അവരിപ്പോൾ പറേണത് ഞാനെത്രയും വേഗം ചെല്ലണമെന്നാണ്. പക്ഷേ നിനക്കറിയാമല്ലോ. എനിക്കിവിടത്തെ ഫോർമാലിറ്റികളെല്ലാം ക്ലിയർ ചെയ്യണം. ഹോസ്പിറ്റലിൽ മൂന്നുമാസത്തെയെങ്കിലും നോട്ടീസ് കൊടുക്കണം. എന്റെ ഗ്രാറ്റിവിറ്റിയും മറ്റും ക്ലിയർ ചെയ്തെടുക്കാൻ വീണ്ടും സമയമെടുത്തെന്നിരിക്കും."

മാഡം പറയുന്നതിലും കാര്യമുണ്ടെന്ന് എനിക്കു തോന്നി. എല്ലാം ഇട്ടെറിഞ്ഞ് പെട്ടെന്ന് പോകാൻ പറ്റില്ലല്ലോ. ഏതായാലും കാത്തിരിപ്പിനൊടുവിൽ എല്ലാം സന്തോഷമായി പര്യവസാനിക്കുന്നുവെന്ന്

അറിഞ്ഞപ്പോൾ സന്തോഷമായി. സന്ധ്യ മയങ്ങുന്നതിനുമുമ്പ് തന്നെ മാഡത്തിനെ ഞാൻ ഫ്ളാറ്റിലെത്തിച്ചു.

അംബികാമാഡത്തിന്റെ ഫോൺകോൾ വന്നെങ്കിലും തിരക്കുകാരണം ദുബായിലെ ഫ്ളാറ്റിലെത്താൻ സാധിച്ചിരുന്നില്ല. അതുകഴിഞ്ഞ് ഓമന ചേച്ചിയും വിളിച്ചിരുന്നു. ഒടുവിൽ മാഡം പറഞ്ഞു:

"ജോബി, നീ എന്താ എന്നെ മറന്നുപോയോ? എനിക്ക് അർജന്റായി കുറെ യാത്രകളുണ്ട്. നീ നാളെ വരണേ."

ഞാൻ വരാമെന്ന് വാക്കുകൊടുത്തു. ഏതാനും ചെറിയ ട്രിപ്പുകൾ ഉള്ളത് ക്യാൻസൽ ചെയ്തിട്ടാണ് ഞാൻ ദുബായിലേക്ക് പോയത്. മാഡത്തിന്റെ ഫ്ളാറ്റിൽ എട്ട് മണിയോടടുത്ത് തന്നെ എത്തി. കോളിംഗ് ബെല്ലടിച്ചപ്പോൾ കതകുതുറന്നത് ഓമനചേച്ചിയായിരുന്നു. അവരെ കണ്ടപ്പോൾ ഞാൻ അത്ഭുതസ്തബ്ധനായി. രണ്ടാഴ്ചകൊണ്ട് അവർ ആകെ മാറിയിരിക്കുന്നു. വയലറ്റ് നിറത്തിലുള്ള നൈറ്റിയാണ് ധരിച്ചി ട്ടുള്ളത്. അത് പട്ടിൽ തീർത്തതാണെന്ന് തോന്നി. അവരുടെ ശരീരവടിവി നൊത്ത് നൈറ്റി ശരീരത്തിലൊട്ടി കിടന്നു. ഞാൻ ഗുഡ്മോണിംഗ് പോലും പറയാൻ മറന്നുപോയി. ഓമനചേച്ചി ഗുഡ്മോണിംഗ് പറഞ്ഞ് എന്നെ ബ്രേക്ക്ഫാസ്റ്റ് കഴിക്കാനായി ക്ഷണിച്ചു. ഞാൻ പറഞ്ഞു:

"ചേച്ചി, നിങ്ങൾ ആളാകെ മാറിപോയിരിക്കുന്നല്ലോ. നിങ്ങളുടെ പ്രായം പകുതിയായി. ശരിക്കും ആളെ കണ്ടാൽ തിരിച്ചറിയാൻ പോലും പറ്റില്ല."

എന്റെ കോംപ്ലിമെന്റ് ഇഷ്ടപ്പെട്ട മട്ടിൽ അവർ പറഞ്ഞു:

"നീയും നന്നായിരിക്കുന്നു. വന്ന് ബ്രേക്ക്ഫാസ്റ്റ് കഴിക്ക്."

ഞങ്ങളുടെ സംഭാഷണം കേട്ടിട്ടാവണം മാഡം ബെഡ്റൂമിൽ നിന്നും ഹാളിലേക്ക് വന്നത്. മാഡം പതിവുപോലെ തനി നാടൻ വേഷത്തിലാണ്. സാരിയും ബ്ലൗസുമൊക്കെ ധരിച്ച് മലയാളി മങ്കയായാണ് അവതരിച്ചത്. മാഡം പറഞ്ഞു:

"ജോബി, നീ നല്ലയാളാണ്! ഇപ്പോൾ എത്ര നാളായി ഇങ്ങോട്ടൊക്കെ വന്നിട്ട്. ഇന്നെനിക്ക് നല്ല തിരക്കുള്ള ദിവസമാണ്. വൈകിട്ട് ഞാൻ ആൽ ഐനിൽ വരുന്നുണ്ട്."

മാഡത്തിന്റെ വേഷം കണ്ടിട്ടാണ് ഞാൻ അങ്ങനെ പറഞ്ഞത്.

"മാഡം എന്താ പെണ്ണുകാണൽ ചടങ്ങിന് പോവുന്നതുപോലെയുണ്ട്. തനി നാടൻ വേഷം."

മാഡം എന്റെ ചുമലിൽ തട്ടിക്കൊണ്ട് പറഞ്ഞു:

"ഇങ്ങനെയൊക്കെയുള്ള നമ്മുടെ വേഷങ്ങൾ ഇപ്പോഴെങ്കിലും ഞാൻ ഇട്ടോട്ടേ ജോബി."

മാഡവും എന്നെ ബ്രേക്ക്ഫാസ്റ്റ് കഴിക്കാൻ വിളിച്ചു. അപ്പോഴേക്കും ഓമനചേച്ചി ടേബിൾ സെറ്റ് ചെയ്തിരുന്നു. ഇഡ്ഡലിയും നാടൻ ചട്ണിയും

സാമ്പാറുമൊക്കെയാണ് വിഭവങ്ങൾ. എന്റെ ഇടതുവശം മാഡവും എതിർവശത്തായി ഓമനചേച്ചിയും ബ്രേക്ഫാസ്റ്റ് കഴിക്കാനിരുന്നു. ഇഡ്ഡലിയൊക്കെ നല്ല ടേസ്റ്റായിരിക്കുന്നുവെന്ന് ഞാൻ പറഞ്ഞപ്പോൾ മാഡം കൂട്ടിച്ചേർത്തു.

“എന്റെ ജോബി, ഈ ഓമനയുടെ കൈപ്പുണ്യം ഭയങ്കരം തന്നെ. ഇപ്പോഴാണ് ഞാൻ നല്ല കേരള വിഭവങ്ങൾ കഴിക്കുന്നത്. എല്ലാ ദിവസവും നമുക്ക് പ്രത്യേക മെനുവാണ് ബ്രേക്ക്ഫാസ്റ്റിനും ലഞ്ചിനും ഡിന്നറിനുമൊക്കെ. എന്റെ ഓമനേ, ഇന്നത്തെ സാമ്പാറിന് അപാര രുചി തന്നെ.”

മാഡം പറഞ്ഞത് വളരെ ശരിയാണെന്ന് ഞാനും സൂചിപ്പിച്ചു. ഇതിനിടയിൽ ഓമനചേച്ചി എന്നെ ഒളികണ്ണോടെ നോക്കുന്നത് ഞാൻ ശ്രദ്ധിച്ചിരുന്നു. മാഡം പറഞ്ഞു:

“ജോബി, ഇന്നെനിക്ക് ചില അസോസിയേഷൻ മീറ്റിംഗുകളിൽ പങ്കെടുക്കാനുണ്ട്. എല്ലാം നമ്മുടെ മലയാളി അസോസിയേഷനുകൾ. അതാണ് ഞാൻ തനി നാടൻ വേഷം ധരിച്ചത്. അതുകഴിഞ്ഞ് ഉച്ചയ്ക്ക് ഒരു ബിസിനസ്സ് മീറ്റിംഗ്. എന്തായാലും ലഞ്ചിന് നമ്മൾ ഓമനയുടെ അടുത്തെത്തും. ലഞ്ച് കഴിഞ്ഞ് ആൽഐനിലേക്ക്.”

മാഡം ഫ്രഷ് ആകാൻ റൂമിലേക്ക് പോയപ്പോൾ ഞാൻ ഓമനചേച്ചിയോട് വിശേഷങ്ങൾ അന്വേഷിച്ചു. അപ്പോൾ അവർ പറഞ്ഞു:

“ജോബി, നിന്നോട് എന്തുമാത്രം നന്ദി പറഞ്ഞാലും എന്റെ കടപ്പാട് തീരില്ല. ഇവിടെ എനിക്ക് ഒരു കുഴപ്പവുമില്ല. മാഡം എല്ലാം എന്നോട് സംസാരിച്ചു. നാട്ടിലെ കടങ്ങളെല്ലാം വീട്ടാമെന്ന് വാക്ക് തന്നു. അതുപോലെ എന്റെ മോന്റെ പഠിത്തം കഴിഞ്ഞാൽ ഇങ്ങോട്ട് കൊണ്ട് വരാമെന്നും ജോലി വാങ്ങിക്കൊടുക്കാമെന്നും പറഞ്ഞു.”

അത് കേട്ടപ്പോൾ എനിക്കും സന്തോഷമായി. ഞാൻ അക്കാര്യം അവരോട് പറയുകയും ചെയ്തു. അപ്പോഴും അവർ പറയുന്നതു കേട്ടു.

“എന്റെ പൊന്നു ജോബി, ഞാൻ നിനക്ക് എന്ത് തന്നാലും ഈ കടം വീടില്ല.”

ഞാൻ ചിരിക്കുകമാത്രം ചെയ്തു. അപ്പോഴേയ്ക്കും മാഡം വന്നിരുന്നു.

ഞങ്ങൾ കാറിൽ കയറി യാത്ര തുടങ്ങിയപ്പോൾ മാഡം എന്നോട് ചോദിച്ചു.

“ജോബി, ഓമന എന്തു പറയുന്നു? അവൾ ഹാപ്പിയല്ലേ? ഞാൻ നിന്നെ സമ്മതിച്ചിരിക്കുന്നു. ഞാൻ മനസ്സിൽ ആഗ്രഹിച്ചതുപോലെയുള്ള ഒരു പങ്കാളി, അല്ല സർവ്വന്റിനെയാണ് നീ എനിക്ക് കൊണ്ടുവന്നത്. നീ എന്ത് ചോദിച്ചാലും ഞാൻ തരും. അത്രമാത്രം ഞാൻ കടപ്പെട്ടിരിക്കുന്നു ജോബി.”

മാഡത്തിന്റെ കോംപ്ലിമെന്റിന് ഞാൻ നന്ദി പറഞ്ഞു. ദുബായിൽ രണ്ട് അസോസിയേഷൻ മീറ്റിംഗുകളിൽ മാഡം പങ്കെടുത്തു. മലയാളി അസോസിയേഷനുകളുടെ മീറ്റിംഗ് ആയതുകൊണ്ടാണ് മാഡത്തിന്റെ

നിർബന്ധത്തിനു വഴങ്ങി ഞാൻ കൂടി പങ്കെടുത്തത്. പൊതുവെ ഇത്തരം സന്ദർഭങ്ങളിൽ ഒഴിഞ്ഞുമാറാറാണ് പതിവ്. ഒരു ടാക്സി ഡ്രൈവറുടെ അതിർവരമ്പുകൾ വ്യക്തമായി അറിയാവുന്നതുകൊണ്ടാണ് അങ്ങനെ ചെയ്യുന്നത്. എല്ലാ മീറ്റിംഗുകളിലും ഇംഗ്ലീഷും മലയാളവും കലർന്ന ഭാഷയിൽ മാഡം സംസാരിച്ചു. ഒരു മീറ്റിംഗിൽ വച്ച് സംഘാടകർ അവരെ ഷോളണിയിക്കുന്നതും കാണാമായിരുന്നു. വനിതാ ബിസിനസ്സുകാരിയായ മാഡം മലയാളികൾക്കിടയിൽ കൂടുതൽ പ്രചാരം നേടുകയായിരുന്നു.

ഉച്ചഭക്ഷണ സമയത്തിനുമുമ്പ് തന്നെ ഞങ്ങൾ ഫ്ളാറ്റിലെത്തി. അപ്പോഴേക്കും ഓമനചേച്ചി ലഞ്ച് റെഡിയാക്കി കഴിഞ്ഞിരുന്നു. എല്ലാ മീറ്റിംഗുകളിലും ചെറിയ സ്നാക്സ് കഴിച്ചിരുന്നതുകൊണ്ട് എനിക്ക് വിശപ്പ് അനുഭവപ്പെട്ടില്ല. ലഞ്ച് കഴിഞ്ഞെന്നു വരുത്തി കുറച്ചുനേരം പത്രവായനയിലായി. അപ്പോൾ മാഡം പറഞ്ഞു:

"ജോബി, നീ ആ ഗസ്റ്റ് റൂമിൽ പോയി കിടന്നേ. ഞാനൊന്ന് റെസ്റ്റ് എടുത്തിട്ട് വരാം. നമുക്ക് രണ്ട് മണിയോടടുത്ത് ആൽഐനിലേക്ക് പോകാം."

മാഡം ബെഡ്റൂമിലേക്ക് പോയി. പത്രവായനയിലായിരുന്ന എന്റെ അരികിൽ ഓമനചേച്ചി വന്നിരുന്നു. നാട്ടുകാര്യങ്ങളും വീട്ടുകാര്യങ്ങളുമെല്ലാം വർത്തമാനങ്ങളിൽ കടന്നുവന്നു. ഭർതൃവിയോഗം അവരുടെ ജീവിതത്തിലുണ്ടാക്കിയ താളപ്പിഴകളും മകന്റെ വിദ്യാഭ്യാസ കാര്യങ്ങളുമെല്ലാം പറഞ്ഞ് അവർ കരഞ്ഞു.

"ജോബി, ഞാനിന്ന് ജീവിക്കുന്നതു തന്നെ എന്റെ മോനു വേണ്ടിയാണ്. ഇപ്പോഴവൻ ഡിഗ്രിക്ക് പഠിക്കുകയാണ്. രണ്ട് വർഷം കൂടി കഴിഞ്ഞ് അവനെ എനിക്കിങ്ങ് കൊണ്ടുവരണം. അതോടെ എന്റെ കഷ്ടപ്പാടുകൾക്ക് അറുതിയുമാവും."

നാട്ടുകാര്യങ്ങളിൽ വേണുവിന്റെ പ്രാരാബ്ധങ്ങളും അവർ പറഞ്ഞു. പെങ്ങമ്മാരുടെ കല്യാണം നടക്കാത്തതുകൊണ്ടുള്ള വിഷമമാണ് വേണുവിന്റെ ഏറ്റവും വലിയ ദുഃഖമെന്ന് ഞാൻ പറഞ്ഞപ്പോൾ അവർ കൂട്ടിച്ചേർത്തു.

"എന്ത് പറയാനാണ്. ഒരുപാട് കല്യാണങ്ങൾ വന്നു. എല്ലാം ശരിയാവുമ്പോൾ അവരുടെ അച്ഛന് അത് ഇഷ്ടപ്പെടില്ല. അയാൾ മരിച്ചല്ലാതെ ആ പെൺകൊച്ചുങ്ങളുടെ കല്യാണം നടക്കില്ല!"

ഞാൻ അപ്പോൾ തന്നെ വേണുവിനെ വിളിച്ച് സംസാരിച്ചു. ഫോൺ ഓമനചേച്ചിക്കും കൊടുത്തു. അവർ ആഹ്ലാദത്തോടെയിരിക്കുന്നതിൽ വേണുവിനും അതിയായ സന്തോഷമായിരുന്നു.

ഞങ്ങളുടെ വർത്തമാനങ്ങൾ പലപ്രാവശ്യം കഴിഞ്ഞപ്പോൾ മാഡം ചെറിയ ഒരു മയക്കം കഴിഞ്ഞ് എഴുന്നേറ്റ് വന്നിരുന്നു. ഉറക്കച്ചടവിൽ മാഡം പറഞ്ഞു:

"ഓമനേ, നല്ലൊരു കോഫിയെടുക്ക്. ഇനി ഞങ്ങൾക്ക് ആൽഐനിൽ പോകാനുള്ളതാണ്."

ഞാൻ ഉറങ്ങാതെ ഒരേ ഇരുപ്പിൽ ഇരിക്കുന്നതു കണ്ടിട്ട് മാഡം പറഞ്ഞു:

“ജോബി, നീ എന്താ റെസ്റ്റ് എടുക്കാത്തത്? നീ ഈ വീട് അന്യമായി കാണേണ്ട. ഇത് സ്വന്തം ഫ്ളാറ്റാണെന്ന് കരുതിയാൽ മതി. പിന്നെ, ഇവിടെ വേറെ ആരാണുള്ളത്? ഞാനും നിന്റെ ഓമനയും!”

ഓമനചേച്ചി കൊണ്ടുവന്ന ബ്രൂകോഫിയുടെ രുചി അപാരം തന്നെയായിരുന്നു. ഞാനവരോട് പറഞ്ഞു:

“ചേച്ചീ, ഇത്ര രുചികരമായ കോഫി ഞാനെന്റെ ജീവിതത്തിൽ കഴിച്ചിട്ടില്ല.”

അവർ ചിരിക്കുകമാത്രം ചെയ്തു. ചിരിച്ചുകൊണ്ട് മാഡം ഓമനചേച്ചിയോട് പറഞ്ഞു:

“അങ്ങനെ എന്തെല്ലാം ഈ ജോബി കഴിക്കാനിരിക്കുന്നു, അല്ലേ ഓമനേ!”

ആ ചിരിയിൽ ഞാനും പങ്കാളിയായി.

ഞങ്ങൾ ആൽഐനിൽ എത്തിയപ്പോൾ മാഡം പറഞ്ഞു:

“ജോബി നമുക്ക് ആൽഐൻ മാളിലേക്ക് പോകാം. നീ എന്നെ അവിടെ വിട്ടിട്ട് റൂമിൽ പൊയ്ക്കോ. ഞാൻ വൈകിട്ട് വിളിക്കാം.”

ആൽഐൻ മോളിന്റെ മുന്നിലെത്തിയപ്പോൾ ഡോക്ടർ സുമനാക്ഷൻ അവിടെ കാത്ത് നിൽക്കുന്നത് ശ്രദ്ധയിൽപെട്ടു. ഞാൻ അദ്ദേഹത്തെ കാണാഞ്ഞതുപോലെ വണ്ടി അല്പം മാറ്റി നിർത്തി. ഇറങ്ങാൻ നേരം മാഡം ആയിരം ദിർഹമെടുത്ത് എന്റെ നേർക്കു നീട്ടി. വിളിക്കുമ്പോൾ മടങ്ങി വരാമെന്ന് പറഞ്ഞ് റൂമിലേക്ക് പോയി. റൂമിലെത്തിയപ്പോൾ നാലര മണി. ഇനി പ്രത്യേക പരിപാടികളൊന്നുമില്ലാത്തതുകൊണ്ട് മയങ്ങാമെന്ന് വിചാരിച്ചു. മാഡത്തിന്റെ ഫോൺകോൾ വന്നപ്പോഴാണ് ഉണർന്നതു തന്നെ. ഫോൺ നോക്കുമ്പോൾ രണ്ട് മിസ്ഡ് കോളുകൾ മാഡത്തിന്റേതായി വന്നിരുന്നു. തിരികെ വിളിച്ച് സോറി പറഞ്ഞു.

“മാഡം ഞാൻ ഉറങ്ങിപോയതുകൊണ്ടാണ് ഫോൺ എടുക്കാത്തത്.”

മാഡം ഒരു ദീർഘനിശ്വാസത്തോടെ അപരിചിത സ്വരത്തിൽ പറഞ്ഞു:

“സാരമില്ല ജോബി, ഞാൻ വിളിച്ചത് ഇന്ന് നീ വരണ്ടായെന്ന് പറയാനാണ്. എനിക്ക് ഒരു ഫ്രണ്ടിനെ കിട്ടി. അദ്ദേഹം എന്നെ ദുബായിൽ ഡ്രോപ്പ് ചെയ്യാമെന്ന് പറഞ്ഞു. നമുക്കിനി വേറൊരു ദിവസം കാണാം. ഞാൻ വിളിക്കാം.”

ഞാൻ താങ്ക്സ് പറഞ്ഞ് സെപ്റ്റംബറിലെ സായാഹ്ന ഉറക്കത്തിലേക്ക് വീണ്ടും അലിയാൻ ശ്രമിച്ചു.

ഒക്ടോബർ

യാദൃശ്ചികമായാണ് സുരേഷ് എന്നെ കാണുന്നത്. ആൽഐനിലെ പ്രശസ്തമായ കമ്പനിയിൽ മാനേജരാണ്. കഴിഞ്ഞ നിരവധി വർഷങ്ങളായി എനിക്ക് സുരേഷിനെ പരിചയമുണ്ട്. അദ്ദേഹത്തിന്റെ ഭാര്യ ഇന്ത്യൻ സ്കൂളിൽ ടീച്ചറാണ്. മക്കൾ പ്രൈമറി സ്കൂൾ വിദ്യാർത്ഥികളാണ്. ദുബായിലെ ഈ ആശുപത്രിയിൽ ആരാണ് കിടക്കുന്നതെന്ന് ചോദിച്ചപ്പോൾ അയാൾ ഒന്നു പതറി. ചിരിച്ചുകൊണ്ട് സുരേഷ് പറഞ്ഞു:

"ഞാനൊരു ഫ്രണ്ടിന്റെ ഫാമിലിയെ കാണാൻ വന്നതാണ്."

സുരേഷ് പെട്ടെന്നു തന്നെ ആൾതിരക്കിൽ മറഞ്ഞു.

ഓമനചേച്ചിയുടെ കഠിനമായ പനിക്ക് ചികിത്സ തേടിയാണ് ഞാൻ അംബികാമാഡത്തോടൊപ്പം ഹോസ്പിറ്റലിൽ എത്തിയത്. അംബികാമാഡം എല്ലാം എന്നെ ചുമതലപ്പെടുത്തി പെട്ടെന്ന് വരാമെന്നു പറഞ്ഞ് ഒരു ബിസിനസ്സ് മീറ്റിംഗിനു പോയി. ചെക്കപ്പുകൾ കഴിഞ്ഞപ്പോൾ രണ്ടു മണി കഴിഞ്ഞിരുന്നു. ഞങ്ങൾ ഹോസ്പിറ്റലിലെ ലാബിനുമുന്നിൽ വച്ച് സന്ധ്യയെ കണ്ടു. ഒപ്പം സുരേഷും ഉണ്ടായിരുന്നു. എന്നെ കണ്ട ഇരുവരും പരിഭ്രമത്തിലായി. ഞാൻ സുരേഷിനെ കണ്ടതായി ഭാവിക്കാതെ സന്ധ്യയോട് കാര്യം അന്വേഷിച്ചു. സന്ധ്യ തികഞ്ഞ പരിഭ്രമത്തോടെ പറഞ്ഞു:

"ചേട്ടാ, ഞങ്ങളിവിടെ ഒരു മീറ്റിംഗിനു വന്നതാണ്. പെട്ടെന്ന് എനിക്കൊരു തലകറക്കമുണ്ടായി. അതുകൊണ്ട് ഹോസ്പിറ്റലിൽ കാണിക്കാമെന്ന് കരുതി."

ഇത്രയും പറഞ്ഞ് സന്ധ്യ സുരേഷിന്റെ മുഖത്തേക്ക് നോക്കി. സുരേഷ് അതേ എന്ന അർത്ഥത്തിൽ തലകുലുക്കി സമ്മതിച്ചു.

ഞാൻ കൂടുതലൊന്നും ചോദിക്കാതെ ഓമനചേച്ചിയെ അവർക്ക് പരിചയപ്പെടുത്തി. സന്ധ്യ ഓമനചേച്ചിയുമായി കുറെ നേരം സംസാരിച്ചു. ഞാൻ ഒരു കമ്പനിക്ക് സുരേഷിനെ തിരഞ്ഞെങ്കിലും അവിടയെങ്ങും കണ്ടില്ല. ഡോക്ടർ സുമനാക്ഷന്റെ മകൾ എങ്ങനെയാണ് സുരേഷിന്റെ കൂടെ ദുബായിലെ മീറ്റിംഗിനെത്തി എന്ന ചിന്തയിലായി ഞാൻ. ഏറെ നേരം കഴിഞ്ഞിട്ടും സുരേഷിനെ കാണാഞ്ഞതുകൊണ്ട് സന്ധ്യയോട് സുരേഷിനെ തിരക്കി.

"ചേട്ടാ, അദ്ദേഹമാണ് എന്റെ കമ്പനിയിലെ മാനേജർ. അതുകൊണ്ടാണ് ഞങ്ങളൊരുമിച്ച് മീറ്റിംഗിന് വന്നത്. ചേട്ടൻ തിരിച്ചു മടങ്ങുമ്പോൾ ഞാൻ കൂടെ വരുന്നു. ഇനി എനിക്ക് മീറ്റിംഗിന് പോകാൻ കഴിയില്ല. സമയം താമസിച്ചുപോയി."

സന്ധ്യയുടെ സംസാരത്തിൽ ആദ്യമുണ്ടായ പരിഭ്രമം ക്രമേണ മാറിയതായി മനസ്സിലാക്കി. കാറിൽ യൂണിഫോം ധരിച്ച് സ്കൂളിലേക്ക് പോകുന്ന ആ ബാലികയുടെ മുഖമായിരുന്നു എന്റെ മനസ്സിൽ സന്ധ്യയ്ക്ക്. നിഷ്കളങ്കമായ ആ മുഖം ഇന്ന് ആകെ മാറിപ്പോയിരിക്കുന്നതായി തോന്നി.

ഡോക്ടർ എന്തു പറഞ്ഞുവെന്ന് അന്വേഷിച്ചപ്പോഴും സന്ധ്യ ഒഴിഞ്ഞുമാറി.

"കുഴപ്പമില്ല. ഇഞ്ചക്ഷൻ തന്നപ്പോൾ തന്നെ എന്റെ ക്ഷീണം മാറി."

ഓമനചേച്ചിയെ ഫ്ളാറ്റിലാക്കിയ ഉടനെ തന്നെ ഞങ്ങൾ ആൽഐനിലേക്ക് മടങ്ങി. ഫാദറിന് അത്യാവശ്യമായി ഒരു ട്രിപ്പുണ്ട്. സമയത്തിന്റെ കാര്യത്തിൽ ഫാദർ തികഞ്ഞ കൃത്യനിഷ്ഠയുള്ള വ്യക്തിയാണ്. തിരികെയുള്ള യാത്രയിൽ സന്ധ്യയുടെ മുഖം വാടിയിരുന്നതായി ഞാൻ ശ്രദ്ധിച്ചിരുന്നു. ജോലിത്തിരക്കുകളെ കുറിച്ചും സന്ധ്യ വാചാലയായി.

"ഭയങ്കര ടെൻഷനാണ് കമ്പനിയിൽ. പിന്നെ സുരേഷേട്ടൻ ഉള്ളതുകൊണ്ട് ഞാൻ പിടിച്ചു നിൽക്കുന്നു."

യു.എ.ഇയിലെ ജോലിത്തിരക്ക് എനിക്കറിവുള്ളതാണ്. ജോലി സമയത്ത് നല്ല പണിയുണ്ടാവും. തികച്ചും അമേരിക്കൻ മോഡൽ അഡ്മിനിസ്ട്രേഷൻ. സുരേഷിനെക്കുറിച്ച് പറഞ്ഞുതുടങ്ങിയ സന്ധ്യ വാചാലയായി. ഞാൻ ചായ കുടിക്കാനായി പെട്രോൾ സ്റ്റേഷനടുത്തുള്ള കഫേറ്റേറിയയിൽ വണ്ടി നിർത്തിയപ്പോൾ സന്ധ്യ പറഞ്ഞു:

"എനിക്കൊന്നും വേണ്ട ചേട്ടാ. നിങ്ങൾ കഴിച്ചിട്ട് വാ."

ബാലികയായിരുന്ന സന്ധ്യയ്ക്ക് വാനില ഐസ്ക്രീം വലിയ ഇഷ്ടമായിരുന്നതുകൊണ്ട് ഞാൻ ചായയുമായി മടങ്ങിയപ്പോൾ ഐസ്ക്രീം കൂടി വാങ്ങിയിരുന്നു.

'വേണ്ടായിരുന്നല്ലോ' എന്ന് പറഞ്ഞ സന്ധ്യ താത്പര്യമില്ലെങ്കിലും ആ ഐസ്ക്രീം കഴിച്ചു. ഇതിനിടയിൽ സന്ധ്യയ്ക്ക് സുരേഷിന്റെ ഫോൺ കോൾ വരുന്നത് ശ്രദ്ധിച്ചിരുന്നു. ആ ഫോൺകോൾ ഒഴിവാക്കുന്ന മട്ടിൽ സന്ധ്യ എന്തൊക്കെയോ പറയുന്നുണ്ടായിരുന്നു. കൂടുതലൊന്നും അന്വേഷിച്ചില്ല.

ഡോക്ടറെക്കുറിച്ച് അന്വേഷിച്ചപ്പോൾ സന്ധ്യ പറഞ്ഞു:

"ഡാഡി ഇപ്പോഴും വളരെ ആക്ടീവ് ആണ്. രാവിലെ എഴുന്നേൽക്കുന്നതും ബെഡ്കോഫിയുണ്ടാക്കുന്നതുമെല്ലാം ഡാഡി തന്നെയാണ്."

സന്ധ്യയുടെ കമ്പനിയിൽ എത്തിയപ്പോൾ സമയം മൂന്നുമണി. താങ്ക്സ് പറഞ്ഞ് ഓഫീസിലേക്ക് പടി കയറുമ്പോൾ സന്ധ്യയുടെ നടത്തത്തിൽ പഴയ ആ ചുറുചുറുക്ക് കാണാൻ കഴിഞ്ഞില്ല. ഞാൻ ഫാദർ പറഞ്ഞ സമയത്തിനും അരമണിക്കൂർ മുമ്പു തന്നെ ചർച്ചിലെത്തി.

ഫാദറുടെ കൂടെ ബർത്ത്ഡേ പാർട്ടിയിൽ പങ്കെടുക്കാൻ പോയത് നിർബന്ധം മൂലമായിരുന്നു. ഷൈജുവിന്റെ മകന്റെ ബർത്ത് ഡേ യഥാർത്ഥത്തിൽ എന്നോട് പറഞ്ഞിരുന്നില്ല. ഷൈജുവുമായി കഴിഞ്ഞ പത്തു വർഷത്തെയെങ്കിലും പരിചയം കാണും. ഒമാനിലെ ഓയിൽ കമ്പനിയിൽ ജോലി ചെയ്യുന്ന ഷൈജുവിന്റെ ഭാര്യ ലിസി ആൽഐൻ ഹോസ്പിറ്റലിലെ സ്റ്റാഫ് നേഴ്സാണ്. ഓരോ മാസമിടവിട്ടുള്ള അവധിക്ക് ഷൈജു ഭാര്യയുടേയും മക്കളുടേയും അടുത്തേക്ക് ഓടിവരും. ലിസിയും മക്കളും എന്റെ സ്ഥിരം കസ്റ്റമേഴ്സ് കൂടിയാണ്. ഷൈജു മടങ്ങി പോവുമ്പോൾ ഭാര്യയുടേയും മക്കളുടേയും യാത്രകൾക്ക് എന്നെയാണ് ചുമതലപ്പെടുത്താറ്. ലിസിക്ക് ഡ്രൈവിംഗ് ലൈസൻസ് കിട്ടിയതോടു കൂടി എനിക്ക് ആ കസ്റ്റമേഴ്സിനെ നഷ്ടപ്പെട്ടു! എന്നാലും ദൂരെയാത്ര കൾക്ക് അവർ എന്നെ തന്നെയാണ് ആശ്രയിച്ചിരുന്നത്.

ഫാദർ ഒരു പാർട്ടിക്ക് പോകണമെന്ന് പറഞ്ഞപ്പോൾ ഷൈജുവിന്റെ കുഞ്ഞിന്റെ ബർത്ത് ഡേ പാർട്ടിക്കായിരിക്കുമെന്ന് ഞാൻ കരുതിയില്ല. സാധാരണ അതിഥികളുമായി പൊതുചടങ്ങിൽ പോകുമ്പോൾ ഒരു ഡ്രൈവറുടെ സ്ഥാനം അറിയാവുന്നതുകൊണ്ട് കാർ പാർക്കിംഗിൽ തന്നെ കാത്ത് നിൽക്കുകയാവും പതിവ്. എന്നാൽ ഫാദറിന്റെ കൂടെ എവിടെ പോയാലും എന്നെക്കൂടെ ചടങ്ങുകൾക്ക് കൂട്ടും. ഒഴിവുകഴിവുകൾ പറഞ്ഞാലും ഫാദർ സമ്മതിച്ച് തരാറില്ല. ഇന്നത്തെ പാർട്ടിയിൽ ഹാളിനു പുറത്ത് വലിയ തിരക്ക് കണ്ടില്ല. പ്രസിദ്ധമായ ഹോട്ടലിലെ മിനി കൺവെൻഷൻ സെന്ററിലായിരുന്നു പാർട്ടി സംഘടിപ്പിച്ചിരുന്നത്.

കാർ പാർക്കിംഗിൽ നിർത്തി ഫാദറുടെ പിന്നാലെ നടക്കുമ്പോഴാണ് ഷൈജു സ്വീകരിക്കാനായി നിൽക്കുന്നത് കണ്ടത്. ഫാദറിനെ ആലിംഗനം ചെയ്ത് സ്വീകരിച്ച് ഹാളിലേക്ക് കൊണ്ടുപോയപ്പോൾ അറിഞ്ഞോ അറിയാതെയോ ഷൈജു എന്നെ കണ്ടതായി ഭാവിച്ചില്ല. പല പ്രാവശ്യം ചിരിക്കാൻ ശ്രമിച്ചെങ്കിലും ഷൈജു ശ്രദ്ധിച്ചിരുന്നില്ല.

മനസ്സിന് അല്പം വിഷമം ഉണ്ടായെങ്കിലും ഹാളിന്റെ പിൻനിരയിൽ സ്ഥാനം പിടിച്ചു. പുറത്തേക്കിറങ്ങണമെന്ന് ആഗ്രഹമുണ്ടായിരുന്നു. പക്ഷേ, പുറത്തേക്കിറങ്ങുമ്പോഴും ഷൈജുവിന്റെ മുന്നിലൂടെവേണം കടന്നു പോകാൻ. ഏതാനും നിമിഷങ്ങൾ കഴിഞ്ഞപ്പോൾ ആഡിറ്റോറിയ ത്തിൽ മ്യൂസിക് പരിപാടികളും കലാപരിപാടികളും ആരംഭിച്ചു. അതോ ടൊപ്പം തിരക്കും വർദ്ധിച്ചു. പിൻനിരയിലേക്ക് അധികമാരും കടന്നു വന്നില്ല. പെട്ടെന്നാണ് ബാലു ശ്രദ്ധയിൽപെട്ടത്. എന്നെ കണ്ടയുടനെ ബാലു പിന്നിലേക്ക് വന്നു.

"ഹായ് ജോബി, നിന്നെ കണ്ടിട്ട് കുറെ നാളായല്ലോ. എന്തൊക്കെ യുണ്ട് വിശേഷങ്ങൾ?"

ഞാനും ബാലുവിനെ കണ്ടിട്ട് ഏറെ നാളുകളായിരുന്നു. ബാലുവും ഞാനുമൊക്കെ ഏതാണ്ട് ഒരേ സമയത്താണ് യുഎഇയിൽ എത്തുന്നത്. ആൽഐനിലെ ഒരു കമ്പനിയിലാണ് ബാലു ജോലി ചെയ്യുന്നത്. ഭാര്യയും മക്കളുമെല്ലാം ആൽഐനിൽ തന്നെയുണ്ട്. തമിഴ്നാട്ടിലെ മധുര സ്വദേശി യാണ് ബാലു. ഞാൻ കുശലങ്ങൾ അന്വേഷിക്കുന്നതിനിടയിൽ ഇന്നത്തെ പാർട്ടിയിൽ എത്തപ്പെട്ടതിന്റെ കാര്യവും പറഞ്ഞു. ഫാദറുടെ മൊട്ടത്തല മുൻവശത്തെ നിരയിൽ എനിക്ക് കാണാം. ഞാൻ ഫാദറിനെ ചൂണ്ടി ക്കാട്ടി പറഞ്ഞു:

"ഫാദർ അവിടുണ്ട്. ഞാൻ ഫാദറുടെ ഡ്രൈവറായി എത്തപ്പെട്ട വിളിക്കാത്ത അതിഥിയാണ്!"

ബാലു തന്റെ സ്വതസിദ്ധമായ ശൈലിയിൽ തമാശ രൂപേണ പറഞ്ഞു:

"ജോബി, എന്റെ മോന്റെ കൂടെയാണ് ഷൈജുവിന്റെ മോൻ പഠിക്കു ന്നത്. ഞങ്ങൾ ഫാമിലി ഫ്രണ്ട്സ് കൂടെയാണ്. പിന്നെ ഏത് പാർട്ടിയാ ണെങ്കിലും ഞാൻ പങ്കെടുക്കും. നല്ല ശാപ്പാട് കഴിക്കാമല്ലോ."

ബാലു പറഞ്ഞത് ശരിയാണെന്ന് എനിക്കറിയാം. നല്ലൊരു ശാപ്പാട്ട് രാമനാണ് ബാലു! ഭാര്യ ഇടയ്ക്കിടക്ക് മാത്രമേ ഇവിടെ നിൽക്കാറുള്ളു. ബാലുവും സ്കൂൾ വിദ്യാർത്ഥിയായ മകനും കൂടെയാണ് താമസം. ബാലുവിന്റെ നാട്ടിലുള്ള കുടുംബ ബിസിനസ്സുകളെല്ലാം നോക്കി നടത്തു ന്നത് ഭാര്യയും അച്ഛനും കൂടെയാണ്. ഫാമിലിയെ കുറിച്ച് സംസാരിക്കുന്ന തിനിടയിൽ ബാലു പറഞ്ഞു:

"ഞാൻ വൈഫിനോട് പറഞ്ഞതാണ് നീ നാട്ടിലെ ബിസ്സിനസൊക്കെ നോക്കി നിൽക്ക്, ഞാനും മോനും കൂടെ ഇടയ്ക്കൊക്കെ അങ്ങോട്ടു വരാമെന്ന്! പക്ഷേ, എന്തു ചെയ്യാം. പറഞ്ഞാൽ കേൾക്കില്ല. ഇടയ്ക്കിട യ്ക്ക് ഇങ്ങോട്ട് കയറി വരും!"

ബാലുവിന് ഭാര്യയെ ഭയമാണെന്ന് എനിക്കറിയാം. ഭാര്യ വന്നാൽ സ്വാതന്ത്ര്യം നഷ്ടപ്പെടുമെന്ന് ബാലു പലപ്പോഴും പറഞ്ഞിട്ടുണ്ട്. പൊതുവെ ഹോട്ടൽ ഭക്ഷണപ്രിയനാണ് ബാലു. നാട്ടിലെ പോലെ തൈരുസാദവും പൊങ്കലും കഴിക്കാൻ താത്പര്യമില്ലാത്തതുകൊണ്ടാണ് ഭാര്യയെ നാട്ടിൽ നിൽക്കാൻ പ്രേരിപ്പിക്കുന്നതെന്ന് ബാലു പലപ്പോഴും സൂചിപ്പിച്ചിട്ടുണ്ട്!

ബർത്ത് ഡേയുടെ പരിപാടികൾ സ്റ്റേജിൽ തുടങ്ങിയപ്പോൾ ഷൈജു കുടുംബസമേതം സ്റ്റേജിൽ പ്രത്യക്ഷപ്പെട്ടു. പുറത്തുകടക്കാൻ പറ്റിയ സാഹചര്യം ഇതാണെന്ന് മനസ്സിലാക്കി ഹാളിലെ പിന്നിലെ ഡോറിലൂടെ പുറത്തേക്ക് നടന്നു. ഒപ്പം ബാലുവും കൂടി. ബാലു പറഞ്ഞു:

"ഏതായാലും ഭക്ഷണം തുടങ്ങുമ്പോൾ താമസിക്കും. അതുവരെ

നമുക്ക് പുറത്തു നിൽക്കാം. ഗിഫ്റ്റുമായി മോനും വൈഫും മുന്നിൽ തന്നെ ഇരുപ്പുണ്ട്."

ഭാര്യയില്ലാത്തപ്പോൾ തമിഴ്ശെൽവൻ എന്ന കുക്കിനെ കൊണ്ടാണ് ബാലു ഭക്ഷണം ഉണ്ടാക്കിയിരുന്നത്. ഭക്ഷണകാര്യത്തിൽ എത്ര പണം ചെലവാക്കാനും ബാലു മടിക്കില്ലായിരുന്നു. എന്നാൽ ഭാര്യ എത്തിക്കഴി ഞ്ഞാൽ ബാലു ഒരു കുട്ടിയെപ്പോലെയാണ്. എവിടെ പോകുന്നുവെങ്കിലും ഭാര്യ കൂടെ ബാലുവിനെ അനുഗമിക്കാറാണ് പതിവ്. ബാലുവിന് ഇത് തീരെ ഇഷ്ടപ്പെട്ടിരുന്നില്ല.

തിരക്ക് കൂടിയപ്പോൾ ഞാൻ കാർപാർക്കിംഗിലേക്ക് പോയി. പാർട്ടി കഴിഞ്ഞ് ഫാദർ ഇറങ്ങി വന്നപ്പോൾ കാറിൽ തന്നെയുണ്ടായിരുന്നു. ഭക്ഷണം കഴിച്ചില്ലേയെന്ന് ഫാദർ ചോദിച്ചപ്പോൾ ഞാൻ കഴിച്ചുവെന്നാണ് പറഞ്ഞത്. അങ്ങനെ കള്ളം പറഞ്ഞതിൽ ഞാൻ പശ്ചാത്തപിക്കാൻ മുതിർന്നില്ല.

സല്ലുവിന്റെ ഫോൺകോൾ വന്നപ്പോൾ അബുദാബിയിൽ ഒരു യാത്ര കഴിഞ്ഞ് മടങ്ങുകയായിരുന്നു. ഒരു മണിക്കൂർ കഴിയുമ്പോൾ ആൽ ഐനിൽ എത്തുമെന്ന് പറഞ്ഞപ്പോൾ അത്യാവശ്യമായി കാണണമെന്നു അവർ ജിമ്മിമാളിൽ ഉണ്ടാവുമെന്നും പറഞ്ഞു. മക്കളുടെ പ്രായമുള്ള പിള്ളാരുമായി എന്ത് ചങ്ങാത്തമെന്ന് തോമസ്സും ജോർജ്ജുമൊക്കെ ചോദിക്കാറുണ്ട്. ഒരുപക്ഷേ ഈ കുട്ടികളിൽ എന്റെ വിവിനെയും വിജി യെയുമൊക്കെയാണ് കാണുന്നത്. ഒരു പിതാവെന്ന നിലയ്ക്ക് എന്റെ മക്കളോട് പെരുമാറാറില്ല. മറിച്ച്, സുഹൃത്തെന്ന നിലയ്ക്ക് മാത്രം. ഒരുപക്ഷേ എനിക്ക് നല്ല ഉപദേശങ്ങൾ തരുന്നതും എന്റെ വിജി തന്നെ യായിരുന്നു. അതുകൊണ്ട് തന്നെയാവണം സല്ലുവും നിവിനും ജിമ്മി യുമൊക്കെ സുഹൃത്തുക്കളായി മാറുന്നതും.

ഒരിക്കൽ ഫാദർ എന്റെ മുന്നിൽ വച്ചു തന്നെയാണ് അക്കാര്യം മനീഷ യോടും ജിൻസിയോടും ചോദിച്ചത്. അന്നവർ പറഞ്ഞത് ഞാനിപ്പോഴും ഓർക്കുന്നു.

"ഫാദർ, ജോബി അങ്കിൾ ഞങ്ങൾ ചെറുപ്പക്കാരുടെ ആരാധ്യ പുരുഷ നാണ്. അദ്ദേഹത്തിന്റെ ഗ്ലാമറോ പദവിയോ ഒന്നുമല്ല, മറിച്ച് അദ്ദേഹ ത്തിന്റെ പെരുമാറ്റമാണ് ഞങ്ങളെ ആകർഷിക്കുന്നത്. അദ്ദേഹം ഞങ്ങളെ സ്നേഹിക്കുകയും ബഹുമാനിക്കുകയും ചെയ്യുന്നു. അതുകൊണ്ടുതന്നെ ജോബിയങ്കിളുമായി ഞങ്ങൾക്ക് നല്ല ആത്മബന്ധമാണുള്ളത്. അതായത്, ഞങ്ങൾക്ക് എന്തും മനസ്സ് തുറന്ന് സംസാരിക്കാൻ കഴിയും. നമ്മുടെ സ്വന്തം പാരന്റ്സുമായി അങ്ങനെ സംസാരിക്കാൻ കഴിയാറുമില്ല! പിന്നെ, എന്തുപ്രശ്നത്തിനും അദ്ദേഹത്തിന്റെ കൈയിൽ ഒരു പരിഹാര മുണ്ടാവും."

കുട്ടികൾ അങ്ങനെ പറഞ്ഞപ്പോൾ യഥാർത്ഥത്തിൽ എനിക്ക് വലിയ

അഭിമാനം തോന്നി. അവർ പോയികഴിഞ്ഞപ്പോൾ എന്നെ ആശ്ലേഷിച്ചു കൊണ്ട് ഫാദർ പറഞ്ഞു:

"നീ അപ്പന്റെ പേര് കാത്ത് സൂക്ഷിക്കുന്നുണ്ടല്ലോ. എനിക്കത് കേട്ടാൽ മതി. നോക്ക്, ഇന്നത്തെ പാരന്റ്സിന്റെ തിരക്കുപിടിച്ച ജീവിതത്തിനിടയിൽ മക്കളുടെ തികച്ചും ന്യായമായ പ്രശ്നങ്ങൾക്കുപോലും പരിഹാരം കാണാൻ അവർ ശ്രമിക്കാറില്ല. ഇത്തരം അവഗണനയാണ് അസാന്മാർഗ്ഗികജീവിതവഴികളിലേക്ക് ചെറുപ്പക്കാരെ ആകർഷിക്കുന്നത്. ഏതായാലും ജോബി, നീ ചെയ്യുന്ന സ്നേഹവായ്പ് കുട്ടികളെ സംബന്ധിച്ച് വലിയ ഒരു കൗൺസലിംഗ് തന്നെയാണ്."

തുടർന്നുള്ള പല കുർബാനകളിലും ഫാദർ പുതുതലമുറയ്ക്കിടയിൽ കാണുന്ന അരക്ഷിതാവസ്ഥയെക്കുറിച്ച് പറയുന്നുണ്ടായിരുന്നു. മാതാപിതാക്കൾക്കും കൗമാരക്കാരായവർക്കും ഫാദർ പ്രത്യേക കൗൺസലിംഗ് ക്ലാസ്സുകളും സംഘടിപ്പിച്ചിരുന്നു.

അബുദാബി-ആൽഐൻ യാത്രകളാണ് എനിക്ക് ഏറ്റവും പ്രിയപ്പെട്ടതെന്ന് പറയാം. റോഡിനിരുവശവും തീർത്ത കൃത്രിമവനവും മരങ്ങളും ചിലപ്പോഴെങ്കിലും കേരളത്തിന്റെ ഓർമകളാണ് നൽകുന്നത്. ഒക്ടോബർ മാസത്തിലെ കേരളകാലാവസ്ഥയിൽ മലയാളം പാട്ടുകളും കേട്ടുകൊണ്ടുള്ള ഈ മരുഭൂമിയാത്ര ആരെയും ആകർഷിക്കും. ഞാൻ സബിതയെ വിളിച്ച് ഒരു നിമിഷം അക്കാര്യം പറയുകയും ചെയ്തു.

ആൽഐനിൽ എത്താറായപ്പോൾ ജിമ്മിയുടെ ഫോൺ കോൾ വന്നു.

"അങ്കിൾ ഞങ്ങൾ ജിമ്മിമാളിൽ ഫുഡ്കോർട്ടിലുണ്ട്. ഇങ്ങോട്ട് വന്നാൽ മതി."

മാളിനുമുന്നിൽ വണ്ടി പാർക്ക് ചെയ്ത് ഞാൻ മുകളിലത്തെ ഫ്ളോറിലേക്ക് പോയി. എസ്കലേറ്ററിൽ കയറിയപ്പോൾ തന്നെ അങ്ങ് മുകളിൽ ജിൻസിയെ കാണാം. എന്നെ കണ്ടയുടനെ ജിൻസി പിന്നാക്കം പോയി. ഉടനെ തന്നെ മോനിഷയുടെ തല പ്രത്യക്ഷപ്പെട്ടു. എസ്ക്കലേറ്ററിൽ നിന്നിറങ്ങിയപ്പോൾ ഫുഡ്കോർട്ടിലെ സബ്‌വേയ്ക്ക് മുന്നിൽ വാനരസംഘം ഇരുപ്പുണ്ട്. എന്നെ കണ്ട എല്ലാവരും എഴുന്നേറ്റു. പതിവുപോലെ അവർ കോഫി ഓർഡർ ചെയ്തു. ഞാനെല്ലാവരോടും കുശലം ചോദിക്കുന്നതിനിടയിൽ സല്ലു പറഞ്ഞു:

"അങ്കിൾ, നമുക്കല്പം മാറിനിന്ന് സംസാരിക്കാം."

ഞാൻ സല്ലുവിന്റെ കൂടെ കുറച്ച് മാറിയുള്ള ഒരു ടേബിളിനുമുന്നിലിരുന്നു. ജിമ്മിയും പിന്നാലെ വന്നു. ജിമ്മിയാണ് ആദ്യം സംസാരിച്ചത്.

"അങ്കിൾ ഞങ്ങൾക്ക് അത്യാവശ്യമായി ചില ഗൈഡൻസ് വേണം."

എന്നുപറഞ്ഞ് അപ്പുറത്ത് കൂടിയിരിക്കുന്ന സുഹൃത്തുക്കളെ നോക്കി സംസാരം തുടർന്നു.

"നമ്മുടെ ജിൻസി ഒരപകടത്തിൽപ്പെട്ടു!"

ഇത് കേട്ടയുടനെ തിരിഞ്ഞ് ജിൻസിയെയും സുഹൃത്തുക്കളെയും നോക്കി. അവരെല്ലാം എന്നെ തന്നെ സൂക്ഷിച്ച് നോക്കിയിരിക്കുകയാണ്. ജിൻസിയുടെ കണ്ണുകളിൽ ദീനഭാവമാണ്. എന്റെ ദൃഷ്ടിയിൽപെടാതെ അവൾ മോനിഷയുടെ പിന്നിലേക്ക് ഒളിക്കുന്നത് ഞാൻ കണ്ടു.

ജിമ്മി തുടർന്നു.

"ജിൻസി ഇന്നലെ യൂണിവേഴ്സിറ്റിയിൽ നിന്നും ദുബായിലെ അവളുടെ സുഹൃത്തിന്റെ ഫ്ളാറ്റിലേക്ക് കാർ ഓടിച്ചു പോവുകയായിരുന്നു. വിജനമായ ഒരു സ്ട്രീറ്റിൽ വച്ച് ഏതാനും പാകിസ്ഥാനികൾ അവളുടെ വണ്ടിക്ക് കൈ കാണിച്ചു. കാർ നിർത്തിയപ്പോൾ അവർ പൊലീസുകാരാണെന്ന് അവളോട് പറഞ്ഞ് ഒപ്പം വണ്ടിയിൽ കയറി."

ഒരു നിമിഷം ജിമ്മിയുടെ തൊണ്ടയിടറി. സല്ലുവാണ് ബാക്കി കാര്യം പറഞ്ഞത്.

"ചുരുക്കി പറഞ്ഞാൽ അങ്കിൾ അവന്മാർ ഇവളെ റേപ്പ് ചെയ്തു!"

പെട്ടെന്ന് എന്റെ കണ്ണുകളിൽ ഇരുട്ട് കയറുന്നതുപോലെ തോന്നി. ഞാൻ ഒരു കവിൾ കോഫി കുടിച്ചുകൊണ്ട് ചോദിച്ചു.

"എന്നിട്ട് എന്തുകൊണ്ട് പൊലീസിൽ കംപ്ലയിന്റ് ചെയ്തില്ല?"

എന്റെ ശബ്ദമുയർന്നപ്പോൾ കുട്ടികളുടെ കണ്ണുകളിൽ ഒരു ഭയപ്പാടുണ്ടാകുന്നത് ഞാൻ കണ്ടു.

സല്ലു പറഞ്ഞു:

"അങ്കിൾ അതാണ് ഞങ്ങളും ചോദിക്കുന്നത്. പക്ഷേ, ഈ ജിൻസി ഇക്കാര്യം ആരോടും പറഞ്ഞില്ല. അവളുടെ പെരുമാറ്റത്തിൽ വന്ന മാറ്റങ്ങൾ കണ്ട് മനീഷ നിർബന്ധിച്ചപ്പോഴാണ് കാര്യങ്ങൾ പറയുന്നത്. ഞങ്ങൾ ആ സ്ട്രീറ്റ് അരിച്ചുപെറുക്കി! പക്ഷേ ആരെയും കണ്ടില്ല. ഒടുവിൽ ഞങ്ങൾ തീരുമാനിച്ചു അങ്കിളിനോട് ചോദിക്കാമെന്ന്."

ഞാൻ ഒരു നിമിഷം ആലോചിച്ചശേഷം പറഞ്ഞു:

"ഏതായാലും ഞാനൊന്ന് ജിൻസിയുമായി സംസാരിക്കട്ടെ."

മോനിഷയെയും ജിൻസിയെയും വിളിച്ച് സംസാരിച്ചു. കരഞ്ഞുകൊണ്ടാണ് ജിൻസി കാര്യങ്ങൾ പറഞ്ഞത്. എന്തായാലും നമുക്ക് പൊലീസിൽ പരാതികൊടുക്കാമെന്ന് പറഞ്ഞപ്പോൾ എന്നെ അദ്ഭുതപ്പെടുത്തിക്കൊണ്ട് ജിൻസി പറഞ്ഞു:

"വേണ്ട അങ്കിൾ, വേണ്ടാ..."

വേണ്ടാത്തതെന്തെന്ന എന്റെ ചോദ്യത്തിന് മനീഷയാണ് മറുപടി പറഞ്ഞത്.

"അതായത് ഇക്കാര്യം വീട്ടുകാർ അറിഞ്ഞാൽ പിന്നെ ഇവൾക്ക് പുറത്തെങ്ങും ഒറ്റയ്ക്കു പോകാൻ കഴിയാതെവരും! ഇപ്പോൾ തന്നെ പപ്പായുടേയും മമ്മിയുടേയും ഒരുപാട് നിയന്ത്രണങ്ങളുണ്ട്. അതിന്റെ

കൂടെ ഇതുകൂടിയറിഞ്ഞാൽ പിന്നെ ഇവളുടെ പഠിത്തത്തെപോലും ബാധിക്കുമെന്നാണ് പേടി."

ജിൻസിയുടെ കണ്ണുനീർ കണ്ടിട്ടാവണം ഫുഡ്കോർട്ടിലിരുന്ന ചില സായിപ്പന്മാർ ഞങ്ങളെ ശ്രദ്ധിച്ചത്. കണ്ണുനീർ തുടയ്ക്കാൻ ഞാൻ ജിൻസിയോട് പറഞ്ഞു.

"നമ്മുടെ മുന്നിൽ രണ്ട് വഴികളുണ്ട്. ഒന്ന് കേസ് കൊടുക്കുക. രണ്ടാമത്തേത് നിങ്ങൾ പറയുന്നതുപോലെ ചെയ്യുക. പക്ഷേ ഞാൻ ആദ്യത്തെ പക്ഷത്താണ്."

വീണ്ടും ഏറെ നേരം അവരുമായി കാര്യങ്ങൾ വിശകലനം ചെയ്തു. ഒടുവിൽ കുട്ടികളുടെ അഭിപ്രായം അംഗീകരിക്കാൻ ഞാനും സമ്മതിച്ചു. ജിൻസിയുടെ മെഡിക്കൽ പരിശോധനയ്ക്ക് ഞാൻ ഒരു ലേഡി ഡോക്ടറേയും പരിചയപ്പെടുത്തിക്കൊടുത്തു. ആയിഷമാഡവുമായി സംസാരിച്ചാണ് കാര്യങ്ങൾ ശരിയാക്കിയത്. ജിമ്മിമാളിൽ നിന്നും പുറത്തേക്കിറങ്ങുമ്പോൾ എന്റെ മനസ്സിൽ വല്ലാത്ത ദുഃഖം. ഉടനെ തന്നെ സബിതയെ വീണ്ടും വിളിച്ചു. കാര്യങ്ങൾ സംസാരിക്കുന്നതിനിടയിൽ ഞാൻ മോളുടെ കാര്യം പ്രത്യേകം തിരക്കി. സബിത പറഞ്ഞു:

"എന്റെ പൊന്ന് അച്ചായാ, അക്കാര്യത്തിൽ ഞാൻ ഏറെ ശ്രദ്ധിക്കുന്നുണ്ട്. സത്യത്തിൽ എനിക്ക് രാത്രി നേരെ ഉറങ്ങാൻ പോലും കഴിയാറില്ല. പത്രത്തിലും മറ്റും കാണുന്ന പീഡനവാർത്തകൾ കേൾക്കുമ്പോൾ നല്ല പേടിയുണ്ട്. എന്നുപറഞ്ഞ് ഇതോർത്ത് അച്ചായൻ വിഷമിക്കുകയൊന്നും വേണ്ട. പിന്നെ ആ പിള്ളേർ കേസുകൊടുക്കാത്തത് വലിയ കഷ്ടമായിപ്പോയി. ആ കാപാലികന്മാരെ ജയിലിലടയ്ക്കേണ്ടതുതന്നെയാണ്. നിങ്ങളുടെ ഗൾഫിലെ നിയമം വച്ച് അവന്മാർക്ക് നല്ല ശിക്ഷ കിട്ടിയേനെ. അല്ലേ?'

സബിതയുമായി കാര്യങ്ങൾ സംസാരിച്ചു കഴിഞ്ഞപ്പോഴാണ് ആശ്വാസമായത്. രാത്രിയിൽ വീണ്ടും വിളിച്ച് മോളുമായി സംസാരിച്ചു.

അബൂക്കായുടെ കടയിൽ ചായകുടിയും പത്രവായനയും നാട്ടുവർത്തമാനങ്ങളുമായി ഇരിക്കുകയായിരുന്നു. പഴയകാല സുഹൃത്തുക്കളായ മലയാളികൾ മിയ്ക്കവാറും ഒരുമിച്ചുകൂടുന്നത് ഇത്തരം കഫേറ്റേറിയകളിലോ റെസ്റ്റോറന്റുകളിലോ ഒക്കെ ആയിരിക്കും. പഴയകാല പ്രവാസ ഓർമകളും നാട്ടുവിശേഷങ്ങളുമെല്ലാം അയവിറക്കി നെടുവീർപ്പിടുന്നത് സാധാരണയാണ്. തൊഴിലാളികളും, ടാക്സി ഡ്രൈവർമാരും ചെറുകിട കച്ചവടക്കാരുമെല്ലാം ഈ കൂട്ടായ്മകളിൽ പങ്കാളികളാകാറുണ്ട്. ഇത്തരം ചർച്ചകളിലെയും കൂട്ടായ്മകളിലെയും സ്ഥിരം അംഗമല്ലെങ്കിലും സമയം കിട്ടുമ്പോഴെല്ലാം ഞാനും ഇവിടെ വരാറുണ്ട്. സമദുഃഖിതരുടെ അതിർവരമ്പുകളില്ലാത്ത കൂട്ടായ്മ വലിയ ഒരാശ്വാസം തന്നെയായിരുന്നു.

ഇപ്പോൾ ഞാൻ വരുന്നത് അബൂക്കായുടെ മകൻ സുൽഫിക്കറുടെ വിശേഷങ്ങൾ അറിയാനാണ്. കോടതിയിൽ മകൻ നിരപരാധിയാണ്

എന്ന് തെളിയിക്കാനുള്ള തന്ത്രപ്പാടിലായിരുന്നു അബൂക്ക. മലയാളി അസോസിയേഷനുകളുടെ പൂർണ പിന്തുണയും അബൂക്കായ്ക്കുണ്ട്. അസോസിയേഷനുകളുടെ രൂപീകരണത്തിലൊക്കെ പ്രധാന പങ്കുവഹിച്ച വ്യക്തിയാണ് അദ്ദേഹം. അതുകൊണ്ടുതന്നെ അദ്ദേഹത്തിന്റെ പ്രശ്നത്തിൽ സമ്പൂർണ പിന്തുണയാണ് മലയാളികൾ നൽകുന്നത്. കഴിഞ്ഞ നാല് പതിറ്റാണ്ടുകൾക്കിടക്ക് അബൂക്ക തന്നെ എത്രയോ മലയാളികളെയാണ് ഇവിടേക്ക് കൂട്ടിക്കൊണ്ട് വന്നിരിക്കുന്നത്. അവരിൽ പലും ഇന്ന് നല്ല നിലയിൽ തന്നെയാണ് ജീവിക്കുന്നത്.

സംസാരിക്കുന്നതിനിടയിൽ അബൂക്കായുടെ വാക്കുകളിൽ ആത്മ ധൈര്യം ചോർന്നു പോയതായി തോന്നി. ഉച്ചയ്ക്ക് ലഞ്ചുണ്ടാക്കാൻ മടിച്ച് വെള്ളയപ്പവും മുട്ടക്കറിയും പാഴ്സലായി വാങ്ങിച്ചു. പുറത്തേക്കിറങ്ങുന്നതിനിടയിൽ യാദൃച്ഛികമായാണ് സുരേഷിനെ കണ്ടത്. അബൂക്കായുടെ കടയിൽ പാഴ്സൽ വാങ്ങാനെത്തിയതായിരുന്നു സുരേഷ്. സുരേഷിനോട് കാര്യമന്വേഷിച്ചപ്പോൾ പറഞ്ഞു:

“ജോബി ഒരു നിമിഷം. നിങ്ങളെയൊന്ന് കാണാനിരിക്കുകയായിരുന്നു. ഇന്ന് അവധിയായതുകൊണ്ട് വൈഫും പിള്ളേരും താമസിച്ചേ എഴുന്നേൽക്കൂ. അപ്പോൾ ഞാൻ വിചാരിച്ചു ഇവിടെ വന്ന് ബ്രേക്ക് ഫാസ്റ്റ് വാങ്ങിക്കൊണ്ട് പോകാമെന്ന്.”

അബൂക്കായുടെ കഫേറ്റേറിയക്ക് പുറത്ത് ഇട്ടിരിക്കുന്ന കസാലയിലിരുന്ന് ഞാൻ പത്രവായന തുടർന്നു.

അരമണിക്കൂർ കഴിഞ്ഞാണ് സുരേഷ് പാഴ്സലുമായി പുറത്തേക്ക് വന്നത്. ഞാൻ കാര്യമന്വേഷിച്ചപ്പോൾ സുരേഷിന്റെ മുഖം ഒന്നുവാടി. എന്നെ അയാളുടെ കാറിനു സമീപം കൂട്ടിക്കൊണ്ടുപോയി. സുരേഷിന്റെ മുഖഭാവങ്ങൾ മാറിമറിഞ്ഞുകൊണ്ടിരുന്നു. അയാൾക്ക് എന്നോട് എന്തോ സീരിയസ്സ് ആയി കാര്യങ്ങൾ പറയണമെന്നുണ്ട്. പക്ഷേ പറയാനുള്ള ധൈര്യമില്ലതാനും. കുറെനേരം എന്തൊക്കെയോ കാര്യങ്ങൾ പറഞ്ഞു. അയാളുടെ പരുങ്ങൽ കണ്ടപ്പോൾ എന്റെ മനസ്സിൽ ചില സംശയങ്ങൾ മുളപൊട്ടി. ഒടുവിൽ അയാളുടെ കാറിലിരുന്നാണ് അക്കാര്യം പറഞ്ഞത്.

“എന്റെ ജോബി, എനിക്ക് നിങ്ങളോട് ചില കാര്യങ്ങൾ പറയണമെന്നുണ്ട്. പക്ഷേ എവിടെ തുടങ്ങണമെന്നറിയില്ല.”

സുരേഷിന്റെ പരുങ്ങൽ കണ്ട് ഞാൻ പറഞ്ഞു:

“എന്റെ സുരേഷേ, നീ എന്തായാലും തുറന്നുപറയ്. നമുക്ക് പരിഹരിക്കാൻ നോക്കാം.”

ഒടുവിൽ മുഖം കുനിച്ചാണ് സുരേഷ് അങ്ങനെ പറഞ്ഞത്.

“ഞാനിന്നൊരു വലിയ ധർമ്മസങ്കടത്തിലാണ്. അന്ന് നിങ്ങൾ എന്നെയും സന്ധ്യയേയും ദുബായിൽ ഹോസ്പിറ്റലിൽ വച്ച് കണ്ടില്ലേ? അതിൽ കാര്യമുണ്ട്. ഞാനും സന്ധ്യയും അടുപ്പത്തിലാണ്. അവൾ ഗർഭിണിയാണ്. പക്ഷേ എന്റെ സ്ഥിതി അറിയാമല്ലോ. ഭാര്യയും രണ്ട്

മക്കളുമുള്ള എനിക്കിപ്പോൾ എന്ത് ചെയ്യണമെന്നറിയില്ല. സന്ധ്യയെ ഒരു വിധം പറഞ്ഞ് സമ്മതിപ്പിച്ചാണ് ഹോസ്പിറ്റലിൽ കൊണ്ടുപോയത്. പക്ഷേ ഗൾഫിലെ നിയമം അറിയാമല്ലോ. ഇവിടെ അബോർഷൻ ചെയ്യാൻ കഴിയില്ല. പ്രത്യേകിച്ചും അവിവാഹിതയായ പെൺകുട്ടികൾക്ക്. എന്റെ ഒരു സുഹൃത്തിന്റെ നിർദ്ദേശമനുസരിച്ചാണ് ഞങ്ങൾ ആ ഹോസ്പിറ്റലിൽ വന്നത്."

സുരേഷ് സംസാരിക്കുന്നതിനിടയിൽ കരയുന്നുണ്ടായിരുന്നു. എനിക്ക് കുറെ നേരത്തേക്ക് എന്തെങ്കിലും ഉരിയാടാൻ കഴിഞ്ഞില്ല. ഞാൻ കൂടെ വളർത്തിയതെന്നു പറയാവുന്ന കുട്ടിയാണ് സന്ധ്യ. സ്കൂളിൽ പഠിക്കുന്ന കാലത്ത് എത്രയോ വർഷക്കാലം അവളെ സ്കൂളിൽ വിട്ടിരുന്നത് ഞാനാണ്. എന്റെ നിശ്ശബ്ദത കണ്ടിട്ടാവണം സുരേഷ് പറഞ്ഞത്.

"എന്റെ പൊന്നു ജോബി, എന്നെ ഈ സംഘർഷത്തിൽ നിന്നും രക്ഷപ്പെടുത്താൻ സഹായിക്കണം."

ഈശ്വരന്റെ ഇംഗിതത്തിനെതിരായി എനിക്ക് പ്രവർത്തിക്കാൻ കഴിയാത്തതുകൊണ്ടാണ് ഞാൻ അങ്ങനെ പറഞ്ഞത്.

"സന്ധ്യ എന്തു പറയുന്നു?"

മുഖത്തുനിന്നും സൺഗ്ലാസ്സ് മാറ്റി കണ്ണുകൾ തുടച്ചുകൊണ്ട് അയാൾ പറഞ്ഞു:

"ആദ്യമൊക്കെ വിവാഹം കഴിക്കണമെന്ന് നിർബന്ധം പിടിച്ചിരുന്നു. പക്ഷേ എന്റെ നിസ്സഹായാവസ്ഥ പറഞ്ഞപ്പോൾ അവൾ അബോർഷന് സമ്മതിച്ചു. അപ്പോഴാണ് നിയമപ്രശ്നം സങ്കീർണ്ണമായത്."

ഒടുവിൽ ഞാൻ പറഞ്ഞു:

"ഏതായാലും നമുക്കൊരു പരിഹാരം കാണണം. ഞാനൊന്ന് സന്ധ്യയുമായി സംസാരിക്കട്ടേ."

ഞാൻ കാറിൽ കയറാൻ തുടങ്ങുമ്പോൾ സുരേഷ് എന്റെ പിന്നാലെ വരുന്നത് കണ്ടു. കാറിനുള്ളിൽ കയറി എന്റെ കൈകളിൽ രണ്ടും അമർത്തിപിടിച്ച് തൊഴുതുകൊണ്ട് അയാൾ പറഞ്ഞു:

"എനിക്ക് അബദ്ധം പറ്റിപ്പോയി. തിരുത്താൻ പറ്റാത്ത തെറ്റ്. മാപ്പ്, മാപ്പ്! എനിക്കെന്റെ ഭാര്യയേയും മക്കളെയും ഉപേക്ഷിക്കാൻ കഴിയില്ല. ഒരു വശത്ത് മക്കൾ, മറുവശത്ത് സന്ധ്യ. ജോബി, എന്നെ കൈവിടരുത്. എന്നെ ഇതിൽനിന്നും രക്ഷിക്കണം. ഞാനെന്ത് വേണമെങ്കിലും ചെയ്യാം."

"തീർച്ചയായും ഇതിനൊരു പരിഹാരമുണ്ടാവും."

ഞാൻ പറഞ്ഞിട്ടും സുരേഷിന് വിശ്വാസമാവാത്തതുപോലെ. അതുകൊണ്ടാണ് എന്റെ മൊബൈൽ നമ്പർ കൂടി വാങ്ങി സുരേഷ് പോയത്. പോകാൻനേരം വീണ്ടും അയാൾ പറഞ്ഞു:

"ഞാൻ വിളിച്ചോട്ടേ. ഞാൻ സന്ധ്യയോട് ജോബിയെ വിളിക്കാൻ പറയാം."

എനിക്ക് രണ്ട് ദിവസത്തെ സാവകാശം വേണമെന്ന് സുരേഷിനോട് പറഞ്ഞു.

ഇന്ന് വലിയ തിരക്കുള്ള ദിവസമല്ല. അപ്പനേയും അമ്മയേയും വിളിച്ച് ഏറെനേരം സംസാരിച്ചു. അപ്പൻ സ്വന്തം ആരോഗ്യത്തെക്കുറിച്ച് ഒന്നും പറഞ്ഞില്ല. പക്ഷേ ബോബിയുടെ കാര്യം സംസാരിച്ചപ്പോൾ സ്വര മിടറുന്നത് ഞാനറിഞ്ഞു. അമ്മച്ചിയോട് സംസാരിച്ചപ്പോഴും ബോബിയുടെ കുടുംബജീവിതം സങ്കീർണമാകുന്നതായാണ് മനസ്സിലാക്കിയത്. ലൗലി അവളുടെ അപ്പന്റെ വീട്ടിലും ബോബി നാട്ടിലുമാണ് താമസം. ഇനിയം മൗനം പാലിക്കുന്നതിൽ അർത്ഥമില്ലെന്ന് മനസ്സിലാക്കിയതുകൊണ്ടാണ് ബോബിയെ വിളിച്ചത്. അവൻ തിരക്കാണെന്ന് പറഞ്ഞ് ഒഴിഞ്ഞുമാറാൻ തുടങ്ങിയെങ്കിലും ഞാൻ തീർത്തു പറഞ്ഞു:

"ബോബി, എനിക്ക് നിന്നോട് അത്യാവശ്യമായി ചില കാര്യങ്ങൾ സംസാരിക്കാനുണ്ട്. നീ ഒഴിഞ്ഞുമാറാൻ നോക്കേണ്ട."

എന്റെ ശബ്ദം ഉയർന്നപ്പോൾ ബോബിയുടെ സ്വരം താഴ്ന്നു. ഞാൻ പറഞ്ഞു:

"നിന്റെ ചേട്ടനായി തന്നെയാണ് ഞാനിപ്പോൾ സംസാരിക്കുന്നത്. നിന്റെ കുടുംബജീവിതം ഇങ്ങനെ തകരാൻ സമ്മതിക്കില്ല. ഞാൻ ലൗലി യുടെ അപ്പനുമായി സംസാരിച്ചിരുന്നു. അവളുടെ പിടിവാശിയെക്കുറിച്ചും മറ്റുമെല്ലാം അദ്ദേഹം സൂചിപ്പിച്ചു. സാരമില്ല, അതൊക്കെ മാറും. നിങ്ങൾ ജീവിതം തുടങ്ങിയിട്ടേയുള്ളൂ. ഞാനൊരു തീരുമാനമെടുക്കുകയാണ്. നിങ്ങൾ രണ്ടുപേരും കൂടി പട്ടണത്തിലേക്ക് ഒരു വീട് വാടകക്കെടുത്ത് താമസം മാറുന്നു. എന്തുപറയുന്നു?"

പെട്ടെന്ന് ബോബിയുടെ സ്വരം ഉയർന്നു.

"അതിന്റെ ആവശ്യമെന്താണ് ചേട്ടായി. പ്രായമായ അപ്പനെയും അമ്മച്ചിയെയും ഉപേക്ഷിച്ച് എനിക്കെങ്ങനെ പോകാൻ കഴിയും?"

ബോബി പറയുന്നതിലും കാര്യമുണ്ടെന്ന് എനിക്കറിയാം. അതു കൊണ്ടാണ് അമ്മച്ചി പറഞ്ഞ കാര്യം ഞാൻ ബോബിയോട് വെളിപ്പെടു ത്തിയത്.

"എടാ ഞാൻ അമ്മച്ചിയുമായും ഇക്കാര്യം സംസാരിച്ചിരുന്നു. എന്റെ അഭിപ്രായം തന്നെയാണ് അമ്മച്ചിക്കുമുള്ളത്. പട്ടണത്തിൽ ജനിച്ചു വളർന്ന ലൗലിക്ക് നമ്മുടെ നാട്ടിൻപുറത്തെ ജീവിതം ഇഷ്ടപ്പെടുന്നു ണ്ടാവില്ല. പിന്നെ അപ്പന്റെയും അമ്മച്ചിയുടെയും കാര്യം നീ ഒന്നുകൊണ്ടും വിഷമിക്കേണ്ട. അമ്മിച്ചിയുടേയും അപ്പന്റേയും ആൾക്കാരല്ലേടാ ചുറ്റും താമസിക്കുന്നത്. പിന്നെ, സബിതയും വിവിനും അടുത്തു തന്നെ യുണ്ടല്ലോ. രാത്രിയിൽ വിവിൻ ചെന്ന് അപ്പനും അമ്മച്ചിക്കും കൂട്ടു കിടന്നോളും."

ബോബിയുടെ സ്വരം വീണ്ടും ഉച്ചത്തിലായി.

“എനിക്കവളുടെ ഇംഗിതം സാധിച്ചു കൊടുക്കാൻ കഴിയില്ല. അവളുടെ വീട്ടിൽപോയി താമസിക്കാൻ എന്റെ പട്ടി പോകും!”

ഞാൻ ഒരു മണിക്കൂറോളം സംസാരിച്ചാണ് ബോബിയെ കാര്യം പറഞ്ഞു മനസ്സിലാക്കിയത്. ഉടനെ തന്നെ ഞാൻ ലൗലിയുടെ അപ്പനേയും വിളിച്ച് സംസാരിച്ചു.

അദ്ദേഹം തുറന്നു പറഞ്ഞു:

“എന്റെ പൊന്നു ജോബി, എന്നോട് ക്ഷമിക്കണേ. എന്റെ മോളെപ്പോലെയുള്ള പെൺമക്കളുണ്ടായാൽ മാതാപിതാക്കൾക്ക് മനസമാധാനം ഉണ്ടാവില്ല. ബോബിയുടെ വിഷമങ്ങൾ എനിക്ക് മനസ്സിലാവും. എല്ലാം ശരിയാകുമായിരിക്കും. അല്ലേ?”

അതുകഴിഞ്ഞ് ഞാൻ സബിതയേയും വിളിച്ച് കാര്യങ്ങൾ ധരിപ്പിച്ചു. അവൾ പറഞ്ഞു:

“ചേട്ടായി ഒന്നുകൊണ്ടും വിഷമിക്കേണ്ട. അപ്പന്റേയും അമ്മച്ചിയുടേയും കാര്യം ഞാൻ നോക്കിക്കൊള്ളാം. ചേട്ടായി പറഞ്ഞതുപോലെ രാത്രി സമയത്ത് വിവിൻ പോയി കൂട്ടുകിടന്നുകൊള്ളും.”

അപ്പനേയും അമ്മച്ചിയേയും വിളിച്ച് കാര്യങ്ങൾ പറഞ്ഞപ്പോൾ അവർക്കിരുവർക്കും ആശ്വാസമായി. അമ്മച്ചി പറഞ്ഞു:

“ഞങ്ങളെയോർത്ത് ബോബി ദുഃഖിക്കേണ്ട. അവൻ അവന്റെ കാര്യം നോക്കട്ടെ. അവന്റെ ജീവിതമാണ് പ്രധാനം. പിന്നെ, എനിക്കെന്റെ ആങ്ങളമാരും മറ്റു കൂടെപ്പിറപ്പുകളും ചുറ്റുമുണ്ട്.”

വീണ്ടും ബോബിയെ വിളിച്ച് സംസാരിച്ചു. വേണുവിന്റെ കാര്യം മനസ്സിൽ വിചാരിച്ചപ്പോഴേക്കും അവന്റെ ഫോൺകോൾ വന്നു. അവന് അഞ്ച് ലക്ഷത്തിന്റെ ലോട്ടറി അടിച്ചെന്ന്! ആദ്യം എനിക്ക് വിശ്വസിക്കാൻ കഴിഞ്ഞില്ല. അവൻ ഇടയ്ക്ക് ഇത്തരം തമാശകൾ ഒപ്പിക്കാറുണ്ട്. പക്ഷേ അവൻ സത്യം ചെയ്ത് പറഞ്ഞപ്പോൾ എനിക്ക് വിശ്വസിക്കാതിരിക്കാൻ കഴിഞ്ഞില്ല. എന്റെ മനസ്സ് നിറഞ്ഞു. ജീവിതം ഒരു വലിയ ചോദ്യചിഹ്നം പോലെ നിൽക്കുന്ന ഘട്ടത്തിൽ ഈശ്വരൻ കൈവിടില്ല എന്നുപറയുന്നത് എത്ര ശരിയാണ്! ഞാൻ വേണുവിന്റെ സഹോദരികളോടും സംസാരിച്ചു. ജീവിതത്തിൽ പുതിയ വെളിച്ചം വീശിയപ്പോൾ അവന്റെ ആത്മവിശ്വാസം പലമടങ്ങ് വർദ്ധിച്ചുവെന്ന് എനിക്കു മനസ്സിലായി.

ഞാൻ വേണുവിനോട് പറഞ്ഞു:

“എടാ ഇപ്പോ മനസ്സിലായില്ലേ ഈശ്വരൻ കൈവിടില്ലെന്ന്. എല്ലാവർക്കും സന്തോഷമായില്ലേ. നിനക്ക് നല്ലത് വരും.”

ഞാൻ വേണുവിനോട് ബോബിയുടെ വീടുമാറ്റത്തെകുറിച്ച് സംസാരിച്ചു. അപ്പോൾ വേണു പറഞ്ഞു:

“എന്തായാലും ഇത് നല്ല തീരുമാനമായെടാ. പിന്നെ, നിന്റെ

അപ്പന്റെയും അമ്മച്ചിയുടെയും കാര്യമോർത്ത് നീ വിഷമിക്കേണ്ട. ഞാനിവിടെയുണ്ടല്ലോ."

ഇന്നത്തെ ദിവസം സന്തോഷത്തിന്റെ ദിവസമായാണ് എനിക്ക് തോന്നിയത്. വൈകിട്ടത്തെ പ്രാർത്ഥനയിൽ ഞാനും മനസ്സറിഞ്ഞ് പങ്കെടുത്തു. എന്റെ സന്തോഷവർത്തമാനങ്ങൾ ഫാദറിനെ ധരിപ്പിച്ച പ്പോൾ അദ്ദേഹമാണ് പ്രാർത്ഥനയിൽ മുൻപന്തിയിൽ തന്നെ നിൽക്കാൻ പറഞ്ഞത്. പ്രാർത്ഥന കഴിഞ്ഞ് തോമസ്സിന്റെ കൂടെ പുറത്തിറങ്ങി അവന്റെ കാറിൽ ഇരിക്കുകയായിരുന്നു. കാർപാർക്കിംഗിൽ വാനരപ്പട ഉണ്ടായിരുന്നു. ഞാനും തോമസ്സും കാറിൽ ഇരിക്കുന്നത് വാനരപ്പട കണ്ടില്ലെന്ന് തോന്നി. സല്ലുവിന്റെ സംസാരം ഉച്ചത്തിലായപ്പോൾ തോമസ്സിന്റെ മുഖത്ത് ദേഷ്യം പടരുന്നത് ശ്രദ്ധിച്ചിരുന്നു. സ്വന്തം മകന്റെ പെരുമാറ്റം ഇഷ്ടപ്പെടാതെ വന്നാൽ ഏതൊരു പിതാവിനും ദേഷ്യപ്പെടാൻ അർഹതയുണ്ടല്ലോ. ഞാൻ വാനരപ്പടയുടെ കൊച്ചുവർത്തമാനങ്ങളിൽ ശ്രദ്ധിക്കുന്നുണ്ടായിരുന്നു. എപ്പോഴോ സല്ലു സുഹൃത്തുക്കളോട് പറയുന്നത് കേട്ടു.

"നീ ഈ ജിൻസിയുടെ നാടകത്തിൽ വിശ്വസിക്കുന്നുണ്ടോ? അവളെ പാകിസ്ഥാനികളൊന്നുമല്ല റേപ്പ് ചെയ്തത്. അവളുടെ പുതിയ കൂട്ടുകാർ തന്നെയാണ്. അവൾ ആൽബത്തിൽ അഭിനയിക്കാൻ പോകുന്നുവെന്ന് കേട്ടപ്പോൾ തന്നെ ഞാനിത് പ്രതീക്ഷിച്ചിരുന്നു. നാട്ടിൽ നിന്നും ചില ഡ്യൂപ്ലിക്കേറ്റ് സിനിമാക്കാർ വന്നിരിക്കുന്നു? അവന്മാർ സിനിമാക്കാരൊന്നു മല്ല. ഞാനപ്പോഴേ ഈ പെണ്ണിനോട് പറഞ്ഞതാണ്. കേട്ടില്ല. പിന്നെ ചെന്ന് കേറിക്കൊടുക്കട്ടേ. ഇപ്പോൾ കരഞ്ഞുനടക്കുന്നതിൽ യാതൊരു കാര്യവുമില്ല."

നിവിനും ജിമ്മിയുമെല്ലാം സല്ലുവിന്റെ അഭിപ്രായത്തോട് യോജിക്കുന്നു ണ്ടായിരുന്നു. വാനരന്മാരുടെ ശബ്ദമുയർന്നപ്പോൾ തോമസ്സ് പറഞ്ഞു:

"നമുക്കു പോയി രണ്ട് പെഗ്ഗ് കഴിച്ചാലോ ചേട്ടാ."

ഞാനും സമ്മതിച്ചു. ഇന്നത്തെ ദിവസം എനിക്ക് സന്തോഷത്തിന്റെ ദിവസം തന്നെയായിരുന്നു. ഒരു ചെറിയ പാർട്ടിക്കുള്ള മൂഡിലായിരുന്നു ഒക്ടോബറിലെ ആ രാത്രിയിൽ ഞാൻ.

നവംബർ

സുരേഷ് പല പ്രാവശ്യം വിളിച്ചിരുന്നു. ഞാൻ ഏറെ ആലോചിച്ചിട്ടും ഒരു പരിഹാരം നിർദ്ദേശിക്കാൻ സാധിച്ചില്ല. ചിലപ്പോഴെങ്കിലും എന്റെ മനസ്സ് മന്ത്രിച്ചിരുന്നു.

“തെമ്മാടിത്തരം കാണിച്ചിട്ട് കരഞ്ഞുവിളിച്ച് നടക്കുന്നു.”

സന്ധ്യയുമായി സംസാരിച്ചിട്ട് ഒരു പരിഹാരം കണ്ടെത്താമെന്ന് പറഞ്ഞെങ്കിലും സന്ധ്യയെ വിളിച്ച് ഇക്കാര്യം ചോദിക്കാൻ എനിക്ക് കഴിഞ്ഞിരുന്നില്ല. എന്റെ വിവിനെക്കാൾ ഏതാനും വയസ്സിന്റെ മാത്രം പ്രായക്കൂടുതലുള്ള കുട്ടിയാണ് സന്ധ്യ. അവൾ എനിക്ക് ഒരു മകൾ അതുമല്ലെങ്കിൽ അനുജത്തി തന്നെയായിരുന്നു. അങ്ങനെയുള്ള സന്ധ്യ യോട് എന്ത് ചോദിക്കാനാണ് എനിക്ക് കഴിയുക. അങ്ങനെയിരിക്കെയാണ് അവിചാരിതമായി സന്ധ്യയുടെ ഫോൺകോൾ വരുന്നത്.

“ചേട്ടാ, എനിക്കത്യാവശ്യമായി ഒന്നു കാണണം. എപ്പോഴാ കഴിയുക? ഞാൻ സുരേഷേട്ടൻ പറഞ്ഞിട്ടാണ് വിളിക്കുന്നത്.”

വൈകിട്ടുതന്നെ ഞാൻ സന്ധ്യയുടെ ഓഫീസിൽ എത്തി. ഏകദേശം അഞ്ച് മണിയോടടുത്ത് കാണും. മറ്റ് സ്റ്റാഫുകളെല്ലാം പൊയ്ക്കഴിഞ്ഞിരി ക്കുന്നു. എന്നെ കണ്ട സന്ധ്യ ഒറ്റ നോട്ടത്തിൽതന്നെ തല തിരിയ്ക്കുക യാണ് ചെയ്തത്. ഒരുപക്ഷേ എന്നെ അഭിമുഖീകരിക്കാനുള്ള ബുദ്ധി മുട്ടുള്ളതുകൊണ്ടാവാം. നിമിഷനേരത്തിനുള്ളിൽ സുരേഷ് പുറത്തേക്ക് വന്ന് എന്നെ മാനേജരുടെ റൂമിലേക്ക് കൊണ്ടുപോയി. സുരേഷിന്റെ ഓഫീസ് വളരെ വലുതായിരുന്നു. അതിനോടടുത്ത് തന്നെയാണ് സന്ധ്യ യുടെ ക്യാബിനും.

ഓഫീസിലെത്തിയ എന്നോട് സുരേഷ് ഇരിക്കാൻ പറഞ്ഞു. ഉടനെ തന്നെ ഓഫീസ്ബോയിയെ കൊണ്ട് എനിക്ക് കോഫി എത്തിച്ചു. ഏതാനും നിമിഷം ഞങ്ങൾ ഒന്നും സംസാരിച്ചില്ല. ഒടുവിൽ ഞാൻ തന്നെ യാണ് അങ്ങനെ പറഞ്ഞത്.

“സുരേഷേ, ഇക്കാര്യത്തിൽ നിങ്ങളുടെ രണ്ടു പേരുടേയും തീരുമാന മാണ് പ്രധാനം.”

ഒരു നെടുവീർപ്പോടെ സുരേഷ് പറഞ്ഞു:

"ജോബി, എനിക്കെന്തായാലും സന്ധ്യയെ വിവാഹം കഴിക്കാൻ കഴിയില്ല. എന്റെ അവസ്ഥ അറിയാമല്ലോ. പിന്നെയുള്ളത് അബോർഷനാണ്. അതിന് സന്ധ്യയ്ക്ക് സമ്മതവുമാണ്!"

ഞങ്ങളുടെ അനുവാദം കാത്തുനിൽക്കാതെയാണ് സന്ധ്യ റൂമിലേക്ക് കടന്നുവന്നത്. വന്നയുടനെ എനിക്കഭിമുഖമായ കസാലയിൽ ഇരുന്നു. മുഖം കുനിച്ചാണ് സന്ധ്യ പറഞ്ഞത്.

"ചേട്ടാ, എന്നോട് ക്ഷമിക്കണം. ഇക്കാര്യം ഡാഡിയും മമ്മിയും അറിയാൻ പാടില്ല. എനിക്ക് ഒരു അബദ്ധം പറ്റിയതാണ്. ഈ സുരേഷേട്ടൻ ഇത്തരക്കാരനാണെന്ന് ഞാൻ അറിഞ്ഞില്ല."

സന്ധ്യ ഏറെ നേരം സംസാരിക്കുകയും ഒടുവിൽ ഏങ്ങലടിച്ച് കരയുകയും ചെയ്തു. സുരേഷ് എന്തൊക്കെയോ ക്ഷമാപണങ്ങൾ നടത്തുന്നുണ്ടായിരുന്നു. ഏറെ നേരം കഴിഞ്ഞപ്പോൾ എനിക്ക് ക്ഷമ കെട്ടു. ഞാനെന്റെ ശബ്ദമുയർത്തിയാണ് അങ്ങനെ പറഞ്ഞത്.

"അതൊക്കെ പോകട്ടെ. ഇനി നിങ്ങളുടെ മുന്നിൽ രണ്ടു വഴികളാണുള്ളത്. ഒന്നുകിൽ വിവാഹം. അല്ലെങ്കിൽ അബോർഷൻ. എന്ത് തീരുമാനിക്കുന്നു? ഞാൻ കുറച്ചുനേരം പുറത്തുനിൽക്കാം. നിങ്ങൾ തീരുമാനിച്ച് കാര്യം എന്നോട് പറയുക."

ഓഫീസിന് പുറത്തുള്ള ഗസ്റ്റ് റൂമിൽ ഏറെനേരം കാത്തിരുന്ന ശേഷമാണ് ഇരുവരും അന്തിമതീരുമാനവുമായി വന്നത്. കരഞ്ഞുകൊണ്ടുതന്നെയാണ് സന്ധ്യ അബോർഷന് സമ്മതിച്ചത്. ഇവിടുത്തെ ഹോസ്പിറ്റലിൽ നടത്തിയാൽ സന്ധ്യയുടെ ഡാഡി അറിയുമെന്നുള്ളതുകൊണ്ട് വീണ്ടും ദുബായിലെ ഏതെങ്കിലും ആശുപത്രിയിൽ ചെയ്യാമെന്ന് തീരുമാനിച്ചു. ആ രാത്രി തന്നെ ഞാൻ അംബികാമാഡത്തിനെ വിളിച്ച് കാര്യം പറഞ്ഞു. പക്ഷേ സന്ധ്യയെകുറിച്ച് സൂചിപ്പിച്ചില്ല. പകരം ഒരു ഫാമിലിക്കു വേണ്ടിയാണെന്ന് പറഞ്ഞു. തമാശയായിട്ടാണെങ്കിലും അംബികാമാഡം പറഞ്ഞു:

"എടേ ജോബി, നീ തന്നെ വല്ല പണിയും ഒപ്പിച്ചതാണോ... കള്ളൻ!"

ഞാൻ ചിരിച്ചു കൊണ്ടുതന്നെയാണ് അല്ലെന്ന് പറഞ്ഞത്. മാഡം അരമണിക്കൂർ കഴിഞ്ഞപ്പോൾ തന്നെ തിരിച്ചുവിളിച്ച് ഡോക്ടറുടെ നമ്പർ എനിക്ക് തന്നിട്ട് പറഞ്ഞു:

"ജോബി, ഈ നമ്പർ ആ ഫാമിലിക്ക് കൊടുക്ക്. എന്നിട്ട് ഞാൻ പറഞ്ഞിട്ടാണ് വിളിക്കുന്നതെന്ന് പറഞ്ഞാൽ മതി."

ഞാൻ സുരേഷിനെ വിളിച്ച് നമ്പർ പറഞ്ഞുകൊടുത്തു. അപ്പോഴാണ് എനിക്ക് ആശ്വാസമായതുതന്നെ. സന്ധ്യയുടെ അമ്മ ശ്യാമള ചേച്ചിയുടെയും ഡോക്ടറുടെയും മുഖം എന്റെ മനസ്സിൽ നിറഞ്ഞുനിന്നു. അവരുടെ കാര്യമോർത്തപ്പോൾ എനിക്ക് സഹതാപമാണ് തോന്നിയത്. ആകെ പ്രതീക്ഷയായുള്ള ഒരേ ഒരു മകൾ പിഴച്ചുപോകുകയെന്ന് പറഞ്ഞാൽ അവർക്കെങ്ങനെ സഹിക്കാൻ കഴിയും. മറുവശത്ത്

സുരേഷിന്റെ കുടിലമായ മുഖവും മനസ്സും എന്നിൽ അറപ്പുളവാക്കി. പക്ഷേ അയാളുടെ ഭാര്യയുടെയും മക്കളുടെയും കാര്യമോർത്തപ്പോൾ എനിക്ക് അയാളുടെ നിസ്സഹായാവസ്ഥ ബോധ്യമായി.

അബൂക്കായുടെ ഫോൺകോൾ വന്നപ്പോൾ ഇങ്ങനെയൊരു അത്യാഹിതമായിരിക്കുമെന്ന് പ്രതീക്ഷിച്ചില്ല. ആദ്യം ഞാൻ കരുതിയത് അദ്ദേഹത്തിന്റെ കാര്യത്തിന് കോടതിയിൽ പോകാനായിരിക്കുമെന്നായിരുന്നു. മോഹനൻ ചേട്ടന് ഇത്തരമൊരു അത്യാഹിതമുണ്ടാവുമെന്ന് ആരും പ്രതീക്ഷിച്ചില്ല. റോഡപകടമായിരുന്നു! സീബ്രാലൈനിലൂടെ റോഡ് ക്രോസ്സ് ചെയ്യുമ്പോൾ അതിവേഗതയിൽ വന്ന കാർ ഇടിച്ചുതെറിപ്പിക്കുകയായിരുന്നുവത്രേ. സംഭാഷണത്തിനിടയിൽ അബൂക്കായുടെ ശബ്ദമിടറുന്നത് ഞാൻ മനസ്സിലാക്കുന്നുണ്ടായിരുന്നു. ഉടനെ തന്നെ ഞാൻ ആശുപത്രിയിലെത്തി. അബൂക്കാ തന്നെയായിരുന്നു എല്ലാറ്റിനും നേതൃത്വം കൊടുത്തത്. മലയാളി അസോസിയേഷന്റെ പഴയ പ്രസിഡന്റ് മാത്രമായിരുന്നില്ല അബൂക്ക. അദ്ദേഹവും സുഹൃത്തുക്കളുമാണ് ആൽഐൻ ഇന്ത്യൻ അസോസിയേഷന്റെ സ്ഥാപക നേതാക്കൾ. അതുകൊണ്ട് ആശുപത്രിയിലും പൊലീസ് സ്റ്റേഷനിലുമെല്ലാം അദ്ദേഹത്തിന് പരിഗണനയും ബഹുമാനവും കിട്ടിയിരുന്നു. ഞാനും അബൂക്കയും ഇന്ത്യൻ എംബസിയിലും മറ്റും അറിയിച്ച് ബോഡി നാട്ടിൽ കൊണ്ടുപോകാനുള്ള ശ്രമങ്ങൾ തുടങ്ങി. ചർച്ചിൽ ഫാദറിന്റെ അനുയായി ആയിരുന്നതുകൊണ്ട് എനിക്കും ഇത്തരം നടപടിക്രമങ്ങളിൽ മുൻപരിചയമുണ്ടായിരുന്നു.

രാത്രി പന്ത്രണ്ടുമണിവരെ ഞങ്ങൾ ഹോസ്പിറ്റലിലും പൊലീസ് സ്റ്റേഷനിലും മറ്റുമായി ഓടി നടന്നു. ഇതിനിടയിൽ അബൂക്കാ എപ്പോഴോ പറയുന്നതു കേട്ടു.

"എന്റെ വലംകയ്യാണ് പോയത്. നിങ്ങൾക്കറിയില്ല! മോഹനൻ എന്റെ സ്വന്തം കൂടപ്പിറപ്പു തന്നെയായിരുന്നു. അത്ര സ്നേഹമായിരുന്നു അവനെന്നോട്. ഞങ്ങൾ തമ്മിൽ എത്ര നാളത്തെ പരിചയമുണ്ടെന്നോ? പാവം. അവന് ഈ ഗൾഫിൽ ഒന്നും നേടാനായില്ല. വെറുതെ മരുഭൂമിയിൽ ജീവിച്ചു തീർത്തു. പല ബിസിനസ്സുകളും നടത്താൻ ശ്രമിച്ചു. ഞാൻ എല്ലാ സഹായങ്ങളും ചെയ്തിട്ടുണ്ട്. പക്ഷേ മോഹനന്റെ മനുഷ്യത്വം വച്ച് ബിസിനസ്സ് ചെയ്യാൻ പറ്റില്ല. എല്ലാം തകർന്നു! ഒരിക്കൽ അവനെന്നോട് പറഞ്ഞിരുന്നു. എന്താ ഇക്കാ, ഞാനെന്ത് ബിസിനസ്സ് ചെയ്താലും എല്ലാവരും എന്നെ കബളിപ്പിക്കുന്നതെന്ന്! കൂടെ ജോലിക്ക് നിൽക്കുന്നവരായാലും കച്ചവടക്കാരായാലും എല്ലാം കണക്കായിരുന്നു."

രാത്രി ഒന്നരയോടെയാണ് ഞങ്ങൾ മോഹനൻചേട്ടന്റെ ഫ്ളാറ്റിൽ എത്തിയത്. കരഞ്ഞ കണ്ണുകളുമായി അദ്ദേഹത്തിന്റെ ഭാര്യ രജനി ടീച്ചറും മക്കളും! ഞങ്ങളെ കണ്ടയുടനെ അവർ വാവിട്ട് കരയാൻ തുടങ്ങി. അബൂക്കായെ കെട്ടിപ്പിടിച്ചുകൊണ്ട് അവർ പറയുന്നുണ്ടായിരുന്നു ഞങ്ങൾക്കാരുമില്ലെന്ന്. കുട്ടികളുടെ കണ്ണുനീർ കണ്ടപ്പോൾ സഹിക്കാൻ

കഴിഞ്ഞില്ല. ഞങ്ങൾ ഏറെ നേരം അവിടെ ചെലവഴിച്ചിട്ടും അധികമാരും വന്നിരുന്നില്ല. ടീച്ചറുടെ സ്കൂളിലെ ചില സുഹൃത്തുക്കൾ വന്നിട്ട് മടങ്ങി പ്പോകുന്നതുകണ്ടു. നിരാലംബരായ ആ കുടുംബത്തെ അവിടെ ഉപേക്ഷിച്ച് പോകാൻ കഴിഞ്ഞില്ല. ഞങ്ങൾ മലയാളി അസോസിയേഷനു മായി ബന്ധപ്പെട്ട് പലരേയും വിളിച്ചു വരുത്തി. രാവിലെയായതോടെ കൂടുതൽ ആൾക്കാർ വന്ന് തലകാണിച്ച് മടങ്ങുന്നതു കണ്ടു. പ്രവാസ ജീവിതത്തിനിടയിലെ തിരക്കിൽ ആർക്കും ഒരു ദിവസം പോലും പാഴാക്കാനില്ല എന്നുള്ളത് സത്യമാണ്.

ഒരുപോള കണ്ണുപോലും അടയ്ക്കാതെയാണ് എംബസിയിലും മറ്റും പോയി പേപ്പറുകൾ ശരിയാക്കിയത്. സന്ധ്യയോടെ മോഹനൻ ചേട്ടന്റെ വീട്ടിൽ മടങ്ങിയെത്തി. കുറച്ചു സുഹൃത്തുക്കൾ അവിടെ കൂടിനില്പുണ്ട്. അബുക്ക രജനിടീച്ചറോട് ചോദിച്ചു:

"ടീച്ചറേ, രണ്ടു ദിവസത്തിനുള്ളിൽ പേപ്പറുകളെല്ലാം ശരിയാവും. ബോഡിയുടെ കൂടെ പോവാൻ മറ്റാരെങ്കിലുമുണ്ടോ."

ഒന്നും മനസ്സിലാവാതെ പൊട്ടിക്കരയുകമാത്രമാണ് ടീച്ചർ ചെയ്തത്. അബൂക്കാ എല്ലാവശങ്ങളും അവരെ പറഞ്ഞു മനസ്സിലാക്കി. മോഹനൻ ചേട്ടന്റെ മൂത്തമകൾ തന്നെയാണ് ഒടുവിൽ പറഞ്ഞത്.

"അങ്കിൾ, ഞങ്ങൾ അച്ഛന്റെ ബോഡിയും കൊണ്ട് പോവാം. ഇനി നമുക്കിവിടെ ആരുമില്ല!"

പറഞ്ഞ് മുഴുമിക്കാൻ ആ കുട്ടിക്ക് കഴിഞ്ഞില്ല. അവൾ പൊട്ടിക്കര യാൻ തുടങ്ങി.

ജീവിതത്തിലെ സങ്കീർണതകൾ എത്ര മാത്രം വലുതാണെന്ന ചിന്തയിലായിരുന്നു ഞാൻ. നാം ഓരോന്ന് ആഗ്രഹിക്കുന്നു. എന്നാൽ നടക്കുന്നതോ മറ്റൊന്ന്. ഒരാഴ്ചത്തെ പരിശ്രമങ്ങൾക്കൊടുവിൽ ബോഡി നാട്ടിലേക്ക് കൊണ്ടുപോകാനുള്ള ഏർപ്പാടായി. ടീച്ചറും കുട്ടികളും ബോഡിയോടൊപ്പം മടങ്ങുന്ന കാഴ്ച ഹൃദയഭേദകമായിരുന്നു.

എയർപോർട്ടിൽ വച്ച് ടീച്ചർ എന്നോട് പറഞ്ഞു:

"ഈ ഉപകാരം ഒരിക്കലും മറക്കില്ല. എനിക്കും മക്കൾക്കും വേണ്ട എല്ലാ സഹായങ്ങളും ചെയ്തതിന് ഒരായിരം നന്ദി."

ആ കുട്ടികളുടെ കണ്ണുകളിലെ നിസ്സഹായാവസ്ഥ എന്റെ മനസ്സിൽ നിറഞ്ഞു നിന്നു. എയർപോർട്ടിൽ നിന്നും മടങ്ങുമ്പോൾ അബുക്കാ പറഞ്ഞു:

"അവന്റെ ഒരേ ഒരാഗ്രഹം വീട് വയ്ക്കുക എന്നതായിരുന്നു. ദൗർഭാഗ്യ വശാൽ അത് പൂർത്തിയാക്കാൻ കഴിഞ്ഞില്ല."

ഞാൻ റൂമിലെത്തിയപ്പോൾ ഫാദർ എന്നെ കാത്ത് നിൽക്കുകയായി രുന്നു. കഴിഞ്ഞ ഒരാഴ്ചയായുള്ള എന്റെ തിരക്കിനെകുറിച്ച് രാവിലെയും ഫാദറിനെ ധരിപ്പിച്ചിരുന്നു. അതിന്റെ വിശേഷങ്ങൾ അറിയാനാണ് അദ്ദേഹം കാത്ത് നിന്നത്. ഒടുവിൽ ഫാദർ പറഞ്ഞു.

"എന്റെ ജോബി, ഞാൻ നിന്നിൽ അഭിമാനിക്കുന്നെടാ. ഒരാൾക്ക് ആവശ്യം വരുമ്പോഴാണ് നാം സഹായിക്കേണ്ടത്. മരിച്ചു കഴിഞ്ഞ സുഹൃത്തിന്റെ ഫാമിലിക്കുവേണ്ടി ഇത്രമാത്രം അനുകമ്പ പ്രകടിപ്പിക്കുന്ന നിന്റെ ഹൃദയ വിശാലതയെ ഞാൻ നമിക്കുന്നു മോനേ."

കഴിഞ്ഞ ഏതാനും ദിവസങ്ങളായുള്ള ക്ഷീണമുണ്ടായിരുന്നതു കൊണ്ട് കിടന്ന പാടേ ഉറങ്ങിപ്പോയി.

അപ്രതീക്ഷിതമായാണ് സുരേഷ് റൂമിൽ വന്നത്. കോളിംഗ് ബെല്ലടിക്കുന്നതുകേട്ട് ഞാൻ ഞെട്ടിയുണർന്നു. അതും വെളുപ്പാൻ കാലത്ത്. നവംബർ മാസത്തിലെ തണുത്ത പ്രഭാതത്തിൽ എഴുന്നേൽക്കുക വളരെ ബുദ്ധിമുട്ട് തന്നെയാണ്. പൊതുവെ ഡ്രൈവർമാർക്ക് ഈ ചൂടും തണുപ്പും തമ്മിൽ വലിയ വ്യത്യാസമില്ല. പ്രത്യേകിച്ചും ടൂറിസ്റ്റ് സീസൺ ആരംഭിച്ച ഈ സമയത്ത്. നവംബർ മാസത്തോടുകൂടി ഗൾഫിൽ സീസൺ ആരംഭിക്കുകയാണ്. ദുബായ് ഗ്ലോബൽ വില്ലേജ്, ഷാർജാ ബുക്ക് ഫെയർ തുടങ്ങി നിരവധി അന്താരാഷ്ട്ര പരിപാടികൾ സംഘടിപ്പിക്കുന്നതും ഈ സമയത്ത് തന്നെയാണ്. മിക്ക ഹോട്ടലുകളിൽ നിന്നും ഇക്കാലത്ത് എനിക്ക് അതിഥികളെ കിട്ടാറുണ്ട്.

ഫാദർ ആയിരിക്കും ബെല്ലടിക്കുന്നുവെന്ന് കരുതിയാണ് ഞാൻ ഡോർ തുറന്നത്. അപ്പോഴാണ് സുരേഷിനെ കണ്ടത്. വെളുത്ത ടീ ഷർട്ടും ട്രാക്ക് സ്യൂട്ടുമൊക്കെ ധരിച്ചാണ് സുരേഷിന്റെ വരവ്. അകത്തേക്കു വരാൻ ക്ഷണിച്ചുകൊണ്ട് ഞാൻ ചോദിച്ചു.

"എന്താ സുരേഷ് ഈ വെളുപ്പാൻ കാലത്ത്? നിങ്ങൾ മോണിംഗ് വോക്കിന് ഇറങ്ങിയതാണെന്ന് കണ്ടാലറിയാം."

സുരേഷിന്റെ മുഖത്ത് വലിയ സന്തോഷമൊന്നും കണ്ടില്ല. കസാലയിൽ ഇരിക്കാൻ പറഞ്ഞിട്ട് ഞാൻ കോഫിയുണ്ടാക്കാൻ തുടങ്ങി. കോഫി വേണ്ടെന്ന് പറഞ്ഞെങ്കിലും രാവിലെ ഒരു അതിഥി വന്നിട്ട് ഒരു ചായയെങ്കിലും കൊടുക്കാതിരിക്കാൻ കഴിഞ്ഞില്ല.

കോഫി സുരേഷിന്റെ നേർക്ക് നീട്ടിക്കൊണ്ട് ഞാൻ എന്റെ കിടക്കയിൽ തന്നെ ചമ്രം പടിഞ്ഞിരുന്നു.

ഏതാനും നിമിഷത്തെ മൗനത്തിനുശേഷമാണ് സുരേഷ് പറഞ്ഞത്.

"എന്റെ പൊന്നു ജോബി, ചേട്ടനെന്നെ സഹായിക്കണം!"

സുരേഷ് എന്നെ ചേട്ടനെന്ന് വിളിക്കുന്നത് കൗതുകമായാണ് എനിക്ക് തോന്നിയത്. പ്രായത്തിൽ എന്നെക്കാൾ ചെറുപ്പമാണെങ്കിലും ഡ്രൈവറായ എന്നെപ്പോലെ ഒരാളെ ചേട്ടനെന്ന് വിളിക്കാൻ സുരേഷിനെ പ്രേരിപ്പിക്കുന്നെങ്കിൽ അതിനു പിന്നിലെ ചേതോവികാരം എനിക്ക് ഊഹിക്കാൻ കഴിയുമായിരുന്നു.

ദുബായിലെ ഹോസ്പിറ്റലിൽ പോയകാര്യം അന്വേഷിച്ചപ്പോൾ സുരേഷ് പറഞ്ഞു:

"ആ ഡോക്ടറും പിന്മാറി. അവർക്കെല്ലാം ഇവിടത്തെ നിയമത്തെ പേടിയാണ്. ഇനി ഞാനാലോചിച്ചിട്ട് ഒരു മാർഗ്ഗമേയുള്ളൂ."

സുരേഷ് അങ്ങനെ പറഞ്ഞപ്പോൾ അയാളുടെ മുഖം കുനിഞ്ഞിരുന്നു. കോഫി ചൂടാറുന്നതിനുമുമ്പ് കുടിക്കാൻ പറഞ്ഞിട്ട് ഞാൻ സുരേഷിനോട് ചോദിച്ചു.

"സന്ധ്യ എന്തു പറയുന്നു?"

എന്റെ ചോദ്യത്തിന് മറുപടി പറയാതെ അയാൾ ഇങ്ങനെ പറഞ്ഞു:

"ചേട്ടാ, ഇനി അബോർഷന് ഒരു വഴി മാത്രമേയുള്ളൂ. ഇന്ത്യയിൽ പോയി അബോർട്ട് ചെയ്യുക."

സുരേഷ് പറഞ്ഞതാണ് ശരിയെന്ന് ഞാനും സൂചിപ്പിച്ചു. എത്രയും പെട്ടെന്ന് തന്നെ നാട്ടിൽ പോയി അബോർട്ട് ചെയ്യാൻ പറഞ്ഞു. അപ്പോഴാണ് വെളുപ്പാൻ കാലത്ത് വന്നതിനു പിന്നിലെ രഹസ്യം പുറത്തായത്.

"ചേട്ടാ സന്ധ്യയോടൊത്ത് ഇപ്പോൾ നാട്ടിൽ പോകാൻ എനിക്ക് കഴിയില്ല. ഇപ്പോൾ തന്നെ എന്റെ ഭാര്യയ്ക്ക് ചില സംശയങ്ങളുണ്ട്. സന്ധ്യയുടെ തുടർച്ചയായ ഫോൺവിളികൾ കൊണ്ട് ഞാൻ സഹികെട്ടിരിക്കുകയാണ്. അതുകൊണ്ട് ചേട്ടൻ സന്ധ്യയോടൊത്ത് ഒന്ന് നാട്ടിൽ പോകണം!"

ഞെട്ടിത്തരിച്ചുകൊണ്ട് ഞാൻ ചോദിച്ചു:

"ഞാനോ? അതും എന്റെ മകളുടെ മാത്രം പ്രായമുള്ള പെൺകുട്ടിയോടൊത്ത്!"

എന്റെ മുഖത്ത് അടങ്ങാത്ത ദേഷ്യമാണ് പ്രതിഫലിച്ചത്. സുരേഷ് എന്റെ കാലുപിടിച്ചുകൊണ്ട് പറഞ്ഞു:

"എന്റെ ചേട്ടാ, എന്നെ കൈവിടരുത്. ഞാൻ ബാംഗ്ലൂരുള്ള എന്റെ സുഹൃത്തായ ഡോക്ടറെക്കൊണ്ട് അയാളുടെ ആശുപത്രിയിൽ തന്നെ എല്ലാം ശരിയാക്കാം. ചേട്ടൻ സന്ധ്യയോടൊത്ത് ആ ഹോസ്പിറ്റൽ വരെ പോയാൽ മതി. എയർ ടിക്കറ്റ്, ഹോട്ടൽ അക്കോമഡേഷൻ എല്ലാം ഞാൻ റെഡിയാക്കാം. രണ്ടു ദിവസത്തെ കാര്യമല്ലെയുള്ളൂ. പിന്നെ ഞാൻ ചേട്ടന് നല്ലൊരു തുക പോക്കറ്റ് മണിയായും തരും."

ഞാൻ ആകെ ധർമ്മസങ്കടത്തിലായി. സ്വന്തം മകളെപോലെയാണ് ഞാൻ ഈ കുട്ടിയെ കൊണ്ടു നടന്നിട്ടുള്ളത്. എനിക്ക് ഈ കുട്ടി ഒരു മകൾ തന്നെയാണ്. ഇനി ഡോക്ടർ സുമനാക്ഷന്റെ മുഖത്ത് ഞാൻ എങ്ങനെ നോക്കും? അദ്ദേഹത്തിന്റെ ഭാര്യ ശ്യാമളചേച്ചി എന്നോട് എന്തുമാത്രം സ്നേഹത്തോടെയാണ് പെരുമാറുന്നത്. ഞാൻ അവരുടെ വീട്ടിൽ നിന്ന് എത്രയോ പ്രാവശ്യം ആഹാരം കഴിച്ചിരിക്കുന്നു. അതെല്ലാം ഓർത്തപ്പോൾ എനിക്ക് തല കറങ്ങുന്നതായി തോന്നി. സുരേഷ് എന്റെ മുന്നിൽ കൊച്ചു കുട്ടികളെപോലെ കെഞ്ചിക്കൊണ്ട് പറഞ്ഞു:

“എന്റെ പൊന്നു ചേട്ടാ, ഞാനെന്ത് വേണമെങ്കിലും ചേട്ടന് തരാം. എന്നെ കൈവിടരുത്.”

ഒടുവിൽ ഞാൻ പറഞ്ഞു:

‘സുരേഷ്, നീ ഇക്കാര്യമെല്ലാം സന്ധ്യയോട് പറഞ്ഞോ? അവൾ സമ്മതിച്ചോ?”

ഒരു നിമിഷത്തെ മൗനത്തിനുശേഷം സുരേഷ് പറഞ്ഞു:

“അതൊന്നും ചേട്ടൻ ആലോചിക്കണ്ടാ. ഞാനവളെ പറഞ്ഞ് സമ്മതിപ്പിച്ചോളാം. അവൾ ഞാൻ കൂടെ വരണമെന്നാണ് വാശിപിടിക്കുന്നത്. പക്ഷേ എന്റെ സാഹചര്യം അവൾക്ക് മനസ്സിലാവില്ല.”

ഞാൻ എന്റെ മനസ്സിൽ പറഞ്ഞു:

“അതേ, അവിവാഹിതയായ ഒരു പെൺകുട്ടിയുടെ മനസ്സ് നിനക്കൊന്നും വായിക്കാൻ കഴിയില്ല. നിനക്ക് നിന്റെ കുടുംബമാണ് വലുത്. അതേ പോലെയാണ് എല്ലാവർക്കും.”

എന്റെ മൗനം കണ്ടിട്ടാവണം സുരേഷ് വീണ്ടും എഴുന്നേറ്റ് വന്ന് എന്റെ കാലുപിടിച്ചത്. ഞാൻ സുരേഷിനെ പിടിച്ച് എഴുന്നേല്പിച്ചു കൊണ്ട് പറഞ്ഞു:

“ഞാൻ സമ്മതിക്കാം. പക്ഷേ യഥാർത്ഥത്തിൽ ഈശ്വരന് നിരക്കാത്ത കാര്യത്തിനാണ് കൂട്ടു നിൽക്കുന്നത്. പിന്നെ, എനിക്ക് നിങ്ങളെയും ഡോക്ടറുടെ കുടുംബത്തെയും വളരെ പരിചയമുള്ളതാണ്. സുമനാക്ഷൻ സാറിന്റെയും ശ്യാമളചേച്ചിയുടെയും അവസ്ഥകൂടെ കണ്ടിട്ടാണ് ഞാൻ ഇതിന് സമ്മതിക്കുന്നത്. അതുപോട്ടെ, സന്ധ്യ എന്തു കാര്യം പറഞ്ഞാണ് നാട്ടിൽ വരിക?”

സുരേഷിന്റെ മുഖത്ത് ചിരി പടരുന്നത് ഞാൻ ദർശിച്ചു. അയാൾ പറഞ്ഞു:

“അതെല്ലാം ഞാൻ കണ്ടുവച്ചിട്ടുണ്ട്. കമ്പനിയുടെ ആവശ്യത്തിന് ഒരു മീറ്റിംഗിന് പോകണമെന്ന് ഞാൻ തന്നെ ഡോക്ടറെ ധരിപ്പിച്ചു കൊള്ളാം.”

സുരേഷിന്റെ പദ്ധതികൾ എന്റെ മുന്നിൽ പടർന്നു പന്തലിച്ചപ്പോൾ എനിക്ക് മനസ്സമാധാനം നഷ്ടപ്പെട്ടുകഴിഞ്ഞിരുന്നു. ഞാൻ ഇക്കാര്യം എങ്ങനെയാണ് സബിതയോട് പറയുക? സബിതയോട് പറയാതെ ഞാൻ വ്യക്തിപരമായ ഒരു കാര്യത്തിലും ഇടപെടാറില്ല. എന്റെ എല്ലാ സമസ്യകൾക്കുമുള്ള പരിഹാരം അവളുടെ കയ്യിലുണ്ടായിരുന്നതുകൊണ്ടു തന്നെയാണ് ഞാൻ എല്ലാ കാര്യവും പറയുന്നതും. ഞങ്ങളുടെ ബന്ധത്തിൽ യാതൊരു രഹസ്യവും ഇതേവരെ ഉണ്ടായിട്ടുമില്ല. എന്റെ ഭാര്യ എന്റെ ഏറ്റവും നല്ല സുഹൃത്തുകൂടിയാണ്. സുരേഷ് റൂമിൽ നിന്നു പോയതിനുശേഷമാണ് ഫാദർ കടന്നുവന്നത്. അപ്പോഴും എന്റെ മനസ്സാക്ഷിയും മനസ്സും തമ്മിൽ ഒടുങ്ങാത്ത ധർമ്മയുദ്ധത്തിലായിരുന്നു. ഫാദറിനുവേണ്ടിയും കോഫി തയ്യാറാക്കി. പക്ഷേ കോഫിക്ക് ടേസ്റ്റ്

പോരെന്ന് പറഞ്ഞപ്പോൾ മാത്രമാണ് ഞാൻ യാഥാർത്ഥ്യലോകത്തേക്ക് മടങ്ങി വന്നതുതന്നെ. ഒടുവിൽ ഞാൻ മനസ്സാക്ഷിയോട് പറഞ്ഞു:

"ഏതായാലും ഇങ്ങനെയൊരു അധർമ്മത്തിന് കൂട്ടുനിൽക്കാമെന്ന് ഞാൻ വാക്കു കൊടുത്തു. തത്ക്കാലം ഇക്കാര്യം സബിതയോട് പറയണ്ടാ. രണ്ടു ദിവസത്തെ കാര്യമല്ലേ ഉള്ളു."

നാട്ടിൽ ഫോൺ വിളിച്ച് സബിതയോട് നാട്ടുവിശേഷങ്ങളും വീട്ടു കാര്യങ്ങളുമെല്ലാം സംസാരിച്ചെങ്കിലും എന്റെ ബാംഗ്ലൂർ യാത്ര മാത്രം രഹസ്യമാക്കി വച്ചു. ടൂറിസ്റ്റുകളുമായി രണ്ടു ദിവസത്തെ ഒമാൻ യാത്ര യുണ്ടെന്ന് മാത്രം സബിതയോട് പറഞ്ഞു.

ആലോചനകൾ അതിരുകടന്നപ്പോൾ ആ പകൽ വെറുതെ കിടന്നു റങ്ങാനാണ് ഞാൻ നീക്കിവച്ചത്.

മീരാമാഡം വളരെ നാളുകൾക്ക് ശേഷമാണ് എന്നെ വിളിക്കുന്നത്. അബുദാബിയിൽ പൊലീസ് ഹെഡ്ക്വാർട്ടേഴ്സിലേക്കാണ് പോകേണ്ടത്. ഞാൻ കാറുമായി എത്തിയപ്പോൾ മാഡം റെഡിയായി നില്പുണ്ടായി രുന്നു. വളരെ സന്തോഷത്തിലായിരുന്നു മാഡം. എന്നെ കണ്ടയുടനെ അവർ പറഞ്ഞു:

"ഹായ് ജോബി, നീ ആകെ സുന്ദരനായിരിക്കുന്നല്ലോ. എവിടെയാ യിരുന്നു കുറെ നാൾ?"

ഞാൻ ഇവിടെ തന്നെ ഉണ്ടായിരുന്നുവെന്ന് പറഞ്ഞപ്പോൾ മാഡം ചിരിച്ചുകൊണ്ട് പറഞ്ഞു:

"ഞാൻ വെറുതെ പറഞ്ഞതാണ് ജോബി. യഥാർത്ഥത്തിൽ ഞാനാണ് ഇവിടില്ലാതിരുന്നത്. ഞാൻ ഫാമിലിയായി ഒരു യൂറോപ്യൻ ടൂറിലായിരുന്നു. എല്ലാ വർഷവുമുള്ള ട്രിപ്പാണത്. ഇത്തവണ സ്വിറ്റ്സർ ലന്റിലും നോർവേയിലുമായി ഏതാണ്ട് ഒരു മാസം കറങ്ങി."

മാഡം യൂറോപ്യൻ വിശേഷങ്ങൾ എന്നോട് പറഞ്ഞുകൊണ്ടിരുന്നു. ഇതിനിടയിൽ മാഡത്തിന്റെ ആവശ്യപ്രകാരം പെട്രോൾ സ്റ്റേഷനടു ത്തുള്ള കഫേറ്റേറിയയിൽ നിന്നും നല്ല ജ്യൂസ് വാങ്ങികൊടുത്തു. ഞാൻ ജ്യൂസ് വേണ്ടെന്ന് പറഞ്ഞപ്പോൾ എന്തെങ്കിലും കഴിച്ചേ പറ്റൂവെന്ന് മാഡം നിർബന്ധിച്ചു. ഒടുവിൽ ഞാൻ ഒരു സ്ട്രോംഗ് കോഫിയിൽ നിർത്തി.

അബുദാബിയോടടുക്കാറായപ്പോൾ മാഡം പറഞ്ഞു:

"ജോബി, ഞാനൊരു സന്തോഷവർത്തമാനം പറയാൻ മറന്നു പോയി."

ഉദ്വേഗത്തോടെ എന്താണെന്ന് ഞാൻ അന്വേഷിച്ചു.

ചിരിച്ചുകൊണ്ട് മാഡം പറഞ്ഞു:

"ജോബി, ഇന്ന് ഞാൻ പോലീസ് ഹെഡ്ക്വാർട്ടേഴ്സിൽ പോകുന്ന തെന്തിനാണെന്ന് അറിയാമോ?"

മാഡം പറഞ്ഞു:

“ജോബി, എനിക്ക് പ്രൊമോഷൻ കിട്ടാൻ പോവുകയാണ്. അതോടൊപ്പം അബുദാബി ഹെഡ്ക്വാർട്ടേഴ്സിലേക്ക് ട്രാൻസ്ഫറും ഉണ്ടാവും. അക്കാര്യത്തിനാണ് ഞാൻ പോകുന്നത്.”

ഞാൻ മാഡത്തിനെ അഭിനന്ദിക്കുകയും ഈ സന്തോഷവാർത്തയ്ക്ക് നല്ല ഒരു ട്രീറ്റ് വേണമെന്ന് പറയുകയും ചെയ്തു. മാഡം ഇന്ന് തന്നെ ട്രീറ്റ് ശരിയാക്കാമെന്ന് പറഞ്ഞു. പക്ഷേ മാഡം അബുദാബിയിലേക്ക് ട്രാൻസ്ഫറാകുന്നത് എനിക്ക് വലിയ നഷ്ടമാണ്. മാഡത്തിൽ നിന്ന് കുറഞ്ഞത് രണ്ട് ട്രിപ്പെങ്കിലും കിട്ടാറുണ്ട്. മാത്രമല്ല, പൊലീസിൽ എനിക്കുള്ള പ്രധാന സ്വാധീനം മീറാമാഡം തന്നെയായിരുന്നു. ഞാൻ അക്കാര്യം മാഡത്തോട് തുറന്നു പറയുകയും ചെയ്തു. അപ്പോൾ മാഡം പറഞ്ഞു:

“ഹേയ് ജോബി, നിനക്ക് എന്ത് ആവശ്യമുണ്ടെങ്കിലും എന്നോട് പറഞ്ഞാൽ മതി. നിനക്ക് പൊലീസിൽ നിന്നും വേണ്ടത് വാസ്തയല്ലേ! അതിന് ഞാനുണ്ട്.’

ഹെഡ്ക്വാർട്ടേഴ്സിൽ മാഡത്തിനെ ഇറക്കിയശേഷം പാർക്കിംഗിൽ കാത്ത് കിടക്കുമ്പോഴും ചിന്തകൾ മാഡത്തെക്കുറിച്ച് തന്നെയായിരുന്നു. സബിതയെ വിളിച്ച് അക്കാര്യം സൂചിപ്പിക്കുകയും ചെയ്തു. സബിത പതിവുപോലെ വിജിയുടെ പഠിത്തത്തെക്കുറിച്ച് പരാതികൾ പറഞ്ഞു. വിവിൻ ഇപ്പോൾ ആകെ മാറിപ്പോയെന്നും ഇടയ്ക്ക് പറഞ്ഞു. പഠനകാര്യത്തിലും വീട്ടുകാര്യങ്ങളിലും അവൻ കൂടുതൽ ഉഷാറായിരിക്കുന്നു പോലും!

ബോബി പട്ടണത്തിലേക്ക് താമസം മാറിയതിൽ എല്ലാവരും സന്തോഷത്തിലായിരുന്നു. ബോബിയോടും സംസാരിച്ചിരുന്നു. അവന്റെ മനസ്സിൽ അപ്പനെയും അമ്മച്ചിയേയും കുറിച്ചുള്ള ചിന്തകളായിരുന്നു. അതൊക്കെ ശരിയാവുമെന്ന് സൂചിപ്പിച്ചു. വിവിൻ അപ്പനും അമ്മച്ചിക്കും കൂട്ടുകിടക്കാൻ രാത്രി പോകാറുണ്ട്. രാവിലെ തിരികെ വരുമത്രേ. അപ്പനെ ഇപ്പോൾ ആശുപത്രിയിൽ കൊണ്ടുപോകുന്നത് വിവിൻ തന്നെയാണ്. ഞാൻ അമ്മച്ചിയെയും വിളിച്ച് സംസാരിച്ചു. ബോബി സന്തോഷത്തോടെ ജീവിക്കുന്നുവെന്നു കേട്ടപ്പോൾ അമ്മച്ചിയും അപ്പനും വലിയ സന്തോഷത്തിലായിരുന്നു. വിവിനെ കുറിച്ച് പറഞ്ഞപ്പോൾ അമ്മച്ചിക്ക് നൂറ് നാക്കായിരുന്നു. ഞാൻ ചെയ്യേണ്ട കടമ എന്റെ മകൻ ചെയ്യുന്നതിൽ ഈശ്വരന് നന്ദി പറഞ്ഞു.

മാഡം വരാൻ താമസിക്കുന്നതുകൊണ്ടാണ് ഞാൻ അടുത്തുള്ള മലയാളികളുടെ കഫേറ്റേറിയയിൽ പോയത്. ചായയും ഒരു നെയ്യപ്പവും കഴിച്ച് തിരികെ പോന്നു. അപ്പോഴേക്കും മാഡത്തിന്റെ ഫോൺകോൾ വന്നിരുന്നു.

മാഡം കൂടുതൽ സന്തോഷത്തിലായതു പോലെ തോന്നി. മാഡം പറഞ്ഞതനുസരിച്ച് ഞങ്ങൾ ഒരു ടർക്കിഷ് റെസ്റ്റോറന്റിലേക്ക് പോയി. എനിക്ക് പലതരം വിഭവങ്ങൾ ചേർന്ന നല്ലൊരു ലഞ്ച് തന്നെയാണ് ട്രീറ്റായി തന്നത്. ഞാൻ മാഡത്തോട് നന്ദി പറഞ്ഞു.

മടക്കയാത്രയിലും മാഡം അതിസന്തോഷത്തിലായിരുന്നു. അടുത്ത യാഴ്ച തന്നെ അബുദാബിയിലേക്ക് ഫ്ളാറ്റ് മാറുമെന്ന് പറഞ്ഞപ്പോൾ ഞാൻ ചോദിച്ചു:

“അപ്പോൾ സാറോ മാഡം?”

മാഡം പറഞ്ഞു:

“ഹസ്ബന്റ് തത്ക്കാലം പിള്ളാരുമായി ആൽ ഐനിൽ തന്നെ യുണ്ടാവും. പിന്നെ, ബിസിനസ്സൊക്കെ നോക്കണ്ടേ? ഞാനും കുഞ്ഞുങ്ങളും അബുദാബിയിലെ പുതിയ ഫ്ളാറ്റിലേക്ക് മാറും.”

മാഡത്തിനെ അവരുടെ വില്ലയിൽ ഇറക്കുമ്പോൾ എനിക്ക് വലിയ വിഷമം തോന്നി. മാഡം വലിയ ഒരു തുക തന്നെയാണ് എനിക്ക് ടിപ്പായി തന്നത്. ഞാൻ തിരികെ മടങ്ങുമ്പോൾ മാഡം പറയുന്നതു കേട്ടു.

“ജോബി, നീ അബുദാബിയിൽ വരുമ്പോൾ എന്നെ വിളിക്കണം.”

ഞാൻ റൂമിലേക്ക് മടങ്ങുമ്പോൾ വല്ലാത്ത നഷ്ടബോധം. അതിൽ കാര്യമില്ലെന്ന് എനിക്കറിയാം. ഓരോ യാത്രയിലും കണ്ടെത്തുന്ന അതിഥി കൾ ആ യാത്ര കഴിയുന്നതോടെ നമ്മെ വിട്ടുപോകുന്നു. പലരേയും ജിവിതത്തിൽ വീണ്ടും കാണാൻ കഴിയാറില്ല.

ദുബായിലെ തിരക്കുള്ള ദിവസമായിരുന്നു അന്ന്. രണ്ട് യൂറോപ്യൻ ടൂറിസ്റ്റുകളാണ് ഉണ്ടായിരുന്നത്. ബുർച് ഖലീഫയും ദുബൈ മാളും കണ്ടുമടങ്ങാൻ എങ്ങനെയായാലും രണ്ട്-മൂന്ന് മണിക്കൂറിൽ കൂടുതൽ എടുക്കുമെന്നുറപ്പുള്ളതുകൊണ്ടാണ് ഞാൻ അംബികാമാഡത്തിന്റെ ഫ്ളാറ്റിലേക്ക് പോയത്. ബെല്ലടിച്ചപ്പോൾ ഓമനചേച്ചിയാണ് വാതിൽ തുറന്നത്. ഇപ്പോൾ അവരാകെ മാറിപോയിരിക്കുന്നു. ഒരു മാസം കൊണ്ട് നാട്ടിൻ പുറത്തുകാരിയായ ഒരു സ്ത്രീ തനി മെട്രോപോളിറ്റൻ ലൈഫ് സ്റ്റൈലിലേക്ക് മാറിയതുകണ്ട് ഞാൻ അമ്പരന്നുപോയി.

അവരെ നോക്കി വായ്പൊളിച്ചു നിൽക്കുന്ന എന്നെ കണ്ടിട്ടാവണം ഓമനചേച്ചി ചോദിച്ചത്:

“എന്താ ജോബി, നിനക്ക് എന്തു പറ്റി?”

അവരുടെ ചോദ്യത്തിൽ പോലും മാറ്റം ഞാൻ കണ്ടു. ഞാനവരോട് ഉള്ളത് തുറന്നു പറഞ്ഞു.

“എന്റെ പൊന്നുചേച്ചി, ഞാൻ നിങ്ങളെ കണ്ട് അന്തംവിട്ട് നിൽക്കുക യായിരുന്നു. ഇപ്പോൾ നിങ്ങളെ കണ്ടാൽ ഇരുപത്തഞ്ച് വയസ്സ് പറയും. ഇത് എന്താ മാറ്റം?”

എന്റെ അടുത്ത് വന്നിരുന്ന് ചുമലിൽ തട്ടി അവർ പറഞ്ഞു:

"എന്റെ ജോബി, എല്ലാം നിനക്കു തോന്നുന്നതാണ്. പിന്നെ ഈയാളും ചുള്ളനായിരിക്കുന്നു."

സ്വഭാവത്തിൽ പോലും അവരിലുണ്ടായ മാറ്റം ഞാൻ മനസ്സിലാക്കി. കോളേജ് വിദ്യാർഥിയുടെ അമ്മയാണെന്ന ചിന്തപോലും അവർ മറന്നിരിക്കുന്നുവെന്ന് മനസ്സിലാക്കാൻ എനിക്ക് ഏറെ സമയം വേണ്ടി വന്നില്ല. അതുകൊണ്ടാണ് ഞാൻ വിഷയം മാറ്റാൻ ശ്രമിച്ചത്.

"നമ്മുടെ മാഡം എവിടെ?"

എന്റെ ചോദ്യം ഇഷ്ടപ്പെടാത്ത മട്ടിലാണ് അവർ മറുപടി പറഞ്ഞത്.

"അംബിക രാവിലെ പോയതാണ്. ഇനി വൈകിട്ടേ വരൂ. അതുവരെ ഞാൻ ഫ്രീയാണ്. ഇയാൾക്ക് തിരക്കൊന്നുമില്ലെങ്കിൽ ഡ്രസ്സ് മാറ്. വൈകിട്ട് പോകാം."

ഓമനചേച്ചിയുടെ പെരുമാറ്റം അതിരുവിടുന്നുവെന്ന് കണ്ടതു കൊണ്ടാണ് ഞാൻ അംബികാമാഡത്തിനെ വെറുതെ ഫോൺ ചെയ്തത്. വികാരങ്ങൾക്ക് നിയന്ത്രണമേർപ്പെടുത്താൻ ഞാൻ ഈശ്വരനല്ലെങ്കിലും ആ നിമിഷം അങ്ങനെ പെരുമാറാനാണ് തോന്നിയത്. അംബികാമാഡം ഉടനെ വരാമെന്ന് പറഞ്ഞു. മാഡം വരുന്നുവെന്ന് കേട്ട മാത്രയിൽ ഓമന ചേച്ചി ലഞ്ച് തയ്യാറാക്കാനുള്ള ശ്രമത്തിലായി. ഞാൻ അംബികാമാഡ ത്തിനെ വിളിച്ചത് ഇഷ്ടപ്പെട്ടില്ല എന്ന് അവരുടെ വാക്കുകളിൽ നിന്നും വ്യക്തമായിരുന്നു.

"ഈയാളെന്തിനാ അംബികയെ വിളിച്ച് വരുത്തിയത്. ഇനിയെനിക്ക് ലഞ്ചുണ്ടാക്കണ്ടേ!"

ഓമനചേച്ചി എന്തൊക്കെയോ പറഞ്ഞു. ഞാനതൊന്നും കേൾക്കാത്ത മട്ടിൽ പത്രവായനയിൽ മുഴുകി.

അപ്പോഴേയ്ക്കും അംബികാമാഡം ഓടിക്കിതച്ച് എത്തിച്ചേർന്നു. എന്നെ ആശ്ലേഷിച്ചുകൊണ്ട് അവർ പറഞ്ഞു:

"ജോബി, നിന്നെ കാണാനില്ലല്ലോ. നിന്നെയൊന്ന് കാണാനായി ഞാൻ കാത്തിരിക്കുകയായിരുന്നു. അടുത്തയാഴ്ച ആൽഐനിൽ എനിക്ക് ചില പരിപാടികളുണ്ട്. എനിക്ക് നിന്റെ സഹായമാവശ്യമുണ്ട്. നിന്റെ കൂടെയിരുന്ന് ലഞ്ച് കഴിക്കാമെന്ന് കരുതിയാണ് ഞാൻ ഓടി വന്നത്."

വളരെ പെട്ടെന്നാണ് ഓമനചേച്ചി ബിരിയാണി തയ്യാറാക്കിയത്. ആഹാരവും കഴിച്ച് ഞാനിറങ്ങുമ്പോൾ അംബികാമാഡം വിളിച്ചു പറഞ്ഞു:

"ജോബി, മറക്കല്ലേ. ഞാൻ വിളിക്കാം."

അംബികാമാഡത്തിനു പിന്നിൽ നിന്ന ഓമനചേച്ചിയുടെ കണ്ണു കളിലെ ആശാഭംഗം എനിക്ക് മനസ്സിലാവുമായിരുന്നു. വൈകിട്ട് ഏറെ

വൈകിയാണ് ഞാൻ റൂമിലെത്തിയത്. ഇതിനിടയ്ക്ക് പല പ്രാവശ്യം ഓമനചേച്ചി എന്നെ വിളിച്ചിരുന്നു. താമസിയാതെ ദുബായിൽ വരുമ്പോൾ കാണാമെന്ന് ഉറപ്പുകൊടുത്തു.

അബുദാബി എയർപോർട്ടിൽ നിന്നും രണ്ട് വിദേശി അതിഥികളുണ്ടെന്ന് ഹോട്ടലിൽ നിന്നും വിളിച്ചു പറഞ്ഞിരുന്നു. റഷീദ് എന്നാണ് ഒരാളുടെ പേര് പറഞ്ഞത്. ആ നയിം ബോർഡുമായി ഞാൻ എയർപോർട്ടിൽ കാത്തുനിന്നു. പാകിസ്ഥാനികളായ ഒരു വൃദ്ധനും അദ്ദേഹത്തിന്റെ മകനുമായിരുന്നു അതിഥികൾ. അവർക്ക് ദുബായിലേക്കാണ് പോകേണ്ടത്. സൗദിയിൽ നിന്നും ഉംറ കഴിഞ്ഞ് വരികയായിരുന്നു റഷീദും ബാപ്പയും. ദുബായിൽ ഒരു സുഹൃത്തിനെ കാണാനാണെന്ന് പറഞ്ഞു. ഞാൻ ഇന്ത്യാക്കാരനാണെന്നറിഞ്ഞതു മുതൽ വൃദ്ധൻ എന്നോട് അതിയായ സ്നേഹം പ്രകടിപ്പിച്ചു. അദ്ദേഹത്തിന് എൺപത്തിനാല് വയസ്സായത്രേ. കുട്ടിക്കാലത്ത് മഹാത്മജിയെ കണ്ട കഥകൾ അദ്ദേഹം വിവരിച്ചു.

എന്നെ ഏറെ അദ്ഭുതപ്പെടുത്തിക്കൊണ്ടാണ് അദ്ദേഹം യു.എ.ഇയിലെ വരവിന്റെ ഉദ്ദേശ്യം പറഞ്ഞത്.

"എന്റെ പേര് സാഹീർ അബ്ബാസെന്നാണ്. എന്റെ ബാല്യകാല സുഹൃത്തായ രാംലാലിനെ കാണാനാണ് ഞാൻ ഇവിടെ വന്നത്. ഞങ്ങൾ കണ്ടിട്ട് ഇപ്പോൾ എഴുപത് വർഷത്തോളം കഴിഞ്ഞിരിക്കുന്നു. വിഭജനാനന്തരം എനിക്കെന്റെ രാംലാലിനെ നഷ്ടപ്പെട്ടു. അവനും കുടുംബവും ഇന്ത്യയിലേക്ക് പലായനം ചെയ്തു!"

വൃദ്ധന്റെ ശബ്ദമിടറുകയും കണ്ണുകൾ നിറഞ്ഞ് ഒഴുകുകയും ചെയ്തു. റഷീദ് ബാപ്പയോട് സംസാരിക്കേണ്ടെന്ന് പറഞ്ഞു. റഷീദ് എന്നോട് പറഞ്ഞു:

"ബാപ്പയ്ക്ക് ഇന്ത്യക്കാരെന്ന് വച്ചാൽ ജീവനാണ്. വിഭജനാനന്തരം ബാപ്പയുടെ അയൽക്കാരും സുഹൃത്തുക്കളിൽ പലരും നാടും വീടും വിട്ട് ഇന്ത്യയിലേക്ക് പോയി. അക്കൂട്ടത്തിൽ പെട്ടതാണ് ബാപ്പയുടെ പ്രിയ സുഹൃത്തായ രാംലാൽജി. വളരെ യാദൃച്ഛികമായാണ് കഴിഞ്ഞ വർഷം ബാപ്പയ്ക്ക് അദ്ദേഹത്തിന്റെ കത്ത് കിട്ടിയത്. അന്നു മുതൽ ബാപ്പയും സുഹൃത്തും തമ്മിൽ സ്ഥിരമായി കത്തെഴുതാറുണ്ട്. ഒടുവിൽ അവർക്കൊന്ന് കാണണമെന്ന ആഗ്രഹമായി. അപ്പോഴാണ് അറിയുന്നത് രാംലാൽജിയുടെ മകൻ ദുബായിലുണ്ടെന്ന്. അങ്ങനെ ഞങ്ങൾ രണ്ട് കുടുംബങ്ങളും കൂടി ചേർന്നെടുത്ത തീരുമാനമാണ് ഈ കൂടിക്കാഴ്ച. രാംലാൽജി ഇപ്പോൾ ദുബായിൽ മകന്റെ അടുത്തുണ്ട്. ഞങ്ങളിപ്പോൾ പോകുന്നത് അവരുടെ അടുത്തേക്കാണ്. രണ്ട് ദിവസം കഴിഞ്ഞ് ഞങ്ങൾ കറാച്ചിയിലേക്ക് മടങ്ങും."

ഇന്ത്യാ-പാക് സാഹോദര്യത്തിന്റെ ഈ യാഥാർത്ഥ്യം എന്റെ മുന്നിൽ നടക്കുമ്പോൾ എനിക്കെന്റെ കണ്ണുകളെ വിശ്വസിക്കാൻ കഴിഞ്ഞില്ല. ഇത്രയും ഊഷ്മളമായ ബന്ധം ഞാനെന്റെ ജീവിതത്തിൽ ഒരിക്കൽ

പോലും കണ്ടിരുന്നില്ല. ദുബായിലെ ഫ്ളാറ്റിൽ വച്ച് കണ്ടുമുട്ടുമ്പോൾ രണ്ട് വൃദ്ധന്മാരും പരിസരം മറന്നാണ് ആലിംഗനം ചെയ്തത്. അവർ ഏഴാംതരത്തിൽ പഠിക്കുമ്പോഴാണത്രേ വിഭജനം നടക്കുന്നത്. രാംലാൽ ഒരു കർഷകനാണത്രേ. അദ്ദേഹത്തിന്റെ മകൻ ദുബായിൽ വലിയ ബിസിനസ്സുകാരനാണ്. രണ്ട് വൃദ്ധന്മാരും അവരുടെ പഴയകാല കഥകളും അനുഭവങ്ങളും പങ്കു വച്ചിരിക്കുന്ന കാഴ്ച എനിക്ക് ഒരു സ്വപ്നം പോലെ യാണ് തോന്നിയത്!

റഷീദ് കറാച്ചിയിൽ ബിസിനസ്സുകാരനാണ്. ബാപ്പയുടെ ബിസിനസ്സ് ഏറ്റെടുത്തു നടത്തുകയാണ് അദ്ദേഹം.

വൃദ്ധന്മാരുടെ അനുഭവങ്ങൾ കേട്ടിരിക്കുകയായിരുന്നു ഞാൻ. സ്വാതന്ത്ര്യത്തിനും വിഭജനത്തിനും മുമ്പുള്ള ഒരു കാലഘട്ടത്തേക്ക് പോകാനുള്ള അവസരമായാണ് എനിക്ക് അനുഭവപ്പെട്ടത്. വിഭജനം മൂലമുള്ള കലഹങ്ങളിൽ രാംലാലിന്റെ പലബന്ധുക്കളും കൊല്ല പ്പെടുകയോ ആത്മഹത്യ ചെയ്യുകയോ ചെയ്തു. രാംലാലിന്റെ കുടുംബത്തെ സംരക്ഷിച്ച് നിർത്തിയത് സാഹീർ അബ്ബാസിന്റെ ബാപ്പയായിരുന്നുവത്രേ. ഒടുവിൽ നിൽക്കക്കള്ളിയില്ലാതെ വന്ന പ്പോഴാണത്രേ രാംലാൽ ഇന്ത്യയിലേക്ക് നാടുകടന്നത്. അവരുടെ സംഭാഷണത്തിൽ മുഴുവൻ നിറഞ്ഞുനിന്നത് നഷ്ടസ്വപ്നങ്ങളുടെ പഴയ കാല സ്മരണകൾ തന്നെയായിരുന്നു.

ദുബായിൽ നിന്നും അവരോട് യാത്ര പറഞ്ഞ് ആൽഐനിലേക്ക് തിരിക്കുമ്പോൾ സന്ധ്യയോടടുത്തിരുന്നു. നവംബർ മാസത്തിലെ തണുപ്പൻ സന്ധ്യയിൽ ഞാൻ കാർ അടിച്ചുപായിക്കുമ്പോൾ എന്റെ മനസ്സിൽ സൗഹൃദത്തിന്റെയും സ്നേഹത്തിന്റെയും പര്യായമായാണ് സാഹീർഅബ്ബാസും രാംലാലും നിറഞ്ഞുനിന്നത്. സൗഹൃദത്തിനും സ്നേഹത്തിനും തടയിടാൻ ഒരു വിഭജനത്തിനും കഴിയില്ലയെന്നാണ് ഇപ്പോൾ എനിക്ക് മനസ്സിലാകുന്നത്. ഞാൻ എഴുപതുകളിലെ ഗാനങ്ങൾ ക്കൊപ്പം കുറച്ചുനേരം കൂടി പഴയ ഭാരതത്തിലെ വ്യക്തിത്വങ്ങളുടെ കൂടെ മനസ്സുകൊണ്ട് സഞ്ചരിച്ചു.

ഡിസംബർ

എയർപോർട്ടിൽ സുരേഷിന്റെ കാറിലാണ് എത്തിയത്. സന്ധ്യ ഡോക്ടറുടെ കാറിലും വന്നു. എയർപോർട്ടിൽ വച്ച് ഡോക്ടർ എന്നെ കാണാതിരിക്കാൻ സുരേഷ് പ്രത്യേകം ശ്രദ്ധിച്ചിരുന്നു. അതുകൊണ്ടാവണം എന്നെക്കൊണ്ട് ആദ്യമേ ചെക്ക്-ഇൻ ചെയ്യിപ്പിച്ചത്. എയർപോർട്ടിനകത്തെ റെസ്റ്റോറന്റിൽ ഭക്ഷണം കഴിക്കാനിരിക്കുമ്പോഴും സന്ധ്യ എന്റെ മുഖത്ത് നോക്കാനോ മിണ്ടാനോ മുതിർന്നില്ല. ഞാൻ എന്തൊക്കെയോ ചോദിച്ചു. എല്ലാം ഒരു കൊച്ചു കുട്ടിയെപോലെ കേട്ട് മറുപടി ഒരു മൂളലിൽ ഒതുക്കി.

ഫ്ളൈറ്റിലും ഞങ്ങൾക്ക് അടുത്തടുത്ത സീറ്റാണ് കിട്ടിയത്. രാത്രിയുടെ ഏതോ വേളയിൽ ഞാൻ ചെറിയ മയക്കത്തിലായി. ഫ്ളൈറ്റിനകത്തെ മങ്ങിയ വെളിച്ചത്തിൽ ഗാഢനിദ്രയ്ക്കുള്ള സാധ്യതയില്ലല്ലോ. എപ്പോഴോ ഞാൻ ഞെട്ടിയുണർന്നു. സന്ധ്യ ഈറൻ കണ്ണുകൾ തുടയ്ക്കുന്നത് എനിക്ക് കാണാം. ഇടയ്ക്കിടയ്ക്ക് എന്നെ ഒളിഞ്ഞു നോക്കുന്നുമുണ്ട്. സന്ധ്യയുടെ കാര്യമോർത്തപ്പോൾ എനിക്കെന്റെ വിജിയുടെ മുഖമാണ് ഓർമവന്നത്. ഒരു മകളുടെ ദുരവസ്ഥയാണ് മനസ്സിൽ പതിഞ്ഞു നിന്നത്. കാമുകരാൽ വഞ്ചിതരാകുന്ന പെൺകുട്ടികളുടെ കഥ നമുക്ക് അപരിചിതമല്ല. എന്നാൽ ഭാര്യയും മക്കളുമുള്ള ഒരു മധ്യവയസ്കനെ പ്രേമിച്ച് ജീവിതം തുലച്ച യുവതിയുടെ കഥ എനിക്ക് പുതിയതുതന്നെയായിരുന്നു! ഒരുപക്ഷേ സ്വന്തം ബോസിന്റെ നിർബന്ധത്തിന് വഴങ്ങിയതായിരിക്കുകയുമാവാം. എന്നാലും വിദ്യാഭ്യാസവും വിവേകബുദ്ധിയുമുള്ള സന്ധ്യയെപ്പോലുള്ള ചെറുപ്പക്കാരികൾ ഇങ്ങനെ തുനിഞ്ഞാൽ എന്ത് ചെയ്യും? നമുക്കൊരുപക്ഷേ ഒരുപാട് സുരേഷുമാരെ കണ്ടെത്താൻ കഴിഞ്ഞെന്നിരിക്കാം. എന്നാൽ അനേകം സന്ധ്യമാരെ കാണാൻ കഴിഞ്ഞെന്നുവരില്ല.

ബാംഗ്ലൂർ എയർപോർട്ടിൽ നിന്നും ഹോട്ടലിലേക്ക് പോയത് സുരേഷിന്റെ സുഹൃത്തിന്റെ കാറിലാണ്. അദ്ദേഹം ബാംഗ്ലൂരിൽ സ്ഥിരതാമസമാക്കിയ മലയാളിയാണ്. സുരേഷിന്റെ സഹപാഠിയായിരുന്നുവത്രേ. പേര് മധുവെന്നാണ്.

ഹോട്ടലിൽ എത്തിയപ്പോൾ മധു പറഞ്ഞു:

“ചേട്ടാ, നിങ്ങൾക്കുള്ള റൂം നൂറ്റിമൂന്നാണ്. ഇതാ ചാവി. ഞാൻ ലഞ്ച്

സമയത്ത് വരാം. ബ്രേക്ക് ഫാസ്റ്റ് ഹോട്ടലിലെ റെസ്റ്റോറന്റിൽ പോയി കഴിച്ചാൽ മതി. നാളെ രാവിലെ നമുക്ക് ഹോസ്പിറ്റലിൽ പോകാം."

റൂമിലെത്തിയപ്പോൾ സന്ധ്യയ്ക്ക് നേരിയ പരിഭ്രമമുണ്ടായെന്നുള്ളത് വാസ്തവമാണ്. ഞാൻ ഉടനെ പറഞ്ഞു:

"സന്ധ്യാ, ഞാൻ മറ്റൊരു റൂമെടുക്കട്ടേ."

ഒരു നിമിഷം മൗനം പാലിച്ചശേഷം സന്ധ്യ പറഞ്ഞു:

"വേണ്ട ചേട്ടാ, ഇത്രയും ദൂരം വന്നതിനുശേഷം ഇനിയെന്തിന് മറ്റൊരു മുറി?"

ഡബിൾ ബെഡ് റൂമുള്ള മുറിയിൽ ഞാൻ ഒരു ബെഡ് നീക്കി കീഴക്കേച്ചുവരിനോട് ചേർത്തിട്ടു. സുരേഷ് ഹോട്ടലിലെ ഫോണിൽ വിളിച്ച് കാര്യങ്ങൾ അന്വേഷിച്ചു. സന്ധ്യയോട് സംസാരിക്കുന്ന അവസര ത്തിൽ ഞാൻ റൂം വിട്ട് പുറത്തേക്ക് പോയി. പാതിയടഞ്ഞ വാതിലിലൂടെ സന്ധ്യയുടെ ഉച്ചത്തിലുള്ള ശബ്ദം കേൾക്കാൻ കഴിഞ്ഞു. സന്ധ്യ പ്രകോ പിതയാകുന്നതിൽ അദ്ഭുതപ്പെടേണ്ട കാര്യമില്ലെന്ന് എനിക്കറിയാം. കുറച്ചു കഴിഞ്ഞപ്പോൾ മധു വീണ്ടും വിളിച്ചു. സംഭാഷണത്തിനിടയിൽ പറഞ്ഞു:

"ചേട്ടാ, എല്ലാ സൗകര്യങ്ങളുമൊക്കെയുണ്ടല്ലോ. വൈഫ് എങ്ങനെ യുണ്ട്?"

മധുവിന്റെ ചോദ്യം കേട്ടപ്പോൾ എന്റെ ഹൃദയത്തിൽ ഒരു വെള്ളിടി വെട്ടിയതുപോലെ തോന്നി. സുരേഷിനെ സഹായിക്കാനിറങ്ങിയ എന്നെ സ്വയം ശപിച്ചു. ഉച്ചയ്ക്കലത്തെ മധുവിന്റെ വീട്ടിലെ ലഞ്ച് ഞാൻ വേണ്ടെന്നു വച്ചു. മധു ഏറെ നിർബന്ധിച്ചെങ്കിലും ഞാൻ അത് ഒഴിവാക്കി. ആ ലഞ്ച് ഒഴിവാക്കിയതിനോട് സന്ധ്യയും യോജിച്ചു. അന്ന് രാത്രിയിൽ സന്ധ്യ ഒരുപോള കണ്ണടച്ചില്ലെന്നതാണ് സത്യം. പിറ്റേന്നു രാവിലെ ആശുപത്രിയിൽ പോകാൻ നേരം മധു കാറുമായി വന്നിരുന്നു. സന്ധ്യ വളരെ ക്ഷീണിതയായിരുന്നു. ആശുപത്രിയിലെ പേപ്പർ വർക്കു കളെല്ലാം മധു തന്നെ ചെയ്തു. ഭർത്താവിന്റെ കോളത്തിൽ എന്നെ ക്കൊണ്ട് ഒപ്പിടുവിച്ചു. സന്ധ്യ വാർഡിനകത്തു കയറിയപ്പോൾ ഞാന റിയാതെ ഒരു ഉൾഭയം എനിക്കുണ്ടായി. അത് ഒരു അച്ഛന്റെ വികാര മാണോ, ഭർത്താവിന്റെ വികാരമാണോ എന്നെനിക്കറിയില്ല. ഞാൻ വിയർക്കുന്നതു കണ്ടിട്ടാവാം മധു എന്നെ ഹോസ്പിറ്റലിലെ റെസ്റ്റോ റന്റിലേക്ക് കൊണ്ടുപോയത്. ചായ കുടിക്കുന്നതിനിടയിൽ മധു പറഞ്ഞു.

"നിങ്ങൾ ലൗ മാര്യേജ് ആയിരുന്നു. അല്ലേ?"

എന്റെ ഹൃദയത്തിൽ മറ്റൊരു വെള്ളിടി കൂടെ വെട്ടി. ഞാൻ ചിരിക്കുക മാത്രം ചെയ്തു. സുരേഷ് എന്ന വ്യക്തിയുടെ സൗഹൃദത്തിന്റെ ആഴം അളക്കാൻ മെനക്കെട്ടില്ല. ഞാനെന്റെ സബിതയെക്കുറിച്ചായിരുന്നു ചിന്തിച്ചത്.

പിറ്റേന്ന് വൈകിട്ട് ബാംഗ്ലൂർ എയർപോർട്ടിൽ നിന്നും വീണ്ടും ഫ്ളൈറ്റ് കയറുമ്പോൾ സന്ധ്യ തീരെ ക്ഷീണിതയായിരുന്നു. പക്ഷേ ഇപ്പോൾ

ആ കുട്ടിയുടെ കണ്ണുകൾ ഈറനണിഞ്ഞിരുന്നില്ല. ചിലപ്പോഴെങ്കിലും എന്റെ മുഖത്തുനോക്കി ചിരിക്കുന്നുണ്ടായിരുന്നു.

ഫ്ളൈറ്റിലെ മങ്ങിയ വെളിച്ചത്തിൽ ഇത്തവണ എനിക്ക് നല്ല ഉറക്കം കിട്ടി. രാത്രിയുടെ ഏതോ യാമത്തിൽ സന്ധ്യ എന്റെ കിടക്കയ്ക്കരികിൽ വന്നു പറഞ്ഞു:

“ചേട്ടാ, ഞാനെന്തിനും തയ്യാറാ. നാളെ ഏതായാലും ഹോസ്പിറ്റലിൽ പോവുകയല്ലേ. ചേട്ടൻ ചെയ്ത സഹായങ്ങൾക്ക് പകരം തരാൻ എനിക്ക് മറ്റൊന്നുമില്ല!”

ഞാൻ ഞെട്ടിയുണർന്നപ്പോൾ സന്ധ്യ അടുത്ത സീറ്റിലിരുന്ന് മയങ്ങുന്നത് കാണാം. ഇത് സ്വപ്നമായിരിക്കണമെന്ന് പ്രാർത്ഥിച്ചപ്പോഴും കഴിഞ്ഞ രാത്രി ഹോട്ടൽ മുറിയിലെ എന്റെ കിടക്കയ്ക്കരികിൽ സന്ധ്യ വന്നിരുന്നോയെന്ന് എനിക്ക് സംശയമായി. ഞാൻ വിയർക്കാൻ തുടങ്ങി. ഇപ്പോഴെന്റെ മുന്നിൽ സബിത മാത്രമേയുള്ളൂ. എനിക്കെന്റെ സബിതയെ വഞ്ചിക്കാൻ കഴിയില്ല. ഈ ബാംഗ്ലൂർ യാത്ര ഞാനെന്റെ സബിതയിൽ നിന്നും ഒളിപ്പിച്ചത് ഒട്ടും ശരിയായില്ലെന്ന് എന്റെ മനസ്സ് ഉച്ചത്തിൽ വിളിച്ചു പറയുന്നതായി തോന്നി. ആൽഐനിൽ മടങ്ങിയെത്തിയാൽ ഉടനെ തന്നെ സബിതയോട് എല്ലാം തുറന്നു പറയണമെന്ന തീരുമാനത്തിൽ എത്തി.

ദുബായ് എയർപോർട്ടിലെത്തിയപ്പോൾ ചിരിച്ച മുഖവുമായി സുരേഷ് കാത്ത് നില്പുണ്ടായിരുന്നു. സന്ധ്യയേയും എന്നെയും ഒരേ കാറിലിരുത്തി ആ ദുഷ്ടകാമുകൻ വണ്ടി അടിച്ചുപായിച്ചു. ആദ്യം എന്നെയാണ് ഇറക്കിയത്. ഇറങ്ങാൻ നേരം സുരേഷ് പറഞ്ഞു:

“ജോബി, ഞാൻ കാണാൻ വരുന്നുണ്ട്.”

സുരേഷിന്റെ ശബ്ദത്തിൽ വീണ്ടും ഒരു ഗാംഭീര്യം ഞാൻ ശ്രദ്ധിച്ചു. ഇടറിയ സ്വരത്തിൽ സന്ധ്യ പറഞ്ഞു:

“ചേട്ടാ, ഈ ഉപകാരം ഞാനൊരിക്കലും മറക്കില്ല.”

ദൂരെ വച്ചുതന്നെ ആൾക്കൂട്ടത്തിനു നടുവിൽ ഫാദറിനെ കണ്ടെങ്കിലും കാണാത്ത ഭാവത്തിൽ റൂമിൽ കയറി കതകടച്ചു.

സബിത പലപ്രാവശ്യം ഫോൺ വിളിച്ചെങ്കിലും ഞാൻ എടുത്തില്ല. ജീവിതത്തിൽ ആദ്യമായി ഭാര്യയെ വഞ്ചിച്ചിരിക്കുന്നുവെന്ന തോന്നൽ. കഴിഞ്ഞ രണ്ടു ദിവസങ്ങളായി എനിക്കുറങ്ങാൻ കഴിഞ്ഞിട്ടില്ല. സൗഹൃദത്തിന്റെ പേരിൽ സ്വന്തം ജീവിതം വച്ചാണ് പന്താടിയതെന്ന പശ്ചാത്താപം എന്നിൽ പിടിമുറുക്കി. പല പ്രാവശ്യം സ്വയം ശപിച്ചു. സുരേഷിന്റെ വാക്ക് കേട്ട് അത്തരമൊരു മണ്ടൻ തീരുമാനത്തിൽ എത്തരുതായിരുന്നു! സബിതയെ വിളിച്ച് എല്ലാം തുറന്നു പറയാമെന്ന് വിചാരിച്ചതാണ്. പക്ഷേ എനിക്ക് അതിനുള്ള ധൈര്യം ഉണ്ടായില്ല. ഒടുവിൽ വിവിന്റെ ഫോൺകോൾ വന്നു. ഇനിയും എനിക്ക് ഒളിച്ചു കളിക്കാൻ കഴിയില്ലെന്ന് മനസ്സിലാക്കിയതുകൊണ്ടാണ് വിവിനെ ഞാൻ തിരിച്ചു വിളിച്ചത്.

വിവിന്റെ ഇടറിയ ശബ്ദം കേൾക്കാം.

“പപ്പാ, എന്തുപറ്റി? ഞങ്ങളെത്ര പ്രാവശ്യം ഫോൺ വിളിച്ചെന്നോ.

രണ്ട് ദിവസമായി മമ്മി ഡ്യൂട്ടിക്ക് പോയിട്ട്. പ്ലീസ് പപ്പാ, എന്തുപറ്റി? സുഖമില്ലേ?"

ഞാൻ എന്തുപറയണമെന്ന് കരുതിയിരിക്കുമ്പോഴാണ് വിവിന്റെ ചോദ്യത്തിൽ എനിക്കുള്ള ഉത്തരവും കിട്ടിയത്. ഞാൻ പറഞ്ഞു:

"അതാ മോനേ, ഞാൻ ഒമാൻ യാത്ര കഴിഞ്ഞ് വന്ന അന്നുമുതൽ സുഖമില്ലാതെ ഹോസ്പിറ്റലിലായിരുന്നു."

വിവിന്റെ കൈയിൽ നിന്നും ഫോൺ വാങ്ങി സബിതയാണ് പിന്നീട് സംസാരിച്ചത്.

"അച്ചായാ, ഇപ്പഴെങ്ങനെയുണ്ട്? ഞാൻ പേടിച്ചു. ഫാദറിനെ വിളിക്കാമെന്ന് കരുതിയിരിക്കുകയായിരുന്നു."

സബിതയോട് ആശുപത്രിയിലാണെന്ന് പറഞ്ഞതുകൊണ്ട് ഞാൻ തത്ക്കാലം തടിതപ്പി. പക്ഷേ എന്റെ മനഃസാക്ഷി അത്തരം നുണകളെ തള്ളിക്കളയാനാണ് എന്നോട് പറഞ്ഞത്. സ്നേഹമയിയായ ഭാര്യയോട് കള്ളം പറയേണ്ടെന്ന് മനസ്സാക്ഷി എന്നോട് മന്ത്രിച്ചുകൊണ്ടിരുന്നു. എന്റെ മനസ്സ് അതിന് അനുവദിക്കുന്നുമില്ല. മനസ്സ് പറഞ്ഞത് ഇത്രമാത്രം.

"നീ എന്ത് തെറ്റാണ് ചെയ്തത്. ഇന്നത്തെ ലോകത്ത് തെറ്റ് ചെയ്യാത്ത ആരാണുള്ളത്? ഇതൊക്കെ ജീവിതത്തിന്റെ ഭാഗം മാത്രമല്ലേ?"

രണ്ട് ദിവസമായി ഞാൻ ഡ്യൂട്ടിക്ക് പോകുന്നുണ്ടായിരുന്നില്ല. ഫാദറിനെ ഒഴിവാക്കി മുങ്ങി നടക്കുകയായിരുന്നു. ഞാൻ പ്രതീക്ഷിച്ചതു പോലെ പിറ്റേന്ന് രാവിലെ തന്നെ ഫാദർ ഡോറിൽ വന്ന് മുട്ടി. പതിവു പോലെ കോഫിയും കഴിച്ചിട്ടുമാത്രമേ ഫാദർ മടങ്ങിയുള്ളൂ.

സുരേഷിന്റെ ഫോൺകോൾ വന്നെങ്കിലും ഞാൻ അറ്റൻഡ് ചെയ്തിരുന്നില്ല. അതുകൊണ്ടാവണം അയാൾ നേരെ എന്റെ റൂമിൽ കയറി വന്നത്. ഇത് രണ്ടാമത്തെ പ്രാവശ്യമാണ് സുരേഷ് എന്റെ റൂമിൽ വരുന്നത്. ഇനിയെന്ത് ഗുലുമാലുകളുമായിട്ടാണ് ഇയാൾ വരുന്നതെന്ന ചിന്തയിലായിരുന്നു ഞാൻ. വന്നയുടനെ കയറിയിരിക്കാൻ ഞാൻ പറഞ്ഞു. എന്നെ ആശ്ലേഷിച്ചുകൊണ്ട് സുരേഷ് പറഞ്ഞു:

"താങ്കസ് ജോബി. എങ്ങനെ നന്ദി പറയണമെന്നറിയില്ല. നിങ്ങൾ ചെയ്ത ഈ ഉപകാരം ഞാനൊരിക്കലും മറക്കില്ല."

അയാൾ പറയുന്നത് കേട്ടിരുന്നതല്ലാതെ ഞാൻ മറുപടിയൊന്നും പറഞ്ഞില്ല. ഒടുവിൽ പറഞ്ഞു:

"എന്റെ പൊന്നു സഹോദരാ, ഇനി ഇത്തരം സഹായം നിങ്ങൾ മറ്റൊരു സുഹൃത്തിനും നൽകല്ലേ!"

സുരേഷിന്റെ മുഖം മ്ലാനമായി. അങ്ങനെ പറഞ്ഞതിൽ എനിക്ക് യാതൊരു പശ്ചാത്താപവും തോന്നിയില്ല. സ്വന്തം കുടുംബത്തെ സംരക്ഷിച്ചിട്ട് താൻ ചെയ്ത തെറ്റിന് തുണയായ സുഹൃത്തിനെ എറിഞ്ഞു കൊടുക്കുന്ന ഇത്തരം വഞ്ചകരോട് അങ്ങനെയാണ് സംസാരിക്കേണ്ടതെന്ന് ഞാൻ തീരുമാനിച്ചു. സുരേഷ് ഏറെ നേരം ഇരുന്നതിനുശേഷമാണ് മടങ്ങിയത്. മടങ്ങാൻ നേരം ഒരു കവർ എന്നെ ഏല്പിച്ചു. ഞാൻ ചോദിച്ചു:

“ഇതെന്താ സുരേഷേ?”

സുരേഷ് മുഖത്ത് ചിരി പടർത്തിക്കൊണ്ട് പറഞ്ഞു:

“കുറച്ചു പണമാണ്. ഞാൻ നിങ്ങൾക്ക് ഇതെങ്കിലും ചെയ്തില്ലെങ്കിൽ അത് നന്ദികേടാവില്ലേ.”

ആ പൊതി തിരികെ ഏല്പിച്ചുകൊണ്ട് ഞാൻ പറഞ്ഞു.

“എന്റെ സുരേഷേ, ഇത്തരമൊരു തെറ്റിന് ഞാൻ കൂട്ടുനിന്നത് തിരിച്ചൊന്നും പ്രതീക്ഷിച്ചിട്ടല്ല. നിങ്ങൾക്കും സന്ധ്യക്കും ഒരാപത്ത് വന്നപ്പോൾ സഹായിച്ചു അത്രമാത്രമേയുള്ളൂ. എനിക്ക് നിങ്ങളെക്കാൾ പരിചയമുള്ളത് സന്ധ്യയുടെ പാരന്റ്സിനെയാണ്. ഡോക്ടറെയും ചേച്ചിയേയും ഉദ്ദേശിച്ചുകൂടിയാണ് ഞാനിങ്ങനെയൊരു തെമ്മാടിത്തരത്തിന് കൂട്ടുനിന്നത്. ദയവായി നിങ്ങളിതിന് വിലയിടരുത്!”

കടുത്തവാക്കുകളിൽ സംസാരിച്ചതിൽ എനിക്ക് തെല്ലും പശ്ചാത്താപം ഉണ്ടായില്ല. എന്റെ മനസ്സാക്ഷിക്കുത്ത് ആരോടെങ്കിലും പറയണമല്ലോ. ഞാനുറങ്ങിയിട്ട് രണ്ട് ദിവസമായി. എന്റെ ടെൻഷൻ ഒരു പരിധിയെങ്കിലും കുറഞ്ഞതായാണ് ഇപ്പോഴെനിക്ക് തോന്നുന്നത്. സുരേഷ് നടന്നകലുമ്പോൾ എനിക്ക് അയാളോട് പശ്ചാത്താപമാണ് തോന്നിയത്.

“ഒരു പെൺകുട്ടിയുടെ ജീവിതം നശിപ്പിച്ചിട്ട് മാന്യനായി നടക്കുന്നു.”

ഇന്ന് മനസ്സിന് അല്പം ആശ്വാസം തോന്നുന്നു. അതുകൊണ്ടാണ് നല്ലവണ്ണം ഉറങ്ങാൻ കഴിഞ്ഞത്. തുടർന്നുള്ള ദിവസങ്ങളിലും ഉറങ്ങാൻ കഴിയുമെന്ന് കരുതിയെങ്കിലും അതിന് സാധിക്കാതെ വന്നു. അതുകൊണ്ടാണ് ഒരു ഫുൾബോട്ടിൽ വിസ്കി വാങ്ങി റൂമിൽ വച്ചത്. തുടർന്നുള്ള ദിവസങ്ങളിൽ ബോധം കെട്ടാണ് ഉറങ്ങിയത്.

മനസ്സിൽ വല്ലാത്ത വിങ്ങൽ അനുഭവപ്പെട്ടു. ആയിഷമാഡം വിളിച്ചപ്പോൾ പ്രത്യേകം പറഞ്ഞിരുന്നു.

“ജോബി, നീ വരാതിരിക്കരുത്. എന്റെ പ്രവാസ ലോകത്തെ ജീവിതത്തിനിടയിൽ എനിക്ക് ഓർക്കാനുള്ള കുറെ നല്ല മനുഷ്യരുണ്ട്. അവരിൽ പ്രധാനിയാണ് നീ.”

മാഡം അങ്ങനെ ഗൾഫ് ജീവിതം അവസാനിപ്പിച്ച് മറ്റൊരു നാട്ടിലേക്ക് ചേക്കേറുകയാണ്. മാഡത്തിന്റെ ജീവിതത്തിലെ ഉയർച്ച-താഴ്ച്ചകൾ കുറേയൊക്കെ എനിക്കും അറിയാവുന്നതാണ്. നമ്മുടെ ജീവിതപ്രശ്നങ്ങൾ ആയിഷമാഡത്തിന്റെ ജീവിതവുമായി താരതമ്യം ചെയ്യുമ്പോൾ കേവലം നിസ്സാരമാണെന്ന് തോന്നാറുണ്ട് പലപ്പോഴും.

ഏഴ് മണിയോടെ തന്നെ ഞാൻ മാഡത്തിന്റെ വീട്ടിലെത്തി. വളരെ കുറച്ചുപേർ മാത്രമേ അതിഥികളായി എത്തിച്ചേർന്നിരുന്നുള്ളൂ. ഒരുപക്ഷേ പുരുഷന്മാരായി എത്തിച്ചേർന്നിട്ടുള്ള രണ്ടു-മൂന്നുപേരിൽ ഒരാൾ ഞാൻ തന്നെയായിരുന്നു. എന്നെ ആദ്യം കണ്ടത് സാഹീറയായിരുന്നു. വളരെ സ്നേഹത്തോടെയാണ് ഫ്ളാറ്റിനുള്ളിലേക്ക് ക്ഷണിച്ചത്. ഉടനെ തന്നെ മാഡവും നസ്രിയയും ഓടിവന്നു. ഏറെ നേരം കുശലാന്വേഷണങ്ങളിൽ

മുഴുകി. മാഡത്തിന്റെ ഹോസ്പിറ്റലിൽ നിന്നുള്ള സ്റ്റാഫുകളായിരുന്നു അതിഥികളിൽ ഏറെയും. പലരേയും മാഡം പരിചയപ്പെടുത്തി. ഇടയ്ക്ക് മാഡം പറയുന്നുണ്ടായിരുന്നു.

"കഴിഞ്ഞ എത്രയോ വർഷത്തെ പ്രവാസം മതിയാക്കിയാണ് ഞാൻ അമേരിക്കയിലേക്ക് പോകുന്നത്. പണ്ട് ഞാൻ പാകിസ്ഥാനിൽ നിന്നും ഇങ്ങോട്ട് വന്നതിന്റെ അതേ ഉത്കണ്ഠയാണ് ഇപ്പോൾ എനിക്കുള്ളത്."

മാഡത്തിനെ പരിഹസിച്ചുകൊണ്ട് സാഹിറ പറഞ്ഞു:

"ഉമ്മ പാകിസ്ഥാനിൽ നിന്നും ഫ്ളൈറ്റ് കയറുമ്പോൾ ഒറ്റയ്ക്കായിരുന്നില്ലേ. പക്ഷേ, ഇന്നിപ്പോൾ അമേരിക്കയിലേക്ക് പറക്കാൻ ഞങ്ങൾ രണ്ട് മക്കൾ കൂടെയില്ലേ!"

എന്റെ മനസ്സിൽ മാഡത്തിന്റെ ജിവിത സമസ്യകളായിരുന്നു ഒരു സ്വപ്നം പോലെ ഒഴുകിയെത്തിയത്. ജീവിതത്തിൽ എന്നും കാത്തുസൂക്ഷിച്ച പ്രതീക്ഷകളാണ് ഒരുപക്ഷേ അവരെ ഇതുവരെ എത്തിച്ചത്. ഇപ്പോൾ മക്കൾ നല്ല വിദ്യാഭ്യാസമൊക്കെയായി അമേരിക്കയിൽ വേരുറപ്പിച്ചുകഴിഞ്ഞിരിക്കുന്നു. ഇനിയിപ്പോൾ അവർക്ക് മക്കളോടൊത്ത് അമേരിക്കയിൽ സുഖമായി ജീവിക്കാം. ഏറ്റവും സന്തോഷകരം അവരുടെ ഭർത്താവുകൂടി ബംഗ്ലാദേശിൽ നിന്നും എത്തുന്നുവെന്നുള്ളതാണ്. അക്കാര്യം ഞാൻ മാഡത്തിനെ ഓർമിപ്പിച്ചപ്പോൾ അവർ പറഞ്ഞു:

"അതേ ജോബി, അദ്ദേഹവും അവിടെ ഞങ്ങളോടൊപ്പം കൂടും. പക്ഷേ കുറച്ചു താമസിച്ചു മാത്രമേ എത്തുകയുള്ളു."

ഞങ്ങളുടെ സംഭാഷണം കേട്ടിട്ടാവണം സാഹിറ അങ്ങോട്ടുവന്നത്. അപ്പോഴേക്കും ഹോസ്പിറ്റലിൽ നിന്നും ഡോക്ടർമാരും നേഴ്സിംഗ് സ്റ്റാഫുകളുമായി കുറേയേറെ ആൾക്കാർ എത്തിയിരുന്നു. ആ ഫ്ളാറ്റിൽ അധികം പേർക്ക് ഇരിക്കാനിടമില്ലാത്തതുകൊണ്ടാണ് ഞാൻ ഒരു സോഫ്റ്റ് ഡ്രിങ്ക്സുമായി ഫ്ളാറ്റിൽ നിന്നും പുറത്തെ പോർട്ടിക്കോയിലേക്ക് ഇറങ്ങിയത്. കുറച്ചു കഴിഞ്ഞപ്പോൾ സാഹിറ അങ്ങോട്ടുവന്നു. എല്ലാം മംഗളമായി അവസാനിക്കുന്നല്ലോവെന്ന് പറഞ്ഞപ്പോൾ സാഹിറയുടെ മുഖം മ്ലാനമായി. മാഡത്തിന്റെ ത്യാഗത്തിന്റെയും ബുദ്ധിമുട്ടുകളുടെയും ഇന്നലെകളെക്കുറിച്ച് സംസാരിച്ചപ്പോൾ ഞാൻ പറഞ്ഞു:

"എന്തായാലും എല്ലാ ബുദ്ധിമുട്ടുകളും ഈ നല്ലതിനു വേണ്ടിയായിരുന്നല്ലോ. അതാണ് ഏറ്റവും പ്രധാനം. പ്രത്യേകിച്ചും നിങ്ങളുടെ ബാപ്പ കൂടെ എത്തിച്ചേരുന്നുണ്ടല്ലോ."

ഒരു നിമിഷം മൗനം പാലിച്ച സാഹിറ പതിഞ്ഞ സ്വരത്തിൽ പറഞ്ഞു:

"ഇല്ല ചേട്ടാ, എല്ലാം ശരിയായില്ല!"

അതിശയോക്തിയോടെയാണ് ഞാൻ കാര്യമന്വേഷിച്ചത്. സാഹിറ തുടർന്നു.

"ഞങ്ങളുടെ മമ്മിയുടെ കാത്തിരുപ്പ് വെറുതെയായിരുന്നു. പാവം ഞങ്ങൾക്കുവേണ്ടിയാണ് ഇങ്ങനെ ജീവിതം എരിച്ചുതീർത്തത്. ബാപ്പയേയും ഉമ്മയേയും ഒരുമിപ്പിക്കാൻ വേണ്ടി ഞങ്ങൾ എന്തുമാത്രം

ശ്രമങ്ങൾ നടത്തിയെന്നോ? ബംഗ്ലാദേശിൽ പോയി ബാപ്പയെ കണ്ടിരുന്നു. ഞങ്ങളെ വിട്ട് ബാപ്പ ഒളിച്ചുകളിക്കുകയായിരുന്നുവെന്ന് അപ്പോഴാണ് മനസ്സിലായത്. ബാപ്പയ്ക്കവിടെ വേറെ കെട്ട്യോളും മക്കളുമൊക്കെയുണ്ട്. ഓരോ ഒഴിവുകഴിവുകൾ പറഞ്ഞ് ഉമ്മയെ പറ്റിക്കുകയായിരുന്നു. പാവം, എന്റെ ഉമ്മയ്ക്ക് ഇപ്പോഴും അക്കാര്യമൊന്നും അറിയില്ല. അത് പറയാൻ ഞങ്ങൾ മുതിർന്നതുമില്ല. ഇതറിഞ്ഞാൽ ഉമ്മയ്ക്ക് പിടിച്ചുനിൽക്കാൻ കഴിയില്ല. യു.എസ്സിൽ ബാപ്പ വരുമെന്ന സന്തോഷത്തിലാണ് ഞങ്ങളോടൊത്ത് ഉമ്മ വരുന്നത്. പക്ഷേ ഒരിക്കലും ഒത്തുകൂടാൻ കഴിയാത്തവിധം ബാപ്പ അകന്നുപോയിരിക്കുന്നുവെന്നതാണ് സത്യം."

ഒരു ഇടിത്തീ പോലെയാണ് ആ വാർത്ത ഞാൻ കേട്ടത്. സാഹിറയോടും നസ്രിയയോടും യാത്ര പറഞ്ഞാണ് ഞാൻ മാഡത്തിന്റെ മുന്നിലെത്തിയത്. സഹപ്രവർത്തകരുടെ ഇടയിൽ നിന്നും ഇറങ്ങിവന്ന് മാഡം പറഞ്ഞു:

"ജോബി, നിങ്ങൾ ചെയ്തിട്ടുള്ള എല്ലാ നന്മകൾക്കും നന്ദി. അപ്പോൾ ഞാനിനി വരുമ്പോൾ കാണാം. നാളെ രാവിലെ ഹോസ്പിറ്റലിൽ നിന്നും സഹപ്രവർത്തകർ അറേഞ്ച് ചെയ്തിട്ടുള്ള കാറിൽ ഞങ്ങൾ എയർ പോർട്ടിൽ പോകും."

അവരുടെ കണ്ണുകൾ ഈറനണിയുന്നത് ഞാൻ ശ്രദ്ധിച്ചു. ഇറങ്ങാൻ നേരം ക്യാരിബാഗിൽ ഒരു ഗിഫ്റ്റുകൂടി എന്നെ ഏല്പിച്ചു. മാഡത്തിന്റെ മുഖത്തു നോക്കാനുള്ള ശക്തി എനിക്കുണ്ടായിരുന്നില്ല. ഒരു വശത്ത് മാഡത്തിന്റെ മുഖവും മറുവശത്ത് സാഹിറ പറഞ്ഞ കാര്യങ്ങളും എന്റെ മനസ്സിൽ വല്ലാത്ത വീർപ്പുമുട്ടലുണ്ടാക്കി.

തിരികെ റൂമിലേക്ക് മടങ്ങുമ്പോൾ മാഡത്തിന്റെ ജീവിതം ഒരു ചോദ്യചിഹ്നം പോലെയാണ് മനസ്സിൽ നിറഞ്ഞു നിന്നത്. ഒരുപക്ഷേ, അതുകൊണ്ടാവാം എന്റെ സ്വകാര്യ ദുഃഖങ്ങൾ തത്ക്കാലത്തേക്കെങ്കിലും മറക്കാൻ എനിക്ക് സാധിച്ചത്.

എന്റെ ഉറക്കമില്ലായ്മ അതിന്റെ മൂർദ്ധന്യാവസ്ഥയിലെത്തിയപ്പോഴാണ് ഞാൻ അങ്ങനെയൊരു തീരുമാനത്തിലെത്തിയത്. എനിക്ക് സബിതയോട് കാര്യങ്ങൾ തുറന്നുപറയാനും സാധിക്കുന്നില്ല, പറയാതിരിക്കാനും കഴിയുന്നില്ല! ഏതായാലും ഇനിയും ഇക്കാര്യം മനസ്സിൽ കരുതുന്നതിൽ അർത്ഥമില്ല. അതുകൊണ്ടുതന്നെയാണ് കുമ്പസരിക്കാൻ തീരുമാനിച്ചതും. വ്യക്തിപരമായി ഇക്കാര്യങ്ങൾ ഫാദറിനോട് പറയാൻ എനിക്ക് കഴിയില്ല. അതിനുള്ള ധൈര്യവുമില്ല. ഏറെ നേരത്തെ ആലോചനകൾക്കുശേഷമാണ് കുമ്പസാരത്തിന് പറ്റിയ ദിവസവും സമയവും കണ്ടെത്തിയത്.

എല്ലാ കാര്യവും തുറന്നു പറഞ്ഞ് ഞാൻ പൊട്ടിക്കരഞ്ഞു. ഇപ്പോൾ എനിക്ക് നല്ല മനസ്സമാധാനം ഉണ്ടായിരിക്കുന്നുവെന്ന് പറഞ്ഞാൽ അതിൽ അതിശയോക്തിയില്ല. പിറ്റേന്ന് രാവിലെ ഫാദർ റൂമിൽ വന്നു. പതിവുപോലെ ഞാൻ കോഫിയുണ്ടാക്കി. ഫാദർ വ്യക്തിപരമായ

കാര്യങ്ങളൊന്നും സംസാരിച്ചില്ല. അപ്പനെക്കുറിച്ചും ബോബിയെക്കുറിച്ചുമെല്ലാം സംസാരിച്ചു. ഇറങ്ങാൻ നേരം പറഞ്ഞു:

"സൗഹൃദങ്ങൾക്കുവേണ്ടി ആത്മഹത്യ ചെയ്യേണ്ട ആവശ്യമില്ല!"

ഫാദർ പറഞ്ഞതിന്റെ പൊരുൾ എനിക്ക് മനസ്സിലായി. പക്ഷേ, രണ്ട് ദിവസം കഴിഞ്ഞപ്പോൾ വീണ്ടും എനിക്ക് മനസ്സമാധാനം നഷ്ടമായി. സബിതയോട് കാര്യങ്ങൾ പറയാതെ എനിക്ക് മനസ്സമാധാനം ഉണ്ടാകില്ലെന്ന ബോധ്യത്തിലാണ് എല്ലാം തുറന്നു പറയാൻ തീരുമാനിച്ചത്. സബിത വിളിക്കുമ്പോഴെല്ലാം എന്റെ ആരോഗ്യത്തെക്കുറിച്ചാണ് ചോദിക്കുന്നത്. ഞാൻ എല്ലാം ശരിയായി എന്നു പറഞ്ഞിട്ടും അവൾക്ക് വിശ്വാസം വരാത്തതുപോലെ.

"അച്ചായാ നിങ്ങൾക്ക് എന്തോ പറ്റി! എന്താണെങ്കിലും പറയ്. അസുഖം ഭേദമായില്ലേ."

ഞാനുടനെ പറഞ്ഞു:

"ഇപ്പോൾ ഓക്കെയായി."

സബിതയ്ക്ക് എന്നിട്ടും തൃപ്തിയായില്ല. ഒടുവിൽ ഞാൻ വൈകിട്ട് വിളിക്കാമെന്ന് പറഞ്ഞ് ഫോൺ കട്ട് ചെയ്തു. രാത്രി ഒൻപതു മണിയോടടുത്തപ്പോൾ സബിതയുടെ ഫോൺകോൾ വന്നു. ഞാൻ ചോദിച്ചു:

"നീ ഇനിയും ഉറങ്ങിയില്ലേ? നാട്ടിൽ ഇപ്പോൾ പത്തര മണിയായില്ലേ?"

സബിത പതിഞ്ഞ സ്വരത്തിൽ പറഞ്ഞു:

"അച്ചായൻ രാത്രി വിളിക്കാമെന്നല്ലേ പറഞ്ഞത്. ഞാൻ കാത്തിരിക്കുകയായിരുന്നു. ഫോൺകോൾ വരാത്തതുകൊണ്ടാണ് വിളിച്ചത്."

ഞാൻ ഒരു ദീർഘനിശ്വാസത്തോടെ പറഞ്ഞു:

"ങ്ഹാ, ഞാൻ നിന്നോട് ഒരു കാര്യം പറയാനിരിക്കുകയായിരുന്നു. നിന്നോട് പറയാതെ ഞാൻ ഒരു കാര്യവും ചെയ്യാറില്ല. പക്ഷേ ഈയടുത്ത കാലത്ത് ചില കാര്യങ്ങളിൽ ചെന്ന് ചാടിപ്പോയി!"

എന്റെ മെല്ലെയുള്ള സംഭാഷണത്തിൽ ഉദ്വേഗം പൂണ്ട സബിത പറഞ്ഞു:

"അച്ചായാ, നിങ്ങൾ വളച്ചൊടിക്കാതെ ഉള്ള കാര്യം പറയ്."

ഒരു നിമിഷത്തെ മൗനത്തിനുശേഷം ഞാൻ തുടർന്നു:

"ഇതൊഴിച്ച് നിന്നോട് ഒളിച്ചുവയ്ക്കത്തക്ക ഒരു കാര്യവും എനിക്കില്ല. പക്ഷേ, ഞാൻ പറയുമ്പോൾ നീ വിഷമിക്കുകയോ പിണങ്ങുകയോ ചെയ്യരുത്. കാരണം ഇക്കാര്യത്തിൽ ഞാൻ നിരപരാധിയാണ്."

വീണ്ടും സബിത ഉദ്വേഗചിത്തയായി.

"ചേട്ടായി, നിങ്ങളൊന്ന് പറഞ്ഞ് തുലയ്ക്ക്!"

ഒടുവിൽ എല്ലാ കാര്യങ്ങളും ഞാൻ പറഞ്ഞു തീർത്തു. പക്ഷേ, മറുവശത്ത് തികഞ്ഞ നിശ്ശബ്ദത. സബിത ഒന്നും മിണ്ടുന്നില്ല. ഞാൻ അക്ഷമനായി.

"സബിതേ, മോളേ എന്നോട് ക്ഷമിക്കണേ."

ഞാൻ കേണുകരഞ്ഞ് കാര്യങ്ങൾ പറഞ്ഞു മനസ്സിലാക്കാൻ ശ്രമിച്ചു. പെട്ടെന്നാണ് മറുവശത്ത് ഫോൺ കട്ടായത്. ഞാൻ വീണ്ടും വിളിച്ചു. പക്ഷേ, ഫോൺ സ്വിച്ച്ഓഫ് ആയിരിക്കുന്നു. ലാന്റ് ഫോണിൽ വിളിച്ചപ്പോൾ അത് അറ്റന്റ് ചെയ്യുന്നില്ല. വാച്ചിൽ നോക്കിയപ്പോൾ സമയം രാത്രി പന്ത്രണ്ടര! ഇനിയുള്ള മാർഗ്ഗം വിവിനെ വിളിക്കുകയെന്നതാണ്. പക്ഷേ ഈ അസമയത്ത് അവനെ വിളിച്ചുണർത്തുന്നത് ഭംഗിയാവില്ല. ഇതൊന്നും പറയേണ്ടായിരുന്നുവെന്ന് ഇപ്പോൾ തോന്നുന്നു. പക്ഷേ എല്ലാം കഴിഞ്ഞു പോയില്ലേ.

സംഭവിച്ച കാര്യങ്ങൾക്കെല്ലാം ഞാൻ സ്വയം ശപിച്ചു. വീണ്ടും സബിതയെ വിളിച്ചു. പക്ഷേ ഫോൺ സ്വിച്ച്ഓഫ്. ഇപ്പോൾ ഉള്ള മനസ്സമാധാനം കൂടി നഷ്ടപ്പെട്ടിരിക്കുന്നു. എനിക്ക് ഉറക്കം ഇല്ലാതാവുക മാത്രമല്ല, ഒപ്പം ഭ്രാന്തമായ ചിന്തകൾ കൂടി വേട്ടയാടാൻ തുടങ്ങി. എങ്ങനെയെങ്കിലും നേരം വെളുത്താൽ മതിയായിരുന്നുവെന്ന് മോഹിച്ചു.

രാവിലെ മുതൽ ഞാൻ സബിതയെ വിളിക്കാൻ ശ്രമിച്ചുകൊണ്ടിരുന്നു. പക്ഷേ ഫോൺ അറ്റന്റ് ചെയ്തില്ല. വിവിനുമായും വിജിയുമായും സംസാരിച്ചു. അവരുടെ സ്വഭാവത്തിൽ യാതൊരു മാറ്റവും ഞാൻ മനസ്സിലാക്കിയില്ല. മമ്മി എവിടെയെന്ന് ചോദിച്ചപ്പോൾ ഇപ്പോൾ കൊടുക്കാമെന്ന് പറഞ്ഞു. എന്നാൽ കുറച്ചുകഴിഞ്ഞ് വന്ന് പറഞ്ഞത് മമ്മി പിന്നീട് വിളിക്കുമെന്നാണ്. ഒടുവിൽ ഞാൻ അത്യാവശ്യമാണെന്ന് പറഞ്ഞപ്പോൾ വിജിയാണ് എന്നോട് പറഞ്ഞത്.

“പപ്പാ, എന്തോ കാര്യത്തിന് മമ്മി പപ്പയോട് പിണങ്ങിയിരിക്കുകയാണ്. കാര്യം ചോദിച്ചിട്ട് പറയുന്നില്ല. എന്താ പപ്പാ? എന്തുപറ്റി?”

ഞാനെന്റെ മോളോട് ഒന്നുമില്ലെന്ന് പറഞ്ഞെങ്കിലും എന്റെ ശബ്ദമിടറുന്നത് അവൾ ശ്രദ്ധിച്ചിരുന്നിരിക്കണം. വിവിനോട് സംസാരിച്ചപ്പോൾ അവന്റെ പെരുമാറ്റത്തിൽ യാതൊരു വ്യത്യാസവും എനിക്ക് അനുഭവപ്പെട്ടില്ല. യഥാർത്ഥത്തിൽ അവൻ കൂടുതൽ സ്നേഹത്തോടെയാണ് പെരുമാറിയത്. അതിനർത്ഥം ഞാനും സബിതയും തമ്മിലുള്ള പിണക്കം അവനും ശ്രദ്ധിച്ചിരിക്കുന്നുവെന്നാണ്. ജീവിതത്തിൽ ആദ്യമായിട്ടാണ് ഞാനും സബിതയും തമ്മിൽ ഇത്തരമൊരു അകൽച്ചയുണ്ടാകുന്നത്. ഞാൻ എത്രയോ പ്രാവശ്യം അവളെ വിളിച്ചു. പക്ഷേ ഫോൺ അറ്റൻഡ് ചെയ്തില്ല. ഒടുവിൽ സോറി പറഞ്ഞുകൊണ്ട് മെസേജുകൾ അയച്ചു. ഒന്നിനും മറുപടിയുണ്ടായില്ല. നാട്ടിൽ പോകാമെന്ന് തന്നെയാണ് ഞാൻ വിചാരിക്കുന്നത്. ഡിസംബറിലെ തണുത്ത രാത്രികൾ നിദ്രാവിഹീനമാകുന്നത് തുടരുകയായിരുന്നു. ഉറക്കം നഷ്ടപ്പെട്ടപ്പോൾ അതെന്റെ സ്വഭാവത്തിലും പ്രതിഫലിച്ചിരിക്കുന്നു. ആ മാറ്റം ആദ്യം മനസ്സിലാക്കിയത് ഫാദർ തന്നെയായിരുന്നു. ഇപ്പോൾ എല്ലാ ദിവസവും ഫാദർ എന്നെ വിളിച്ചുണർത്താൻ വരാറുണ്ട്.

ടൂറിസ്റ്റുകളുടെ തിരക്കും ദുബായിലെ വിവിധ ഫെസ്റ്റിവലുകളുമായി വളരെ തിരക്കുള്ള ദിവസങ്ങളായിരുന്നു. പക്ഷേ ചിലപ്പോഴെങ്കിലും എനിക്ക് വണ്ടിയുടെ നിയന്ത്രണം തെറ്റുന്നതായി തോന്നി. പെട്ടെന്ന്

കണ്ണടഞ്ഞ് പോകുന്നതായി തോന്നാറുണ്ട്. അതിനുള്ള കാര്യവും എനിക്കറിയാം. രാത്രി ഉറങ്ങാത്തതുകൊണ്ടു തന്നെയാണ് പകൽ സമയങ്ങളിൽ, പ്രത്യേകിച്ചും ആഹാരം കഴിച്ച ശേഷമുള്ള സമയങ്ങളിൽ കണ്ണ് അടഞ്ഞുപോകുന്നത്. ഈ തിരക്കുകൾക്കിടക്ക് വിശ്രമിക്കാൻ പോലും സമയം കിട്ടിയിരുന്നില്ല. എങ്കിലും ക്ലയന്റ്സായ ടൂറിസ്റ്റ് ഓപ്പറേറ്റർമാരോട് ചെറിയ ഒരു ബ്രേക്ക് വേണമെന്നും നാട്ടിൽ അത്യാവശ്യമുണ്ടെന്നും പറഞ്ഞു. പക്ഷേ ടൂറിസ്റ്റ് സീസണിലെ തിരക്കിനിടയിൽ ലീവ് തരുകയെന്നത് അവർക്ക് ചിന്തിക്കാനേ കഴിയില്ല. എന്റെ യഥാർത്ഥ പ്രശ്നങ്ങൾ അവരോട് പറഞ്ഞ് മനസ്സിലാക്കാൻ കഴിയാതെ പോയി.

ഡോക്ടർ സുമനാക്ഷൻ ദുബായിൽ പോകണമെന്ന് പറഞ്ഞെങ്കിലും എനിക്ക് അദ്ദേഹത്തിന്റെ മുഖത്തു നോക്കുവാൻ അല്പം ജാള്യതയുണ്ടായി. എങ്കിലും കൃത്യസമയത്തു തന്നെ ഞാൻ അദ്ദേഹത്തിന്റെ ഫ്ളാറ്റിൽ എത്തി. പതിവുപോലെ അദ്ദേഹത്തിന്റെ ഭാര്യ ശ്യാമളചേച്ചി ചായ കൊണ്ടുവന്നു. സന്ധ്യയെ മാത്രം പുറത്തു കണ്ടില്ല. ഒരുപക്ഷേ കാണാതിരുന്നതു തന്നെയാവും നല്ലത്. ദുബായിലേക്കുള്ള യാത്രയിലുടനീളം ഡോക്ടർ വളരെ സന്തോഷത്തിലായിരുന്നു. കളർ ഷർട്ടും ജീൻസുമൊക്കെയായി ചെറുപ്പക്കാരനായാണ് ഡോക്ടറുടെ യാത്ര. അക്കാര്യം ഞാൻ അദ്ദേഹത്തോട് തുറന്നു പറയുകയും ചെയ്തു. ചിരിച്ചുകൊണ്ട് ഡോക്ടർ പറഞ്ഞു:

"എന്റെ ജോബി, ഞാനിന്ന് ഏറ്റവുമധികം സന്തോഷിക്കുന്ന വ്യക്തിയാണ്. എന്റെ മോളുടെ കല്യാണമെല്ലാം ശരിയായി. നാട്ടിൽ ജോലിയുള്ള പയ്യനാണ്. എന്റെ അകന്ന ഒരു ബന്ധുവാണ്. നല്ല പയ്യനാണ്."

ആ സന്തോഷവാർത്ത ഏറ്റവും കൂടുതൽ സന്തോഷിപ്പിച്ചത് എന്നെയായിരുന്നിരിക്കണം. ആ സന്തോഷത്തിന്റെ വകയായി ഡോക്ടർ ഒരു ഐസ്കോഫിയും വാങ്ങി തന്നു. അദ്ദേഹം പറഞ്ഞു:

"അങ്ങനെ ജോബി, ഞാൻ ഈ യു.എ.ഇ യോട് വിടപറയാൻ തന്നെ തീരുമാനിച്ചു. നിനക്കറിയാമല്ലോ ഞാനെത്ര വർഷങ്ങളായി ഇവിടെ ജോലി ചെയ്യുന്നുവെന്ന്. ഇനി വയ്യ. എല്ലാമെന്റെ മോളുടെ ഭാവിക്കു വേണ്ടിയായിരുന്നു. ഇത്രയും കാലം അവൾ വിവാഹത്തിന് എതിരായിരുന്നു. സമയമായില്ല എന്നതായിരുന്നു മറുപടി. പക്ഷേ ഒടുവിൽ അവൾ കല്യാണത്തിന് സമ്മതിച്ചിരിക്കുന്നു."

ഞാൻ എപ്പോഴോ ചോദിച്ചു.

"പയ്യനെ സന്ധ്യയ്ക്ക് ഇഷ്ടപ്പെട്ടോ?"

ഡോക്ടർ അതിനും ചിരിച്ചുകൊണ്ടാണ് മറുപടി പറഞ്ഞത്.

"തീർച്ചയായും. അല്ലെങ്കിൽ നമുക്ക് പ്രൊസീഡ് ചെയ്യാൻ കഴിയില്ലല്ലോ. മാർച്ചിൽ കല്യാണം നടത്താനാണ് തീരുമാനം. മാർച്ചോടെ തന്നെ ഞങ്ങൾ ഇവിടം വിടുകയാണ്. യഥാർത്ഥത്തിൽ വലിയ വിഷമമുണ്ട്. എന്നാലും ഇനിയുമിങ്ങനെ കഠിനമായി പണിയെടുക്കാൻ വയ്യ. എനിക്കുമൊരു റിട്ടയർമെന്റ് ലൈഫ് വേണ്ടേ."

ഡോക്ടറുടെ തീരുമാനത്തെ സന്തോഷത്തോടുകൂടിയാണ് ഞാൻ സ്വീകരിച്ചത്. കുറച്ചു കഴിഞ്ഞശേഷം ഡോക്ടർ പറഞ്ഞു.

"ജോബി, ഞാൻ പോകുന്നതിനുമുമ്പ് എനിക്ക് ഒരു കടം കൂടി ബാക്കിയുണ്ട്. അതിനാണ് ഇന്ന് നാം പോകുന്നത്."

ഡോക്ടറോട് എന്താണ് ആ കാര്യമെന്ന് ഞാൻ ചോദിച്ചില്ലെങ്കിലും എന്റെ ശരീരഭാഷയിൽ ഒരുപക്ഷേ അത് നിഴലിച്ചിരുന്നിരിക്കണം.

അദ്ദേഹം കൂട്ടിച്ചേർത്തു.

"ഇക്കാര്യത്തിൽ എനിക്ക് ജോബിയുടെ സഹായം വേണം."

പെട്ടെന്ന് ഞാൻ ചോദിച്ചു:

"ഞാനോ സാർ! എന്താണത്? സാറിനുവേണ്ടി ഏത് കാര്യത്തിനും എന്റെ സപ്പോർട്ടുണ്ടാവും."

ഒരു നിമിഷം മൗനം പാലിച്ച ഡോക്ടർ പറഞ്ഞു:

"ജോബിക്കറിയാമോ എന്റെ പ്രായം?"

ഇല്ലെന്ന് ഞാൻ പറഞ്ഞെങ്കിലും അറുപതിനു മുകളിൽ ഞാൻ ഊഹിച്ചു.

എന്റെ ചിരി കണ്ടിട്ടാവണം അദ്ദേഹം തുടർന്നത്.

"എനിക്ക് അറുപത് വയസായി. ഈ പ്രായത്തിനിടയ്ക്ക് ഞാനിത്തരമൊരു ധർമ്മസങ്കടത്തിൽ പെട്ടിട്ടില്ല. നിനക്കറിയാമോ എന്റെ ഈ പ്രായത്തിൽ ഒരു സ്ത്രീ എന്നെ പ്രേമിക്കുകയാണ്! ഞാൻ പല പ്രാവശ്യം ഒഴിഞ്ഞുമാറാൻ ശ്രമിച്ചെങ്കിലും അവൾ തയ്യാറല്ല."

ഡോക്ടറുടെ പതിഞ്ഞ സ്വരത്തിലുള്ള സംസാരത്തിൽ ഇടയ്ക്കിടെ ശബ്ദം മുറിയുന്നത് ഞാൻ ശ്രദ്ധിച്ചിരുന്നു. ഡോക്ടറുടെ സൗന്ദര്യവും സ്വഭാവവും പെരുമാറ്റവുമെല്ലാം ഏതൊരു സ്ത്രീയേയും ആകർഷിക്കുമെന്ന കാര്യത്തിൽ തർക്കമില്ല.

ഡോക്ടർ എന്റെ പ്രതികരണത്തിന് കാത്തുനിൽക്കാതെ തുടർന്നു.

"ആ സ്ത്രീയോട് എന്നെ വിട്ടേക്കാൻ ഞാൻ പറഞ്ഞു. പക്ഷേ അവൾ തയ്യാറല്ല. ഞാൻ നാട്ടിലേക്കു പോകുന്നുവെന്ന് പറഞ്ഞപ്പോൾ എന്നോടവൾ ആവശ്യപ്പെട്ടത് ഒരു കാര്യം മാത്രമാണ്. അവൾക്കൊരു കുഞ്ഞിനെ വേണമെന്ന്! അതും എന്റെ കുഞ്ഞിനെ!"

ഡോക്ടർ പറഞ്ഞു നിർത്തിയപ്പോൾ എനിക്ക് അദ്ദേഹത്തിന്റെ മനസ്സ് വായിക്കാൻ കഴിഞ്ഞു. എന്റെ മനസ്സിൽ പല സംശയങ്ങളും ഉയർന്നു വന്നു. ഏതാനും നിമിഷങ്ങൾക്കുശേഷം ഡോക്ടർ തുടർന്നു.

"നമ്മളിപ്പോൾ പോകുന്ന ഷെറാട്ടൻ ഹോട്ടലിൽ ആ സ്ത്രീ എന്നെയും പ്രതീക്ഷിച്ച് ഇരിക്കുകയാണ്. മുറിയൊക്കെ അവൾ തന്നെ ബുക്ക് ചെയ്തിട്ടുണ്ട്."

ഞാൻ ചിരിച്ചുകൊണ്ട് ഡോക്ടറോടുള്ള ബഹുമാനം അല്പം പോലും കുറയാതെയാണ് പറഞ്ഞത്.

"സാറിന് വയസ് കാലത്ത് കോളടിച്ചല്ലോ."

ഡോക്ടറുടെ മുഖത്ത് പക്ഷേ ചിരി വിടർന്നില്ല.

“ജോബി, എന്റെ പ്രായം ഇത്തരം കൂത്തുകൾക്ക് ചേർന്നതല്ല. അതിനാണ് ഞാൻ നിന്നെയും കൂട്ടിയത്. ഇക്കാര്യത്തിൽ നീയെന്നെ സഹായിക്കണം.”

ഉടനെ ഞാൻ പറഞ്ഞു:

“സാർ, അതിപ്പോൾ എനിക്ക് ഭാര്യയും മക്കളുമെല്ലാമുള്ളതല്ലേ.”

ഡോക്ടർ ഒന്നും പറഞ്ഞില്ല. എന്റെ മനസ്സിൽ അത് ഒരു വെള്ളിടി യായി പതിച്ചതുമില്ല. ഞാനിപ്പോൾ തന്നെ മരിച്ച അവസ്ഥയിലാണല്ലോ. സബിതയുടെ മുന്നിൽ ജീവച്ഛവമായി മാറിയതിന്റെ കൂടെ ഇനിയുമൊരു പാപത്തിന് എനിക്കാഗ്രഹമില്ല. പക്ഷേ ഡോക്ടറോടുള്ള ബഹുമാനവും സ്നേഹവും എനിക്ക് തള്ളിക്കളയാനും കഴിയില്ല.

ഷെറാട്ടൺ ഹോട്ടലിനു മുന്നിലെത്തിയപ്പോൾ ഡോക്ടറെ ഇറക്കി വിട്ടിട്ട് ഞാൻ വണ്ടി പാർക്കിംഗിലിടാമെന്ന് പറഞ്ഞു. പക്ഷേ ഡോക്ടർ സമ്മതിച്ചില്ല. അദ്ദേഹം പറഞ്ഞു:

“സാരമില്ല, നമുക്ക് വണ്ടി പാർക്കിംഗിലിട്ട് ഒരുമിച്ച് പോകാം.”

ഡോക്ടർ ആ സ്ത്രീയുമായി സംസാരിച്ചപ്പോൾ റൂം മുന്നൂറ്റിനാലാ ണെന്ന് പറഞ്ഞു. ഞങ്ങൾ ലിഫ്റ്റിൽ കയറി നാലാം നിലയിലേക്ക് പോയി. ആത്മസംഘർഷം പുറത്തുകാണിക്കാതെ എല്ലാം ഒരു തമാശയായി എടുക്കാനാണ് തീരുമാനിച്ചത്. ഇപ്പോൾ ഡോക്ടർ തികഞ്ഞ ഗൗരവ ത്തിലാണ്. റൂമിലെ കോളിംഗ് ബെല്ലടിച്ചപ്പോൾ എനിക്ക് കാണാൻ കഴിഞ്ഞത് അംബികാമാഡത്തെയാണ്! എന്നെ കണ്ട അവരും അവരെ കണ്ട ഞാനും ശരിക്കും ഞെട്ടിപ്പോയി.

ഞാൻ ഒന്നും പറയാതെ ഡോക്ടറോട് പുറത്തു നിൽക്കാമെന്ന് പറഞ്ഞ് കാർ പാർക്കിംഗിലേക്ക് പോയി. മാഡത്തിന്റെയും ഡോക്ടറുടെയും ശബ്ദം എനിക്ക് കേൾക്കാം. പക്ഷേ ഞാൻ തിരിഞ്ഞുനോക്കാൻ തയ്യാറായില്ല.

മനുഷ്യബന്ധങ്ങളിലെ നേർത്ത വികാര വായ്പുകളെ ഇനിയും കൂട്ടുപിടിക്കാൻ എനിക്ക് കഴിയില്ലയെന്ന് എന്റെ മനഃസാക്ഷി ഉച്ചത്തിൽ വിളിച്ചു പറയുന്നുണ്ടായിരുന്നു. പാഴാക്കുന്ന അവസരങ്ങളെ പഴിചാരി മനസ്സ് എന്നിൽ നിന്നും കടിഞ്ഞാൺ വിടാൻ ശ്രമിച്ചെങ്കിലും ഇപ്രാവശ്യം മനസ്സാക്ഷിയെയാണ് ഞാൻ കൂട്ടുപിടിക്കാൻ ശ്രമിച്ചത്.

തിരിച്ച് മടങ്ങുമ്പോൾ കാറിന്റെ നിയന്ത്രണം പലപ്പോഴും എനിക്ക് കൈവിട്ടിരുന്നു. സബിതയെ കഴിഞ്ഞ ദിവസങ്ങളിലായി ആയിരം പ്രാവശ്യമെങ്കിലും ഞാൻ വിളിച്ചിരുന്നിരിക്കണം. പക്ഷേ അവൾ ഫോൺ അറ്റൻഡ് ചെയ്തില്ല. മെസ്സേജുകൾക്കും മറുപടിയില്ലാതായപ്പോൾ ഞാൻ തികഞ്ഞ ഭ്രാന്തനായി മാറുകയായിരുന്നു.

■

www.ingramcontent.com/pod-product-compliance
Lightning Source LLC
LaVergne TN
LVHW060627051026
849519LV00002B/793